तुकयाची आवली

मंजुश्री गोखले

मेहता पब्लिशिंग हाऊस

Please contact us at **Mehta Publishing House Private Limited,** Pune 411030.
✆ +91 020-24476924 / 24460313
Email : production@mehtapublishinghouse.com
Website : www.mehtapublishinghouse.com

- *या पुस्तकातील लेखकाची मते, घटना, वर्णने ही त्या लेखकाची असून त्याच्याशी प्रकाशक सहमत असतीलच असे नाही.*

TUKAYACHI AAWALI by MANJUSHRI GOKHALE

तुकयाची आवली : मंजुश्री गोखले / कादंबरी

Email : author@mehtapublishinghouse.com

मराठी पुस्तक प्रकाशनाचे हक्क : मेहता पब्लिशिंग हाऊस प्रायव्हेट लिमिटेड, पुणे.

संस्थापक : अनिल मेहता आणि सुनील मेहता

प्रकाशक : अखिल सुनील मेहता, मेहता पब्लिशिंग हाऊस प्रायव्हेट लिमिटेड, १९४१, सदाशिव पेठ, माडीवाले कॉलनी, पुणे - ४११०३०.

मुद्रक : श्री मुद्रा, १८१ शुक्रवार पेठ, पुणे ४११००२.

मुखपृष्ठ : चंद्रमोहन कुलकर्णी

प्रकाशनकाल : नोव्हेंबर, २००७ / ऑगस्ट, २००८ / मे, २००९ / एप्रिल, २०१२ / सप्टेंबर, २०१५ / पुनर्मुद्रण : जून, २०२२

किंमत : ₹ २२०

P Book ISBN 9788177668933
E Book ISBN 9788184988680
E Books available on : amazonkindle Apple Books Google Play Books

आपल्या पतीचं जीवन उजळण्यासाठी
स्वत: सतत जळत राहणाऱ्या
असंख्य 'आवल्यांना'
ही 'आवली' सादर समर्पित

अभिप्राय

संसारी, कर्तव्यदक्ष आवली

साप्ताहिक सकाळ, २५ ऑक्टोबर ०८

आवलीला तुकारामाकडे सुपूर्द करून कर कटेवर ठेवून उभ्या असलेल्या विठूरायाच्या चेहेऱ्यावर कृतकृत्यतेचा आनंद रुक्मिणी पाहतच राहिली. शेवटी का होईना विठूरायानं मान्य केलं होतं की, तुकाराम फक्त आवलीचे होते आणि आवली तुकारामाची. ती फक्त होती 'तुक्याची आवली!!!'

एक सुंदर पुस्तक वाचल्याचे समाधान हे पुस्तक वाचल्याने होते.

रविवार, ४ जानेवारी २००९, तरुण भारत, बेळगाव

'तुकयाच्या आवली'चं न्याय चरित्र

सामना, दि. १८ मे २००८

माझी भूमिका

आवली, संत तुकाराम महाराजांची दुसरी पत्नी, एवढी आणि फक्त एवढीच ओळख आहे आवलीची. आपल्या भक्तीनं, अभंगवाणीनं, विद्वत्तेनं, संतपदाच्या शिरोमणी पदावर पोहोचलेले संत तुकाराम हे संत परंपरेतलं बहुमोल रत्न. त्यांच्या आयुष्यात त्यांनी सोसलेले आघात, त्यांची पराकोटीची विठ्ठल भक्ती, आणि श्वासाश्वासापर्यंत पोहोचलेली त्यांची अभंगवाणी या सगळ्यांचा विचार केला तर संत तुकाराम हे परमेश्वरी अवतार असले पाहिजेत या साक्षात्कारापर्यंत मराठी माणूस पोहोचतो. त्यातच त्यांचं सदेह वैकुंठगमन! मराठी माणसाच्या मनात संत तुकारामांची प्रतिमा ही जितकी आपलेपणाची, जिव्हाळ्याची आहे तितकीच ती दिव्यतेची आणि महानतेचीही आहे. म्हणूनच 'तुका आकाशाएवढा' बनून मराठी माणसाचं मन त्यांनी व्यापून टाकलं आहे. संत कवींच्या परंपरेतील सर्वात महान पण सामान्यातल्या सामान्य मराठी माणसाला अगदी आपले वाटणारे, जवळचे वाटणारे, संत तुकाराम. अगदी विठ्ठलाच्या आणि वारकऱ्यांच्या गळ्यातली तुळशीमाळच जणू!

'आवली' संत तुकारामांची द्वितीय पत्नी. संत साहित्याच्या अभ्यासकांनी, इतिहासकारांनी, पुराण-प्रवचनकारांनी, सिनेमा-नाटककारांनी, साहित्यिकांनी आवलीची एवढीच ओळख ठरवली आणि तेवढीच सांगितली. एवढंच नव्हे तर संत तुकारामांच्या, तरल मनःस्थितीत लिहिलेल्या काही अभंगांचा आधार घेऊन 'आवली ही भांडखोर, कर्कशा, आणि कजाग बाई होती' अशा पद्धतीचं सर्टिफिकेटही तिला देऊन सारे मोकळे झाले. 'संत तुकाराम' हा मला एम.ए. ला एक पेपर होता. त्या संदर्भात संत तुकारामांचा सर्वांगीण अभ्यास करत असताना, किंवा साधकावस्थेपासून सिद्धावस्थेपर्यंतचा त्यांचा जीवनप्रवास अभ्यासताना वारंवार आवलीचा उल्लेख यायचा. तेव्हापासूनच आवली मनात घर करून राहिली. संत तुकाराम महाराजांसारख्या तेजस्वी सूर्याची, त्यांच्या आयुष्यातील प्रत्येक चांगल्या-वाईट क्षणांची भागीदार आणि साक्षीदार असलेली आवली, तिच्यावर मात्र त्या सूर्याच्या सहस्रकिरणांपैकी एकही किरणशलाका पडू नये इतकी अंधारात राहिली. आवली कजाग होती, भांडखोर होती, कर्कशा होती अशी लेबलं त्या अंधारातही तिला चिकटली. संत तुकाराम आकाशाएवढे

मोठे मोठे होत गेले पण आवली धरणीसारखीच राहिली. नुसतीच धरणीसारखी नव्हे तर लक्ष भेगा पडलेल्या, ऊर फाटलेल्या जखमी धरणीसारखी. संतपदाच्या वाटचालीत तुकाराम पुढे पुढे जात राहिले. शिरोमणी पदाला पोहोचले. आणि नवऱ्याचं मोठेपण कळूनही, प्रपंचाकडं त्याचं होणारं दुर्लक्ष बघून तिच्यातली संसारी पत्नी, कर्तव्यदक्ष गृहिणी, व्याकूळ आई घायाळ होत राहिली, करवादत राहिली. आपल्या नवऱ्यानं त्या विठ्ठलाचा नाद सोडावा आणि मुलाबाळांकडं बघावं म्हणून भांडत राहिली आणि कजागपणा, भांडखोरपणाच्या बिरूदांच्या जखमा अंगभर घेऊन घायाळ, जखमी, विद्ध पक्षिणीसारखी कष्टत राहिली. ती कजाग, भांडखोर होती, असेलही, पण ती तशी का होती, किंवा का झाली याचा विचार कुणीच केला नाही. ना तुकाराम महाराजांनी, ना इतिहासकारांनी, ना अभ्यासकांनी, ना साहित्यिकांनी; आणि आवली उपेक्षितच राहिली. जिवंतपणी आणि मेल्यावरसुद्धा! वटवृक्षाच्या छायेत दुसरं रोपटं मोठं होत नाही म्हणतात पण आवली दुसरं रोपटं नव्हतीच मुळी. ती त्या वटवृक्षाचीच एक मुळी होती, मजबूत, चिवट. त्या वटवृक्षाचा मोठेपणा तोलून धरणारी, त्याला अन्नरस पुरवणारी आणि त्यासाठी स्वतःला जमिनीत गाडून घेणारी. ती जमिनीतून वर आलीच नाही म्हणूनच उपेक्षित राहिली.

संत तुकाराम महाराजांच्या अणूएवढ्या रूपापासून ते आकाशाएवढ्या कर्तृत्वापर्यंत प्रत्येक क्षणांत, प्रत्येक संकटात, आणि प्रत्येक परिवर्तनात आवली भागीदार होती, साक्षीदार होती आणि या ना त्या रूपात निमित्तही होती. पण तिचं हेही असणं दुर्लक्षित राहिलं. विठ्ठलावरचा तिचा अधिकारही मोठा होता, कदाचित तुकाराम महाराजांपेक्षाही मोठा, पण तरीही ती दुर्लक्षित राहिली. एवढ्या मोठ्या विभूतीच्या आयुष्यातील अनेक लहान मोठ्या क्षणांची, प्रसंगांची दखल घेणाऱ्या अभ्यासकांनाही संत तुकारामांच्या आयुष्यात 'नातिचरामि' म्हणून आलेली आणि सप्तपदीच्या वेळी पतीला दिलेली वचनं प्राणपणानं जपणारी आवली दिसूच नये हीच खरी आवलीची शोकांतिका होती आणि म्हणूनच संत तुकाराम अभ्यासताना मनात शिरलेली आवली मला अस्वस्थ करत राहिली, जवळ जवळ पंधरा वर्षं. जणू सांगत राहिली – 'मला कुठंतरी जागा दे. सूर्याएवढी नाही तरी सूर्याच्या सावलीएवढी तरी.' घुसमटलेल्या आवाजात, पाणी

भरल्या डोळ्यानं जणू मला विनवत राहिली. साद घालत राहिली. संत तुकाराम महाराजांबद्दल, त्यांच्या भक्तीबद्दल, विद्वत्तेबद्दल, प्रचंड आदर आणि आत्मीयता असूनही एक स्त्री म्हणून, एक गृहिणी म्हणून, एक पत्नी म्हणून, एक आई म्हणून आवली माझ्या मनात ठसठसत राहिली. वादळं उठवत राहिली. अनेक प्रश्न विचारत राहिली. न्याय मागत राहिली आणि जोपर्यंत मला ते शक्य होत नव्हतं तोपर्यंत अपराधीपणाची एक टोचणी देत राहिली. बोच देत राहिली.

जेव्हा लिहायचं ठरवलं आणि लिहायला सुरुवात केली तेव्हा हाताशी काहीच नव्हतं. प्रयत्न करूनही, अनेक पुस्तकं चाळूनही 'आवली ही पुणे परगण्यातील एक सधन सावकार आप्पाजी गुळवे यांची मुलगी' या एकाच वाक्याच्या संदर्भाशिवाय काहीही माहिती तिच्याबद्दल सापडली नाही. तिचं बालपण, तिची आई, असलीच तर तिची भावंडं, तिचा लहानपणीचा स्वभाव, तिची आवड-निवड, मैत्रिणी या तिच्या पूर्वायुष्याबद्दल तर काहीच नाही, पण संत तुकारामांशी विवाह झाल्यावरही तिच्या एकटीच्या संदर्भात काहीच नाही. याहूनही विशेष म्हणजे संत तुकाराम महाराजांचं देहावसान झाल्यावर त्यांच्या माघारी आवली कशी जगली? किती जगली? कुठं जगली? तिची मुलं, तिनं कुठं-कशी वाढवली? त्यांचं पुढं काय झालं? आवलीनं, तिच्या मुलांनी नंतर काय कामधंदा केला? ती कुठं राहिली? तिचा शेवट कुठं, कसा झाला? ती गेली तेव्हा तिच्या जवळ कोण होतं? की कुणीच नव्हतं? एक ना दोन. काही काही म्हणून धागा सापडत नाही. अगदी काहीही नाही. संत तुकारामांसारख्या महान विभूतीची सहचारिणी इतकी उपेक्षित, इतकी दुर्लक्षित रहावी हे आवलीचं दुर्भाग्य म्हणायचं की इतिहासाचा करंटेपणा? विचारांची ही आवर्तनं आणि आवलीचं, मनाच्या कवाडावर धडका देणं यातूनच लिहायला सुरूवात केली आणि आजपर्यंत जे घडलं नव्हतं ते घडलं.

आतापर्यंतच्या माझ्या कुठल्याही प्रकाशित पुस्तकाच्या मजकुरासाठी माझ्या प्रकाशकाला माझ्या मागं थोडासा तगादा लावायला लागायचा. लवकर लिहून द्या म्हणून आठवण करून द्यायला लागायची. पण 'आवली' लिहायला घेतली आणि हातात काहीही नसताना, कोणताही संदर्भ हाताशी नसताना कुणीतरी

समोर बसवून लिहून घेतंय अशी झपाटल्यासारखं 'आवली' लिहून झाली. ते झपाटलेपण असं विलक्षण होतं की ते ते प्रसंग डोळ्यांसमोर घडताहेत इतके सजीव व्हायचे, शब्द जणू मूर्तिमंत समोर उभे ठाकायचे. या झपाटलेपणातच वीस प्रकरणांची ही कादंबरी कधी लिहून पूर्ण झाली ते कळलंच नाही. संत तुकारामांच्या बरोबर आवलीचा विवाह झाल्यानंतरचे काही प्रसंग, त्यांचे उल्लेख यांचा संदर्भ वगळता आवलीचं बालपण, त्यातले प्रसंग, तसेच संत तुकारामांबरोबरचे तिचे काही प्रसंग आणि संत तुकारामांचे देहावसान झाल्यानंतरचे काही प्रसंग हे सारं सारं माझ्या आणि आवलीच्या भावविश्वातून उलगडलेलं आहे आणि प्रत्येक प्रकरणाच्या शेवटी आलेला विठ्ठल-रूक्मिणीचा संवाद किंवा मनोगत हे आवलीच्या त्या त्या प्रकरणातील जीवनलेखावर एक विशेष टिप्पणीकार (एक्स्पर्ट कॉमेंट्रेटर) या भूमिकेतून आलेलं आहे. कारण संत तुकारामांच्या जीवनात आवलीचं स्थान, विठ्ठलाचं स्थान या व्यतिरिक्त तिसऱ्या स्थानाला जागा नाही आणि आवलीचा पतीवरचा अधिकार आणि विठ्ठलाचा संत तुकारामांवरचा अधिकार हे सतत एकमेकाला छेदणारे रेखाबिंदू. म्हणून कादंबरीतल्या कथानकात विठ्ठल-रूक्मिणीची भूमिकाही महत्त्वाची ठेवली आहे. मराठी साहित्यात कादंबरी विश्वात कदाचित हा नवा प्रयोग ठरावा.

आवली जशी हृदयात घुसली, मनाला भावली, आणि अस्वस्थ करून गेली. तशीच ती शब्दबद्ध केलीय. तिचं हे अस्वस्थ करणं, न्याय मागणं शब्दबद्ध करण्यापलीकडे यात कुठेही संत तुकाराम महाराजांच्या महनीयतेला, दिव्यत्वाला किंचितही धक्का लावण्याचा पुसटसाही हेतू नाही. कारण त्यांचं स्थान ध्रुवासारखं अबाधित आहे. पण आवलीची मनोव्यथा शब्दबद्ध करण्याचा हा प्रामाणिक प्रयत्न जरूर आहे आणि म्हणूनं

बोल बोबडे, शब्द वाकुडे ।।
जाणावी भावना ।।

– सौ. मंजुश्री गोखले
कोल्हापूर

ऋणनिर्देश

'तुकयाची आवली' रसिक वाचकांच्या हातात देताना मला अतिशय आनंद होतोय. एका झाकोळलेल्या हिरकणीला वाचकांकडून न्याय मिळेल असा मला विश्वास आहे. 'आवली' झपाटल्यासारखी लिहून झालेली असली तरी त्यासाठी मी अनेकांना त्रास दिला आहे. 'आवली' लिहीत असताना तर 'ती अशी बोलेल का? तिला असं वाटेल का? ती अशी वागेल का?' असले प्रश्न विचारून मी माझे मित्र, चैतन्य प्रकाशनचे श्री. मेघनाथ भगत आणि श्री. संजय भगत यांना खूप त्रास दिला. श्री. मेघनाथ भगत यांना तर मी रोज ३-४ वेळा फोन करत असे. आणि झालं असं की, यामुळे 'आवली' नं त्यांनाही विचार करायला लावलं. 'आवली' लिहून झाली आणि माझी पुण्याची जिवलग मैत्रीण 'श्यामला देसाई' हिला मी ती वाचायला दिली. आणि त्यानंतरही अनेक शंका विचारून तिला हैराण केलं. विशेष असं की, आवलीनं तिलाही असं झपाटलं की, कुणी भेटायला येईल, त्याला ती कादंबरी (श्यामला) वाचायला देत असे. आणि वाचणाऱ्यानं झपाटून जाऊन वाचली की, त्या वाचकाचा अभिप्राय माझ्यापर्यंत पोचवत असे. यात सुप्रसिद्ध शास्त्रज्ञ डॉ. श्री. वसंतराव गोवारीकर आणि त्यांच्या पत्नी सौ. सुधाताई गोवारीकर, नैसर्गिक खताचे यशस्वी संशोधन करणाऱ्या सुप्रसिद्ध संशोधक सौ. निर्मलाताई सहस्त्रबुद्धे, श्री. जयवंत मोहिते यांचा समावेश आहे. संत साहित्याचे प्रसिद्ध अभ्यासक आणि विचारवंत फादर फ्रान्सिस दिब्रेटो यांनीही ही कादंबरी वाचून आवडल्याचं कळवलं आहे. या सर्वांना मी दिलेला त्रास त्यांनी आनंदानं सहन केला. त्यांची मी अत्यंतिक ऋणी आहे.

या कादंबरीला प्रस्तावना लिहिणारे संत साहित्याचे अभ्यासक आणि श्री. संत नामदेव महाराज अध्यासन, पुणे विद्यापीठ या संस्थेचे अध्यक्ष डॉ. अशोक कामत सर, यांच्यापर्यंत मी आणि माझी 'आवली' पोहोचलो ते केवळ माझी मैत्रीण श्यामला देसाई आणि देसाईंचे पारिवारिक मित्र प्रा. श्री. सूर्यवंशी सर यांच्यामुळे. त्यांची मी आभारी आहे. एकदा कामत सर भेटल्यावर मग मात्र मी त्यांच्या कौटुंबिक परिवारातील एक झाले, हे माझं सद्‌भाग्य. या कादंबरीला श्री. कामतसरांनी प्रस्तावना दिली. त्यांच्या या ऋणातच राहायला मला आवडेल.

आवली-तुकारामांच्या विवाहाविषयी लिहिताना वाणी-कुणबी समाजाच्या विवाहातील चालीरीतींची माहिती माझी मैत्रिण सौ. नूतन बेंडके हिनं अगत्यानं दिली. मी तिची आभारी आहे.

'आवली' लिहून झाल्यावर ती डी.टी.पी. करण्याचं काम लवकर करून देऊन दीपक झेरॉक्सचे श्री. दीपक फाटक यांनीही या 'आवली'ला प्रकाशात आणण्यात योगदान दिले. त्यांची मी आभारी आहे.

'आवली' लिहून झाली खरी, पण ती वाचकांपर्यंत पोहोचविण्याचं मोठं काम मेहता पब्लिशिंगचे श्री. अनिलजी मेहता आणि श्री. सुनीलजी मेहता यांचं. त्यांनी जर हे मनांवर घेतलं नसतं तर ही हिरकणी झाकोळलेलीच राहिली असती. त्यांचं हे ऋण माझ्यावर तर आहेच, पण 'आवली' सुद्धा त्यांची ऋणी राहील.

'आवली' म्हटल्यावर डोळ्यांसमोर येणारी व्यक्तीरेखा आणि तिच्या व्यक्तिचित्रातली व्यक्तिरेखा यांचा छन समन्वय साधून, सुप्रसिद्ध चित्रकार श्री. चंद्रमोहन कुलकर्णी यांनी या कादंबरीचे मुखपृष्ठ अतिशय सुंदर असे रेखाटले आहे. मी त्यांची आभारी आहे.

या कादंबरीला लोकमान्यता, रसिकमान्यता मिळाली तर ते यश 'आवली'चं आहे. तिच्यातर्फे रसिक वाचकांची मी आभारी आहे. ही कादंबरी पूर्ण होण्यासाठी अनेक ज्ञात-अज्ञात हात लागले त्या सर्वांची मी ऋणी आहे.

आपली स्नेहांकिता
-सौ. मंजुश्री गोखले

प्रस्तावना

वारकरी संप्रदायाचे कलश म्हणून वंदनीय ठरलेले संतश्रेष्ठ तुकाराम महाराज हे पुण्याजवळच्या देहू गावचे महाजन. इंद्रायणी काठच्या अलंकापुरीची महती ज्ञानदेवांच्या संजीवन समाधीग्रहणामुळे वाढली तशीच देहूगावची श्रीक्षेत्र म्हणून ख्याती तुकाराम महाराजांमुळे झाली.

तुकाराम महाराजांचे मोठे एकत्र कुटुंब. देहूत चांगला व्यापार, घरी नोकर चाकर. सारे काही दृष्ट लागण्यासारखे होते. पण अचानक सारे होत्याचे नव्हते झाले. दुष्काळ पडला. व्यापार धंदा बसला. ज्यांच्याकडून येणे होते ते बुडाले. मोठा भाऊ सावजी परागंदा झाला. वहिनी गेली. आई-वडीलही वारले. पहिली पत्नी दगावली. मूल गेले. 'दु:ख बांदवडी ही संसार सुखाचा ठाव कोठे नाही' अशी ससेहोलपट होऊन गेली. पण अशाही स्थितीत त्यांनी सारे सोसले. 'रात्रंदिन युद्धाचे प्रसंग' भोगले पण पराकोटीची श्रीविठ्ठल भक्ती केली. त्याचा उत्कट धावा करणारी अभंगवाणी लिहिली. सामान्य साधकापासून परमेश्वराच्या साक्षात्कारापर्यंतची आपली वाटचाल शब्दबद्ध केली.

तुकाराम महाराजांची द्वितीय पत्नी जिजाई, ही एका धनवान सावकाराची एकुलती एक लाडाची लेक. ती तुकोबारायांच्या एकत्र कुटुंब-परिवारात आली. भक्त श्रेष्ठ पतिराजांच्या सुखदु:खाशी ती समरसून राहिली. आपल्या विलक्षण व्यक्तित्व संपन्न पतीच्या साक्षात्कार संपन्न जीवन प्रवासातील तिचा वाटा तसाच मोठा आहे. तुकोबाराय तिला 'आवली' म्हणत.

या आवलीची संत साहित्याचे अभ्यासक आणि संशोधक यांना कोणतीच माहिती मिळालेली नाही. ती कर्कशा वृत्तीची भांडखोर होती अशी काहीशी तिची विचित्र प्रतिमा रंगविण्यात आलेली दिसते. या प्रतिमेला फारसे आधार नाहीत. काही अभंगांतून तिचा येणारा उल्लेख हा खरे तर इतकेच सुचवित नाही. तुकाराम महाराजांचे अलीकडील एक चरित्रकार खासदार श्री. अनंतराव पाटील यांनी म्हटल्याप्रमाणे...

"तुकारामांनी बायको-मुले-घरदार यांवरील लक्ष हळूहळू पार काढून घेतले. घरात खायला नसायचे तथापि जिजाई कसे तरी करून आला दिवस भागवायची.

आपल्या पत्नीला – जिजाईला तुकोबा आवली म्हणत. या आवलीने खूप खूप कष्ट उपसले. उपासमारीत दिवस काढले. अवमान गिळला, पण तुकारामांच्या पांडुरंभक्तीत व्यत्यय आणला नाही.'' (संत तुकाराम महाराज : चरित्र आणि कार्य, पृष्ठ २१, पुणे-१९८९.)

अनंतराव पाटील यांचे पुढील म्हणणेही विचार करण्यासारखे आहे,

''श्री विठ्ठलाला तुकोबा जसे प्रिय होते, तशी जिजाईपण प्रिय होती. श्रीमंतघरच्या, गुळवे सावकारांच्या घरच्या जिजाईनं आलेल्या सर्व संकटांना निर्भयपणे, निर्धाराने तोंड देऊन तुकारामांना त्यांच्या भक्तिमार्गात तल्लीन होऊ दिले. भजन, कीर्तनात दंग होऊ दिले. जिजाई नसती तर तुकोबांना त्यांच्या ध्येयाप्रत, विठ्ठलाप्रत, मोक्षाप्रत खरोखर जाता आले असते का? तुकारामांच्या कार्यात जिजाईचा वाटा निश्चितपणे मोठा आहे. वैकुंठाला बरोबर चल, असे तुकोबा म्हणत असताना आपल्यावरील जबाबदारीची जाणीव ठेवून, पोटातल्या गर्भाला जन्म देण्याच्या कर्तव्याची आठवण ठेवून तुकारामांना तिने नम्र नकार दर्शविला आणि त्यांच्या पश्चात मुलामुलींचे सारे नीटनेटके केले. जिजाईची ही काय लहानसहान कामगिरी! जिजाई कर्कशा नव्हती की तिने तुकोबांची निर्भत्सना केलेली नाही. पत्नीच्या नात्याने तिने तिचे कर्तव्य बजावले. आपल्या पतीच्या महान, अलौकिक कार्यात जास्तीत जास्त साथ, सहकार्य दिले.'' ('संत तुकाराम महाराज' पृष्ठ २२)

सौ. मंजुश्री गोखले यांनी प्रस्तुत कादंबरी एका विशिष्ट भावनेने लिहिली आहे. एम.ए. मराठीची परीक्षा देत असताना त्यांनी संत तुकारामविषयक विशेष अभ्यास प्रश्नपत्रिकेच्या निमित्ताने केला. त्यांनीच म्हटल्याप्रमाणे, ''साधकावस्थेतून सिद्धावस्थे-पर्यंतचा त्यांचा जीवनप्रवास अभ्यासताना वारंवार आवलीचा उल्लेख यायचा. तेव्हा-पासून आवली मनात घर करून राहिली. संत तुकाराम महाराजांसारख्या तेजस्वी सूर्याची, त्यांच्या आयुष्यातील प्रत्येक चांगल्या-वाईट क्षणांची भागीदार आणि साक्षीदार असलेली आवली. तिच्यावर मात्र त्या सूर्याच्या सहस्र किरणांपैकी एकही किरणशलाका पडू नये इतकी अंधारात राहिली.''

सौ. मंजुश्रीताईंनी अशी उपेक्षित आवली अस्वस्थ चित्तानं अनुभवली. "एक स्त्री म्हणून, एक गृहिणी म्हणून, एक पत्नी म्हणून, एक आई म्हणून आवली त्यांच्या मनात ठसठसत राहिली. वादळं उठवीत राहिली. अनेक प्रश्न विचारीत राहिली."

आणि मग कुठलीही ऐतिहासिक सामग्री उपलब्ध नसताना त्यांनी ही भावपूर्ण कृती लिहून पूर्ण केली. इथे आवलीचे विलक्षण जीवनव्रत स्पष्ट करण्याचा प्रांजळ प्रयत्न आहे. तिची मनोव्यथा शद्बबद्ध करण्याचा हा एक चांगला प्रयत्न आहे.

कादंबरी वाचनीय तर आहेच पण ती आगळीवेगळी आहे. संत जीवनावर गेल्या चाळीस-पंचेचाळीस वर्षांत मराठीत बऱ्याच चरित्रात्मक कादंबऱ्या लिहिल्या गेल्या. इथे रेखाटलेले चरित्र-चित्र काल्पनिक असले तरी ते मोठ्या संयमाने आणि जिव्हाळ्याने साकार करण्यात आले आहे. रुक्मिणीचे पात्र विलोभनीय आहे. भाषा ओघवती आहे. प्रासादिक आहे. ही आवली वाचकांच्या मनाला भावेल आणि तिच्या विलक्षण जीवनप्रवासाबद्दल आपल्याला मनोमन आदरही वाटेल.

एक ऐतिहासिक पण दुर्लक्षित असलेल्या स्त्रीचं हे कादंबरीमय चरित्र मराठी वाचकांना आवडेल असा विश्वास वाटतो.

– डॉ. अशोक कामत
संत नामदेव अध्यासन,
पुणे विद्यापीठ

सत्यमेव जयते

राष्ट्रपति
भारत गणतंत्र
PRESIDENT
REPUBLIC OF INDIA

दि. 26-3-2009

सौ. मंजुश्री गोखले,

अनेक आशीर्वाद.

आपली कादंबरी 'तुक्याची आवली' ला कै. सौ. सूर्यकांतादेवी पोटे चॅरिटेबल ट्रस्टतर्फे मिळालेल्या पुरस्काराबद्दल आपले हार्दिक अभिनंदन. एक नवोदित लेखिका असूनही आपण आवली या व्यक्तिरेखेला आपल्या कादंबरीसाठी निवडून आपले वेगळेपण सिद्ध केले आहे. आत्तापर्यंत काहीशा दुर्लक्षित राहिलेल्या या व्यक्तिमत्त्वाचे भावविश्व मनाला भिडणारे आहे. त्यामुळे तुकोबाची आवली आपली आवली वाटते.

आकाशाएवढया तुकोबांच्यामागे सावलीसारखी उभी असलेली त्यांची पत्नी उपेक्षित राहिली परंतु आपण तिला समाजमनापर्यंत पोहोचवले. तुम्ही स्वत: एक स्त्री असल्यामुळे आवलीने जगावेगळ्या नवऱ्याला सांभाळताना संसारातील अडीअडचणींना तोंड देऊन आपला संसार कसा घडविला याचे स्त्रीसुलभ वर्णन सहजतेने केले आहे. एका स्त्रीने दुसऱ्या स्त्रीची जीवनगाथा लिहिण्याचा हा प्रयत्न निश्चितच स्तुत्य आहे.

आपण असेच वेगवेगळे प्रयोग करावेत व मराठी साहित्यात आपला ठसा उमटवावा अशी मन:पूर्वक सदिच्छा.

प्रतिभा देवीसिंह पाटील.

चौथ्या आवृत्तीच्या निमित्ताने....

सप्रेम नमस्कार!

'तुकयाची आवली' या कादंबरीची चौथी आवृत्ती निघते आहे. हा आनंद मला माझ्या रसिक वाचकांसोबत वाटून घ्यायचा आहे. कारण या आनंदात त्यांचे मोठे योगदान आहे. आवलीवर कादंबरी लिहावी हा माझा ध्यास होता. कादंबरी लिहिली. मेहता पब्लिशिंग हाऊसने ती छापली आणि त्याला वाचकांचा उदंड प्रतिसाद मिळाला. आठ महिन्यानंतर दुसरी आवृत्ती, लगेच सहा महिन्यानंतर तिसरी आवृत्ती आणि आता दोन वर्षांनंतर चौथी आवृत्ती. हे यश असेल तर ते माझं नाही. आवलीचं आहे. वाचकांच्या प्रेमाचं आहे. पाठबळाचं आहे. कौतुक असलं, तर ते आवलीचं आहे. वाचकांच्या रसिकतेचं आहे. अभ्यासूवृत्तीचं आहे.

आवली वाचून अभिप्राय कळवणारी अक्षरशः शेकडो पत्रे आली आणि त्याहीपेक्षा जास्त फोन! कुठून-कुठून अगदी इंदूर, जबलपूर, उज्जैन, नागपूर, नाशिक, धुळे, यवतमाळ, अमरावती, हुबळी, बेळगांव, जत, मालवण, चिपळूण, देवरुख, औरंगाबाद, पुणे, मुंबई, सातारा, सांगली, कोल्हापूर, भोईसर, गोवा किती म्हणून गावं लिहू? आणि किती म्हणून नावं लिहू? या नावांमध्ये बरीच सन्माननीय नावे ही होती. भारताच्या राष्ट्रपती श्रीमती प्रतिभाताई पाटील, आंतरराष्ट्रीय कीर्तीचे शास्त्रज्ञ डॉ. वसंतराव गोवारीकर, त्यांच्या पत्नी सुधाताई गोवारीकर, संगीतकार पं. हृदयनाथ मंगेशकर, सुमनताई किर्लोस्कर, सुप्रसिद्ध लेखक व समीक्षक श्री. म. द. हातकणंगलेकर, संत साहित्याचे अभ्यासक डॉ. सदानंद मोरे, फादर फान्सिस दिब्रेटो, लेखक श्री. लक्ष्मण गायकवाड, श्री. सुदर्शन आठवले, कवयित्री मीरा तारळेकर, अभिनेता शैलेश पितांबरे, गायिका डॉ. अपर्णा मयेकर किती म्हणून नावं तरी सांगू?

सर्व स्तरातल्या, सर्व वयातल्या स्त्री-पुरुष वाचकांची पत्रं आली. काही पुरुष वाचकांनी तर असं लिहीलं की, आमच्या कठीण हृदयालाही आवलीनं पाझर फोडला. काही-काही स्त्री वाचक तर माझ्याशी फोनवर बोलतानाही हुंदके

देत होत्या. हे प्रेम, हे कौतुक आवलीचं होतं. आवलीसाठी होतं. मी फक्त निमित्तमात्र. अंगभर फुलं लेवून फांदी नटली की, त्या फुलांबरोबर फांदीचं ही कौतुक होतं ना? तसंच काहीसं!

या चौथ्या आवृत्तीच्या निमित्तानं मी पुन्हा एकदा रसिक वाचकांसमोर माझा पदर पसरला आहे. त्यात ते भरभरून प्रेम टाकतील, असा विश्वास आहे. मी आणि आवली आम्ही दोघीही त्या प्रेमाची प्रतिक्षा करत आहोत. द्याल ना?

– सौ. मंजुश्री गोखले

एक

"आवले ऽ ऽ आवले ए ऽ ऽ ए आवले. कुठं गेली ही पोर? बघावं तेव्हा पोरी जमा करून भातुकली खेळत असते. तरी बरं पोरीच्याच जन्माला आली आहे. जलमभर संसारच करायचाय. आवले, अगं ए आवले ऽ ऽ ऽ"

आवलीची आई एकामागून एक हाका मारत होती. पण परसदारी लिंबोणीखाली भातुकलीचा खेळ मांडून बसलेल्या आवलीला तिच्या हाका मुळी ऐकूच येत नव्हत्या. तीन दगडांची चूल मांडून, त्यावर मातीचं छोटं बोळकं ठेवून स्वयंपाक करण्यात ती अगदी मग्न झाली होती. काल-परवाच देहूच्या जत्रेतून तिच्या वडिलांनी तिच्यासाठी हा भातुकलीचा खेळ आणला होता. अतिशय सुबक असा आणि गेरूनं रंगवलेला तो सगळा इवला संसार बघून आवलीचं जणू भान हरपलं. तिचे वडील 'आप्पाजी गुळवे' पुणे परगण्यातील एक धनाढ्य व्यापारी. प्रामाणिकपणे व्यापार करून, नेटका प्रपंच करून चार पैसे गाठीशी राखून असलेला एक सज्जन माणूस अशी त्यांची कीर्ती होती. गावातही त्यांना मान होता. लोक त्यांच्याशी सल्ला-मसलत करायला नेहमी येत असत.

चौदा खणांचा ऐसपैस असा त्यांचा वाडा होता. वाड्याला मोठं अंगण होतं. अंगणात बहरलेली जाई-जुई होती. तर अंगणापेक्षाही मोठं परसू होतं. तिथं फळांनी लगडलेली झाडं होती. परसदारी नेहमीच गर्द सावली असायची. त्यातच गुणाबाई ते रोजच झाडून, सारवून स्वच्छ ठेवायची. ही गुणाबाई आप्पाजींच्या घरी कामाला होती. आवलीला ती फार आवडायची. आवडायचं नाही ते तिचं एकसारखं अभंग म्हणणं. पण ही गुणाबाई आवलीचे लाडही खूप करायची. आवलीच्या आखूड पण दाट केसांची छानशी वेणी घालायची. अंगणातल्या जुईच्या कळ्या तोडून त्यांचा छानसा गजरा करून तो आवलीच्या केसात माळायची आणि मग आवलीच्या चेहऱ्यावरून हात ओवाळून आपल्या

कानशिलांवर कडाकडा बोटं मोडायची आणि म्हणायची –

"कुना पाप्याची नजर नको गं बाई लागायला!"

तिचं हे बोलणं ऐकून आवली खुदकन हसायची. पण आवली होतीच तशी. फार गोरा नाही पण तेजस, निमगोरा रंग, मोठे मोठे पाणीदार डोळे, किंचित अपरं नाक, जाडसर पण सुबक ओठ आणि तिचा हट्टीपणा दर्शवणारी खळी पडणारी हनुवटी. गुणाबाईनं घातलेला गजरा माळून ही परकरी पोर आवली मग सगळ्या घरभर नाचायची. ती अशी घरभर नाचायला लागली की, तिच्या पायातल्या तोरड्या वाजायच्या 'छुमछुम-छुमछुम'. गुणाबाईला तो नाद जणू टाळ-मृदुंगाचा वाटायचा. मग ती आवलीचे आणखीच लाड करायची.

आप्पा अनेक वस्तूंचा व्यापार करीत. लाल मिरच्या, मीठ, हळद, कडधान्य पुणे आणि आसपासचा परिसर या भागात त्यांचा हा व्यापार चाले. पुण्यातून या वस्तू नेऊन ते आसपासच्या गावातून विकत. तर आसपासच्या खेडेगावातून मिळणाऱ्या दूध-दुभते, तूप, सुपारी या वस्तू ते पुण्यात आणून विकत. पैसेही चांगले मिळत. ओळखीही वाढत. गेली अनेक वर्षे त्यांचा हा व्यापार सुरू होता. त्यामुळेच पुणे परगण्यात आप्पाजी गुळवे, आप्पाजी शेट या नावानेच ते ओळखले जात. या आप्पाजींची आवली ही लाडकी लेक. आप्पाजी जिथं जिथं व्यापारासाठी जात तिथून आपल्या लेकीसाठी, आवलीसाठी काही ना काही वस्तू आणत. परवाच त्यांनी देहूहून आवलीसाठी हा भातुकलीचा खेळ आणला होता. देहूच्या जत्रेत त्यांना कमाईही चांगली झाली होती. त्यातच तो सुबक आणि संसारातल्या इवल्या इवल्या सगळ्या वस्तू असणारा खेळ त्यांच्या चांगलाच नजरेत भरला होता. त्या दुकानदाराशी किंमतीबाबत कसलीही घासाघीस न करता त्यांनी तो खेळ आवलीसाठी विकत घेतला. घरी आल्यावर तो आवलीच्या हातात दिला आणि तिचा आनंदानं फुललेला चेहरा बघून त्यांना तो खेळ घेतल्याचं सार्थक वाटलं. हातात खेळ पडल्याबरोबर आनंदानं उडी मारून आवली पळाला ती थेट परसातच. तिथं गेल्यावर तिनं मैत्रिणींना हाका मारायचा सपाटाच लावला –

"ए गोदा ऽ, ए मनू ऽ, ए वत्सला ऽ, अगं या या लवकर. बघा ना आप्पांनी काय आणलंय?"

"चला, चला आपण लगेच भातुकली मांडूया. चला ग चला. आई, ए आई ऽऽ मला पोहे दे ना आणि गूळ पण आणि लाह्या पण दे हं! आज बघ आप्पाजींनी मला किती सुंदर खेळ आणलाय. आज आम्ही खूप खूप खेळणार. चला ग चला ऽ ऽ"

आवली आज खूप आनंदात होती. तिचं ते बागडणं, आनंदानं फुललेला चेहरा तिची आई आणि गुणाबाई बघतच बसल्या. तेव्हा गुणाबाईच्या हाताला

झोके घेत आवली फुरंगटून म्हणाली –
"ए गुणाबाई, चल ना ग लवकर. दे ना मला काहीतरी. चल, चल, चल लवकर."
तिच्याकडे कौतुकानं पाहत गुणाबाई तिला घेऊन स्वयंपाकघरात गेली. तर आपल्या पोरीच्या चेहऱ्यावरचं हे हास्य असंच कायम राहायला हवं यासाठी काय करावं या विचारात आवलीची आई गढून गेली.
गुणाबाईनं शिंकाळ्यावरनं पोह्याचा डबा काढला. तो एका हातानं पेलत दुसऱ्या हातानं मूठभर पोहे आवलीला देण्यासाठी तिनं डब्यात हात घातला. तोच आवलीनं पुन्हा तिच्या हाताला ओढलं. पोह्याचा डबा सगळा जमिनीवर सांडला आणि पोहे सगळे स्वयंपाकघरभर.
"अरे देवा! विठ्ठला, पांडुरंगा हे काय झालं?"
असं म्हणत गुणाबाईनं कपाळावर हात मारून घेतला. तिच्या हाताला झोका देऊन झाल्यावर एका बाजूला उभी असलेली आवली हे सगळं पाहत होती.
"छान, पोहे सांडलेस तू आणि भरणारही तूच. मग त्या विठ्ठलाला कशाला हाका मारतेस? तो येऊन काय हे सांडलेले पोहे भरणार आहे?" आवलीनं ठसक्यात विचारलं.
"असं म्हणू नये! तो देव असतो. आणि विठोबा तर देवांचा देव. त्याच्याबद्दल असं कधीच म्हणू नये." गुणाबाईनं पोहे भरता भरता आवलीला दटावलं.
"असू दे, असू दे! असू दे देवांचा देव. तो मोठा असला तर त्याच्या देवळात. पण आमच्या घरात आमची देवी मंगळाईच मोठी आहे. हो किनई ग आई?" असं म्हणत आवलीनं आईची साक्ष काढली.
"काय द्वाड कार्टी आहे? देवांच्यात लहान मोठं करतीय. आवले तुझी जीभ आताशा फार चुरूचुरू बोलायला लागलीय हं. चल जा, त्यातले पोहे घे आणि जा खेळायला." आईनं आवाज चढवला.
तशी मूठभर पोहे घेऊन आवली परसात पळाली. चांगले दोन तास आवलीचा खेळ रंगला. शेवटी गुणाबाई जेवायला बोलवायला आली तसा तो खेळ संपला. जेवणानंतर थोडावेळ झोपाळ्यावर बसून आवली झोपायला गेली. ती झोपली खरी पण तिला स्वप्नातही तो भातुकलीचा सुंदर खेळ दिसत असणार. तिच्या मध्येच खुदकन हसणाऱ्या मुद्रेवरून ते स्पष्ट होत होतं.
दुसरे दिवशी आवली उठली ती पुन्हा तो खेळ घेऊन बसली. मग मात्र आई रागावली. आज आवलीच्या आईची गडबड चालली होती. आज त्यांच्या घरी आप्पाजींना भेटायला पंच मंडळी येणार होती. त्यांच्या फराळाची व्यवस्था करण्यात आईची आणि गुणाबाईची गडबड चालली होती.

आप्पाजींच्या घरापासून तीन-चार कोसांवर गावाबाहेर एक जुने मंदिर होते. त्यात विठ्ठलाची सुबक मूर्ती होती. मूर्ती शाबूत होती. पण मंदिराची पडझड झाली होती. त्या मंदिराचा जीर्णोद्धार करावा अशी ग्रामस्थांची इच्छा होती. त्यासाठीच आज पंचमंडळी आप्पाजींकडे येणार होती. आप्पाजींना गावात मान होता. त्यांच्या शद्बाला किंमत होती. त्यांच्या सज्जनपणाचा आदर होता. गावातले, गावाच्या संदर्भातले महत्त्वाचे निर्णय घेताना आप्पाजींशीही सल्ला-मसलत केली जात होती. आप्पाजींचा सल्ला, आप्पाजींची मदत बहुमोलाची मानली जायची. या पार्श्वभूमीवर पंच मंडळी, तसेच देहू व आळंदी या दोन गावांतील काही प्रतिष्ठित मंडळी या बैठकीला यायची होती. देहूला विठ्ठलाचं एक देखणं मंदिर होतं. त्या मंदिरासारखेच हेही मंदिर बांधावे असे गावकऱ्यांच्या मनात होते. आप्पाजींचा विचार, त्यांची संमती महत्त्वाची होती. आणि म्हणूनच आज त्यांच्या घरी बैठक बोलावली होती. आवलीची आई व गुणाबाई दोघींची एकसारखी धावपळ चालली होती. गुणाबाईच्या हाताला तर सकाळपासून उसंत नव्हती. पडवी, सोपा तिनं उभाखणी सारवून घेतला होता. बैठका अंथरून तयार ठेवल्या होत्या. पानदाणी भरून ठेवली होती. या गडबडीत तिला आज आवलीकडे लक्ष द्यायला फुरसत नव्हती. अजून तिनं आवलीची वेणीपण घातली नव्हती. गजरा तर दूरच. आवलीची तिच्यापाठी सारखी भुणभुण चालू होती. आणि 'एवढं झालं की मग झालंच हं,' अशी उत्तरं देऊन गुणाबाई तिची समजूत काढत होती.

नेहमी आपल्या अवतीभवती फिरणारी, आपले लाड करणारी गुणाबाई आज आपल्याकडे बघतही नाही या गोष्टीचा आवलीला खूप म्हणजे खूपच राग आला होता, कारण काय तर पंचमंडळी यायची होती. आणि कशासाठी तर त्या विठ्ठल मंदिराची चर्चा करायला. आवलीच्या रागाचा पारा हळूहळू चढत होता. तिला तो विठ्ठल अजिबात आवडायचा नाही. त्याची ती काळी मूर्ती बघूनच तिला राग यायचा. त्यात तो सारखा कमरेवर हात ठेवून उभा. कधी तो खट्याळ वाटायचा तर कधी रुसलेला! कधी मैत्री करावी असा तर कधी जाब विचारायला उभं राहावं तसा. अशी कशी ही मूर्ती? एक तर रंग काळा. त्यात बसायला ना आसन ना वाहन. विटेवर उभा राहिलेला आणि त्यात हात कमरेवर. हातात ना फूल, ना मोदक, ना आशीर्वादासाठी हात उंचावलेला. रूप तर साजरं गोजिरं असावं? तर तेही नाही. आणि याच्या मागं भक्तांचा मेळा असतो म्हणे! काय तरी बाई नवलच आणि आज तर काय? एवढी माणसं यायची पण माझं काही म्हणून आवरलेलं नाही. आणि तेही या विठोबाच्या पायात. काही नको त्याचं मंदिरबिंदीर, त्या पेक्षा देवी मंगळाईचं, किंवा तुळजाभवानीचं मंदिर बांधा म्हणावं. हं, असंच करावं, आप्पाजींनाच सांगावं. ते आपलं नक्की ऐकतील.

नाहीतरी देहूत एक मंदिर आहे. आळंदीतही आहे. आणि तिकडं पंढरपुरात तर काय मोठंच मंदिर आहे म्हणे! तेव्हा इथं नकोच त्या काळ्याचं मंदिर'

आवलीच्या मनात असे एकापाठोपाठ एक विचार येत होते. तेवढ्यात –

"चल वेणी घालूया." असं म्हणत गुणाबाई तिला बोलवायला आली.

"हं, आता तुला वेळ झाला होय माझ्याकडं बघायला? बरोबरच आहे. ती माणसं येणार आहेत ना तुझ्या त्या पांडुरंगाचं मंदिर बांधायला? मग तुला कशाला माझी आठवण होतेय? ते काही नाही, मी ठरवलंय आप्पाजींना सांगायचं, की त्या काळ्या विठोबाचं मंदिर बांधण्यापेक्षा देवीचं मंदिर बांधा म्हणून. म्हणजे तुला जरा माझ्याकडं बघायला सवड होईल."

आवलीचं ते रुसव्या स्वरातलं बोलणं ऐकून गुणाबाईला हसूच आलं, पण तिनं ते दाबलं. नाहीतर बाईसाहेबांचा पारा आणखी चढायचा. तिनं मुकाट्यानं आवलीची वेणी घातली. त्यावर पहाटेच करून ठेवलेला गजरा घातला. गजरा बघितल्यावर आवली खूश झाली. सगळा नट्टा-पट्टा करून ती आप्पाजींकडे आली. आप्पाजी ओसरीवर भिवाशी बोलत उभे होते. भिवा रामोशी होता. पण आप्पाजींसमोर तो सुतासारखा सरळ असायचा. त्यांच्या घरात भावाभावांत काही भांडण झालं होतं. काठ्या-कुऱ्हाडीपर्यंत गोष्ट गेली होती. आप्पाजी त्याला चार समजुतीच्या गोष्टी सांगत होते. भिवा खाली मान घालून ऐकत होता. मध्येच होकारार्थी मान डोलवून 'व्हयजी' म्हणत होता. मान डोलावताना त्याचा पटका झाडाच्या फांदीसारखा हालत होता. ते बघून आवलीला गंमत वाटत होती. एवढा डोंगरासारखा भिवा रामोशी आणि आप्पाजी म्हणजे त्यांच्या खांद्याएवढे. पण आप्पाजींसमोर भिवा एखाद्या कोकरासारखा उभा होता. एवढंच काय पण आप्पाजींच्या नजरेला नजर देण्याचं धारिष्ट्यही त्याच्यात नव्हतं. खाली मान घालून जमिनीवर नजर ठेवूनच तो आप्पाजींचं बोलणं ऐकत होता. आप्पाजींचं बोलणं संपल्यावर त्यांना जोहार घालून भिवा गेला. आवलीला आपल्या वडिलांचा खूप अभिमान वाटला. 'किती मोठे आहेत आप्पाजी!' ती पट्कन त्यांच्याजवळ गेली. त्यांच्या कमरेला मिठी मारून म्हणाली –

"आप्पाजी, तुम्ही किती मोठे आहात? अगदी राजासारखे!"

तिचं ते बोलणं ऐकून आप्पाजी खो-खो हसले. म्हणाले –

"हो का? तू कधी ग राजा बघितलास नकटे?"

तशी आवली पटकन म्हणाली –

"बघितलाय की चित्रांत!"

तिच्या त्या उद्गारानं आप्पाजींना आणखीच हसू आलं.

"बरं बरं! शाणी माझी बाई. चला आता, आपल्याकडं माणसं यायचीत.

मला जरा आवरू दे!''

म्हणत आप्पाजींनी आवलीचा गालगुच्चा घेतला आणि ते आत वळले. पण त्यांना कळलंच नाही की, आवलीला या गोष्टीचा राग आलाय. म्हणजे गालगुच्चा घेतलेल्याचा नव्हे, तर त्या पांडुरंगाच्या मंदिराबाबत सल्ला मागायला माणसं येणार म्हणून आप्पाजींना आपल्या लाडक्या लेकीशी बोलायला सवड नाही याचा राग आवलीला आला. फुरंगटून ती झोपाळ्यावर बसली.

किती वेळ गेला कुणास ठाऊक? दिंडी दरवाजाचा कर्रर असा आवाज आला. आणि पाठोपाठ कुणीतरी हाक मारली –

''आप्पाजी ऽ ऽ! आप्पाजी ऽ ऽ! अहो आप्पाजी ऽ ऽ! आहात का घरात?''

आवलीनं झोपाळ्यावरनंच वाकून बघितलं. कुणीतरी पांढरं पागोटं घातलेला मनुष्य आला होता.

''आलो ऽ ऽ! आलो ऽ ऽ!''

असा आवाज देत, आप्पाजी बाहेर आले.

''या ऽ ऽ या ऽ ! बोल्होबा या ऽ ऽ!''

आप्पाजींनी त्या माणसाचं स्वागत केलं. बोल्होबा आत आले. आप्पाजींनी त्यांना सोप्यावर आणलं. तिथं बैठक घातली होती. आप्पाजींनी बोल्होबांना सन्मानानं तिथं बसवलं! आवली झोपाळ्यावरनं सारं बघत होती.

''आवले, जा गूळ-पाणी घेऊन ये.'' आप्पाजींनी सांगितलं. आप्पाजींचा आवाज आतपर्यंत पोचलाच होता. आवली स्वयंपाकघरात आली तर आई एका वाडग्यात गुळाचे लहान केलेले खडे आणि पितळी तांब्याभांडं घेऊन उभी होती. आवलीनं तिच्या हातातून दोन्ही घेतलं आणि ती सोप्यावर आली. बैठकीवर दोन्ही ठेवून तिनं बोल्होबांना वाकून नमस्कार केला. आप्पाजींची ताकीदच होती तशी.

''मोठी गोड पोर आहे.''

आशीर्वाद देत बोल्होबा म्हणाले. एवढ्यात – ''आप्पाजी ऽ ऽ! आहात का?'' असा बाहेरून पुकारा झाला.

''या ऽ या ऽ! पंचमंडळी आली वाटतं.'' असं म्हणत आप्पाजी गडबडीनं उठले. बाहेर गेले. बैठकीवर आवली आणि बोल्होबा दोघंच राहिले. आवलीला काय वाटलं कुणास ठाऊक? तिनं हळूच विचारलं –

''काका, एक विचारू?''

''विचार बाळ.'' बोल्होबा कौतुकानं म्हणाले.

''काका सगळीकडं विठोबाचीच मंदिरं का हो बांधतात? देवीची का बांधत नाहीत?''

आवलीनं शेवटी मनातली मळमळ बाहेर काढलीच. तिच्या या प्रश्नाचं बोल्होबांना कौतुक वाटलं. तेवढ्यात आप्पाजी आणि पंचमंडळी आत आली. बोल्होबांना कौतुकानं हसताना बघून आप्पाजींना नवल वाटलं.

"काय झालं बोल्होबा? आमच्या या पोरीनं काही केलं की काय?" आप्पाजींनी विचारलं.

"आप्पाजी, ही तुमची पोर फार हुशार आहे बघा. तिनं फार सुंदर प्रश्न विचारलाय. आता तिच्या प्रश्नाचं उत्तर आपल्याला सगळ्यांना देणं भाग आहे आप्पाजी!"

बोल्होबांनी सर्वांची उत्सुकता वाढवली.

"असं विचारलं तरी काय या पोरीनं?"

आळंदीहून आलेल्या बाळाजींनी विचारलं.

"अहो बाळाजी, ही एवढीशी चिमुरडी विचारते, सगळीकडे विठोबाचीच मंदिरं का बांधतात? देवीची मंदिरं का बांधत नाहीत? आता बोला? द्या या प्रश्नाचं उत्तर."

बोल्होबांनी आवलीचा प्रश्न कौतुकानं सांगितला.

"पाहिलीत आप्पाजी तुमच्या पोरीची हुशारी. ज्या घरात जाईल त्या घराला आधार बनून राहील ही पोर. बाळ, तुझ्या प्रश्नाचं उत्तर मी देतो. अग विठोबा हा अगदी सामान्यातला सामान्य माणसाचा देव आहे. तो काहीच मागत नाही. नाही बळी मागत की नाही यज्ञ याग. नाही पूजा अर्चा की नाही तप-साधना. तो मागतो फक्त भक्ती आणि प्रेम. दिवसातून कधीतरी 'विठ्ठल - विठ्ठल' म्हटलं की तो प्रसन्न होतो. आणि आपल्या भक्तांवर अपरंपार माया करतो. त्याला श्रीमंतीचं कौतुक नाही की गरिबीचा तिटकारा नाही. त्याला ब्राह्मण जसा आवडतो तसाच सोनार, माळी, कुंभार हीसुद्धा आवडतात. तो सगळ्यांचा देव आहे. म्हणून त्याचं मंदिर बांधायचं, कळलं?"

बाळाजींनी अगदी सविस्तर उत्तर दिलं आवलीच्या प्रश्नाचं.

आवलीनं मान डोलावली खरी, पण तिचं समाधान झालं नाही. तिच्या आईनं तिला ज्ञानोबारायाच्या, चोखोबांच्या, गोरा कुंभारांच्या गोष्टी सांगितल्या होत्या. तिला वाटलं, तसं असेल तर त्यानं ज्ञानोबा माउलीचा छळ का केला? गोरा कुंभाराचं बाळ का मेलं? चोखोबांना भिंत पडून मरण का आलं? एक ना दोन. आवलीच्या मनात अनेक प्रश्न घुमत होते. पण ते विचारायचं धाडस तिला झालं नाही. तशातच त्या मोठ्या लोकांची बैठक सुरू झाली. आईनं आणि गुणाबाईनं सगळ्यांना गूळ-पाणी देऊ केलं. नंतर फराळाची लगबग सुरू झाली. मधेच ती सगळी थांबत 'विठोबा रखुमाई' चा गजर करत. पुन्हा

कामकाजाला, चर्चेला सुरुवात करत. ते सगळं आवलीनं पाहिलं आणि मनातले प्रश्न तसेच ठेवून ती वत्सलेकडं खेळायला गेली. पण नंतर या प्रसंगांचा उलगडा कधीतरी, कुणाकडून तरी करून घ्यायचाच हा विचार तिनं मनाशी पक्का केला. पण कुणाला विचारायचं? गुणाबाईला विचारण्यात काही अर्थ नव्हता. तिनं एकदा कुठंतरी अधांतरी बघून हात जोडले असते आणि डोळे मिटून 'विठ्ठला - पांडुरंगा' असं म्हणाली असती. आईला विचारायला जावं तर तिनं आवलीलाच द्वाड ठरवलं असतं. आणि 'मुलीच्या जातीनं जास्त प्रश्न विचारू नयेत, थोर काय सांगतील ते खाली मान घालून ऐकावं.' असा उपदेशही केला असता. आणि तरीही आवलीनं हट्ट धरला असता तर तिला चापटपोळीही मिळाली असती. तेव्हा सध्या हे प्रश्न मनातच ठेवणं शहाणपणाचं आहे हे आवलीनं ओळखलं आणि ते मनातले प्रश्न बाजूला ठेवून ती वत्सलेकडं छापापाणी खेळायला गेली.

ती वत्सलेकडं गेली तेव्हा वत्सलेची आई गोधडी शिवत बसली होती. एकीकडं तिचं काम चाललं होतं तर दुसरीकडं ती तोंडानं अभंग गुणगुणत होती. त्या अभंगातही 'विठू माउली' हा शद्ब होताच. आपल्याला सतत त्रास देणाऱ्या त्या विठ्ठलाचा आवलीला आता राग येऊ लागला. त्या रागातच तिनं वत्सलेच्या आईला 'वत्सला कुठाय' म्हणून विचारलं तर 'ती परसदारी गजग्यानं खेळतेय,' असं तिनं सांगितलं. तेव्हा तिच्याशी जास्त बोलण्याच्या फंदात न पडता ती परसदारी गेली. तिथं वत्सला आणि मनू गजग्यानं खेळत बसल्या होत्या. आवली त्यांच्यात सामील झाली. एवढ्यात गोदाही आली. मग त्या चौघींचा तो सागरगोट्याचा खेळ चांगलाच रंगला. आवली त्या डावात अशी रंगून गेली की आपल्या मनात काहीसे विचित्र वाटणारे प्रश्न होते हेही ती विसरली. वत्सलाची आई विठ्ठलाचाच अभंग म्हणतीय हेही तिच्या लक्षात येत नव्हतं. किंवा विठोबा, तो काळा देव आपल्याला आवडत नाही याचंही तिला भान नव्हतं. ती परकरी पोर आवली मैत्रिणींबरोबर सागरगोटे खेळण्यात अगदी रंगून गेली होती.

आवली त्या खेळात रंगली आहे आणि मनातले प्रश्न विसरली आहे हे बघून कर कटेवर ठेवून विटेवर उभ्या असलेल्या त्या सावळ्या विठ्ठलानंही सुटकेचा नि:श्वास टाकला. आणि हात तसेच कमरेवर ठेवून तो तिचा खेळ कौतुकानं बघू लागला. त्यातच रंगून गेला.

दोन

पंचांची बैठक संपली. बैठकीत एकमतानं विठ्ठलाच्या मंदिराचा जीर्णोद्धार करण्याचं ठरलं. त्या बैठकीचा वृत्तांत आणि देहूच्या बोल्होबांनी, आळंदीच्या बाळाजींनी आवलीचं केलेलं कौतुक आप्पाजी पत्नीला सांगत होते. गुणाबाई तिथं होतीच. तिनं ते कौतुक ऐकून लगेच मीठ-मोहरी घेऊन आवलीची दृष्ट काढली. पण का कुणास ठाऊक आवलीच्या आईचं मन शंकावलं. आवलीचं हे धारिष्ट्य आज लहान पोर आहे म्हणून कौतुकाचं आहे, पण उद्या मोठी झाली, लगीन झालं, सासरी गेली की याच गुणाला उद्धटपणा हे नाव मिळणार आहे. याच धारिष्ट्याला, शंकेखोर स्वभावाला, भांडखोरपणाची बिरुदावली मिळणार आहे, या शंकेनं त्या माऊलीचं मन ग्रासून गेलं. त्यातच तिच्या या गुणाचं कौतुक आत्ता केलं तर पुढं हाच गुण वाढत जाईल आणि पोरीला सासरी नांदताना त्रास होईल, अशी भीती आत्तापासूनच त्या आईच्या मनाला छळू लागली. आणि त्या क्षणी तिनं एक निर्णय घेतला. 'ते काही नाही. आता आवलीचं हुंदडणं बास झालं. आठ वर्षांची झाली पोर. आता तिला घरातल्या कामकाजाची थोडी माहिती करून द्यायलाच पाहिजे. घरातल्या कामात तिला मदतीला घेतली म्हणजे आपोआपच तिचं बागडणं कमी होईल. गुणाबाईलाही हे सांगितलं पाहिजे. म्हणजे आज नाही पण आणि दोन वर्षांनी पोरीचं लगीन करायचं, तेव्हा तिला घरकामाची सवयही झालेली असेल आणि आवडही.' आवलीच्या आईनं आपल्याच मनाशी हा निर्णय घेतला आणि तिला एकदम बरं वाटलं. आपण घेतलेला हा निर्णय एवढ्यात आप्पाजींच्या कानावर घालावा की नाही या प्रश्नाचं उत्तर तिला मिळेना. त्यांच्या कानावर घातलं तर लाडक्या लेकीला एवढ्यातच कामाला जुंपू नको म्हणून सांगतील. आणि न सांगता करावं तर तुला कुणी सांगितला होता हा नसता उद्योग करायला म्हणून रागावतील. आप्पाजींचा स्वभाव जेवढा शांत होता तेवढाच

संतापी, ते जेवढे सहनशील होते तेवढेच हट्टी. आवलीनं हेच गुण बरोबर उचलले होते. त्यामुळं आपला निर्णय आप्पाजींना सांगावा की नाही या प्रश्नाचं उत्तर शोधतच आवलीची आई झोपी गेली.

दुसरे दिवशी नित्यकर्मे आटोपून आप्पाजी व्यापाराला गेले आणि घरात एक नवीनच गडबड झाली. आप्पाजींच्या घरातून नित्यनेमानं दूध-दही घेऊन जाणारी सारजाक्का ऊर बडवत, कपाळ बडवत आप्पाजींच्या घरी आली. घरी आली ती सरळ पडवीत बसून गहिवर घालून, गळा काढून रडत बसली. कुणाला काहीच कळेना. आवलीची आई आणि गुणाबाई दळायला बसल्या होत्या. दळता दळता जनाबाईचे अभंग गात होत्या.

दळिता कांडीता । तुज गाईन अनंता ।
न विसरे क्षणभरी । तुझे नाम गा मुरारी ।
नित्य हा चि कारभार । मुखी हरी निरंतर ।
मायबाप बंधू बहिणी । तू बा सखा चक्रपाणि ।
लक्ष लागतसे चरणासि । म्हणे जनी नामयाची दासी ।।

दोघींचं दळणं अगदी रंगात आलं असतानाच सारजाक्का ऊर बडवत, कपाळ बडवत तिथं आली. दोघी दळायच्या थांबल्या. आवली तिथंच होती. अधनं मधनं चाळा म्हणून जात्याला घास घालत होती. सारजाक्काचं असं रडणं बघून आवली घाबरलीच. ती पटकन आईजवळ जाऊन बसली. सारजाक्काचं ते रडणं ऐकून दोघींनाही काय करावं कळेना. शेवटी गुणाबाई उठली. तिनं हात झटकले, पायाखालचं किलतान बाजूला केलं आणि ती उठून सारजाक्का जवळ गेली.

"सारजाक्का, ए सारजा, गप गप! अगं काय झालं रडायला? अगं बोल की! तू बोलल्याशिवाय काय कळणार? काय झालं? राऊ काही बोलला काय? काय भांडणबिडण झालं काय? अगं बोल की मर्दीनी!"

गुणाबाई तिला गदगदा हलवत विचारत होती. पण सारजाक्कानं काढलेला गळा ती मिटायलाच तयार नव्हती. तिनं एकच सूर लावला होता –

"माझं कसं होणार ऽ ऽ?"

शेवटी आवलीला बाजूला करून आवलीची आई उठली. तीही येऊन सारजाच्या जवळ बसली. ती जवळ बसलेली बघून तर सारजानं आणखीनच गळा काढला. शेवटी गुणाबाई उठली. एका लोटकीतनं पाणी घेऊन आली. त्यातलं थोडं पाणी तिनं सारजाच्या डोक्यावर शिंपडलं आणि उरलेलं तिला प्यायला लावलं. पाणी शिंपडल्यावर मात्र सारजा भानावर आली. गुणाबाईनं

दिलेल्या लोटकीतलं पाणी गटागटा प्यायली. पदराच्या टोकानं तिनं तोंड पुसलं आणि खाली मान घालून ती जमिनीचे पोपडे काढत बसली. ती शांत झाल्याचं बघून पुन्हा गुणाबाईनं विचारलं –

"सारजाक्का, काय झालं? राऊ बरा हाय नव्हं? का रडतीयास? अगं सांग तरी. काय तरी बोल तरी."

तिची आर्जवं ऐकून सारजानं पुन्हा एकवार डोळे पुसले आणि खाली मान घालून म्हणाली,

"आप्पाजी हायत का घरात? मी त्यांस्नी भेटाय आले. मला त्यांच्याजवळ माझं गाऱ्हाणं सांगायचं हाय."

"काय सारजाक्का, काय गाऱ्हाणं आहे तुझं?"

आप्पाजी त्याचवेळी बाहेरून आले आणि डोईचं पागोटं काढून खुंटीवर टांगता टांगता त्यांनी सारजाला विचारलं. आप्पाजींचा आवाज ऐकून गुणाबाई आत गेली, तर सारजाक्का आणखीच कानकोंडी झाली. तिच्या डोळ्यांतून पाण्याची धार लागली. ती हुंदक्यावर हुंदके देऊ लागली. आपले हुंदके आप्पाजींसमोर जोरात उमटू नयेत यासाठी तिनं आपल्या पदराचा बोळा करून आपल्या तोंडात घातला. पण तिचं गदगदणारं शरीर सांगत होतं की ती हुंदके देत आहे. तिचं रडणं वाढलं तशी आवलीच्या आईनं तिच्या पाठीवरनं हात फिरवायला सुरुवात केली. काही वेळानं सारजाचा रडण्याचा आवेग ओसरला. ती थोडीशी सावरली. तिचा रडण्याचा जोर ओसरेपर्यंत आप्पाजी सुपारी कातरत झोपाळ्यावर बसले होते. एक पाय मुडपून त्यांनी झोपाळ्यावर ठेवला होता, तर दुसऱ्या पायानं ते हलकेच झोका घेत होते. आवलीला त्यांची ही बसण्याची ढब फार आवडायची. आप्पांनी झोपाळ्यावर बसल्याचं पाहताच आईच्या अवतीभवती करणारी, सारजाच्या हमसून रडण्यानं कावरीबावरी झालेली आवली आप्पाजींच्या मांडीवर जाऊन बसली. आणि हळूच तिनं आप्पाजींना विचारलं,

"आप्पाजी, सारजामावशी का रडतीय?"

तिच्या विचारण्यातल्या हळुवारपणाचं आप्पाजींनाही कौतुक वाटलं. त्यांनी सारजाला पुन्हा विचारलं,

"सारजाक्का, काय झालं? का रडतीयास पोरी? आता रडं आवर आणि सांग बघू सगळं बैजवार."

आप्पाजींचा आश्वासक स्वर ऐकून सारजाक्काला धीर आला. आवंढा गिळून तिनं सांगायला सुरुवात केली.

"आप्पाजी, माझ्या संसाराचा इस्कोट झाला. राऊ घरातनं निघून गेलाय."

"काय? राऊ घरातनं निघून गेला? कुठं गेला तरी कुठं हा तुझा नवरा?

तुला जाताना काही बोलला का? काही सांगितलं का?''

आप्पाजींनी मायेनं विचारलं,

''व्हय तर चांगलं सांगून गेलाय पंढरीला जातो म्हणून!'' सारजाक्का म्हणाली.

''हात्येच्या! पंढरीलाच गेलाय ना? अगं विठ्ठलाच्या दर्शनाला गेला असेल. चार दिस राहील. भजन-कीर्तन ऐकेल आणि ईल परत. तो कायमचा तिथं थोडाच राहणार आहे? काय भांडली बिंडलीस की काय त्याच्याशी? जरा मन निवळलं की, येतोय बघ. त्यात एवढं काळजी करण्यासारखं आणि रडण्यासारखं काय आहे?'' आप्पाजींनी तिला दिलासा दिला.

''न्हायी आप्पाजी, तो परत यायचा न्हायी. तसं सांगून गेलाय तो. संसाराचा कट्टाळा आला म्हणं त्याला. तसं जर हुतं तर लगीन कशाला केलं? आता दोन पोरं पदरात हाईत. त्यास्नी घेऊन मी कुठं जाऊ? कशी जगू? त्यांच्या पोटाला काय घालू?''

सारजानं पुन्हा गहिंवर घातलं.

''सारजा, ऐक जरा. रडू नको. कधी गेला तो? आणि काय सांगून गेलाय जाताना? मला सगळं नीट, बैजवार सांग बघू.''

आप्पाजींना आता त्यात लक्ष घालणं भाग होतं.

''मला म्हनला, मला संसाराचा कट्टाळा आलाय. जीव कावलाय माझा. आता मी जाऊन पंढरपूरला ऱ्हातो. तिथं पांडुरंगाची सेवा करीन. आणि तिथंच भाकर-तुकडा मागून खाईन, पण परत तुझ्या दावणीला येणार न्हायी. मी बुवा झालो. साधू झालो असं समजा. आता पंढरपूरलाच जगीन आणि तिथंच पांडुरंगाच्या पायाशी मरीन. तू आणि तुझी पोरं वाट्टेल तशी जगायला मोकळी हायसा. मला आता विठ्ठल भक्तीची ओढ लागून राहलीय. मला आता संसारात गुंतवू नको. आता मी कुणाचा न्हायी आणि माझं कुणी न्हायी, असं सांगून गेलाय बघा. असं समदं बोलून गेलाय बघा. आता मी कुणाकडं बघू? कशी जगू?''

बोलता बोलता सारजाक्काला पुन्हा उमाळा आला.

''आता काय करावं या राऊला? असं संसार टाकून कुणी देवाची भक्ती केली होती कधी? सारजा, तू काळजी करू नको. मी रावजीला सांगावा धाडतो. त्याला बोलावून घेतो आणि चार समजुतीच्या गोष्टी सांगतो. तो ऐकेल माझं. नाहीच ऐकलं तर कान धरून संसाराला उभा करतो. तू रडू नको, जा, आता घरी जा. पोरं उपाशी असतील. आवलीच्या आई, ऐकलं का? तिला पासरीभर धान्य द्या. जा सारजाक्का, जा घरी. तू काळजी करू नको. जा आता, मी बघतो काय करायचं ते.''

आप्पाजींनी सारजाला समजावलं. मनाशी काहीतरी निश्चय केला आणि आवलीला मांडीवरून उचलून झोपाळ्यावर बसवून ते परसदारी गेले. आवलीच्या आईनं दिलेलं पासरीभर धान्य घेऊन सारजाक्का निघून गेली. पण जाताना आवलीच्या मनात विचारांचं काहूर उठवून गेली.

'असा कसा हा विठोबा? इतका कसा सगळ्यांना नादी लावतो. आपल्या नादाला लागून माणसं संसार-मुलं-बाळं सोडतात हे त्याला देव असून कळत नाही का? आणि आपल्या घरात छानसं राहायचं सोडून माणसं तरी त्याच्या नादाला इतकी का लागतात? असं काय आहे त्याच्यात एवढं? आता हा राऊ असा कसा खुळावला? या सारजा मावशीनं बिचारीनं काय करायचं? पोरांना जेवायला काय घालायचं?' एक ना अनेक. आवलीच्या मनात प्रश्नांची आवर्तनं उठत होती. आणि एकाही प्रश्नाचं उत्तर तिला मिळत नव्हतं. आता ही उत्तरं मिळवायचं एकच ठिकाण गुणाबाई. तिनं गुणाबाईलाच विचारायचं ठरवलं, पण त्यासाठी ती एकटी सापडायला हवी. आईसमोर विचारणं शक्यच नव्हतं आणि गुणाबाई आणि आई पुन्हा दळत बसल्या होत्या. थोडं थांबायला हवं होतं.

या साऱ्या प्रश्नांची उत्तरं मिळवण्यासाठी आवलीला किती थांबावं लागणार होतं ते तो विठ्ठलच जाणे. सध्या तरी तिनं थांबायचं ठरवलं होतं. तोवर तिला धनाजी दिसला. दिंडी दरवाजातून तो लगबगीनं येत होता. तो दाराशीच उभा राहिला आणि त्यानं आवलीला विचारलं,

"ताईसाब, आप्पाजी हायत का? त्यांनी बुलीवलंय म्हणून आलोय."

आवली आप्पाजींना हाक मारणार एवढ्यात आप्पाजीच परसदारातून आत आले.

"अरे ये ये. धनाजी, मीच बोलावलं होतं तुला. म्हटलं असा फेरा मारून तुला सांगायला जाण्यापेक्षा परसातून हाक मारावी. ये ये. माझं एक काम होतं तुझ्याकडं."

आप्पाजी आत येत म्हणाले.

आप्पाजींना बघून धनाजीनं जोहार घातला.

"जी! काय हुकूम आहे धनी?" त्यानं खाली मान घालून विचारलं.

"धनाजी हे पैसे घे. पंढरपूरला जा आणि तिथं आपला राऊ सावजी आहे. तो पांडुरंगाच्या सेवेसाठी तिथं राहिलाय म्हणे, त्याला मी तातडीनं बोलावलंय असं सांग आणि त्याला हुजीर घालून घेऊन ये. जा आणि हे बघ जाताना आमच्या घरातून भाकरी बांधून घेऊन जा. लगेचच नीघ. आईला सांगून ये. जा."

आप्पाजींनी धनाजीला काम सांगितलं.

या धनाजीचा घोडा होता. त्यामुळं परगावचे सांगावे, काही सरकार दरबारची कामं, गावकीची कामं तोच करत असे.

"आवलीची आई, ऐकलं का? धनाजीला दोन दिवसांची दशमी बांधून द्या. त्याला आम्ही पंढरपूरला धाडतोय."

आप्पाजींनी आत बघून सांगितलं. आवलीच्या लक्षात आलं. आप्पाजींनी सारजाक्काच्या नवऱ्याला – राऊला बोलावणं धाडलं होतं. 'बरं झालं. आता आप्पाजी राऊला रागावले म्हणजे त्यालाही कळेल आणि त्या विठोबालाही कळेल.' आवलीला बरं वाटलं.

आवलीच्या आईनं दिलेल्या दशम्या घेऊन धनाजी गेला तो राऊला घेऊन परत कधी येणार या गोष्टीची आवलीलाच घाई झाली. शंभरवेळा तरी तिनं गुणाबाईला विचारलं असेल की पुण्याहून पंढरपूरला जायला किती वेळ लागतो आणि परतायला किती वेळ लागतो. पण गंमत अशी की गुणाबाईलाही ते नीटसं सांगता येत नव्हतं, कारण ती एकदाच पंढरपूरला गेली होती आणि तेही चालत. त्यामुळं घोड्यावरून किती वेळात पंढरपूरला जाता येतं हे तिलाही माहिती नव्हतं. कधी ती ४-५ प्रहर म्हणायची कधी अर्धा दिवस, कधी सूर्य बुडाय पावेतो पोचेल म्हणायची तर कधी उगवतीला पोचेल म्हणायची. आवली वैतागली.

"शी: बाई! ही गुणाबाई वेडीच आहे झालं. तिला काहीच माहिती नाही आणि दुसऱ्या कुणाला विचारणं शक्य नाही."

आवलीची मोठी पंचाईत झाली. शेवटी आपण सहज विचारतोय असं दाखवत तिनं आप्पाजींनाच विचारलं,

"आप्पाजी, हितनं पंढरपूर किती दूर आहे हो? किती वेळ लागतो जायला?"

"तुला ग काय करायचं चिमुरडे?" त्यांनी कौतुकानं विचारलं.

"अं, सांगा नं." त्यांच्या हाताला झोल देत आवलीनं लाडानं विचारलं.

"असेल शंभर कोसावर? आणि जाऊन यायला लागतात दोन-तीन दिवस."

आप्पाजींनी सांगितल्यावर तर आवलीनं डोळेच विस्फारले. शंभर कोसांवर? बाई गं? आणि एवढ्या लांब राहून हा विठोबा सगळ्यांना असं वेड लावतो? बराच दिसतोय की हा? आवलीला कारण नसताना पुन्हा त्या विठोबाचा राग येऊ लागला.

अख्खा दिवस असा गेला. रात्री एवढासा मऊभात खाऊन आवली अंथरुणावर आडवी झाली. आज तिनं आईला गोष्ट सांगण्याबद्दल भुणभुण लावली नाही की गुणाबाईला गाणं म्हणण्याबद्दल कटकट केली नाही. सारजामावशीच्या, राऊच्या विचारातच ती बुडाली होती. राहून राहून तिला तो काळा विठूही दिसत होता. याच

विचारात आवलीला झोप लागली खरी पण स्वप्नात मात्र तेच दृश्य पाहताना आवलीला गंमत वाटत होती.

'आप्पाजी सोप्यावर येरझाऱ्या घालत होते. आपले दोन्ही हात मागे बांधून येरझाऱ्या घालायला लागणं ही, ते रागावले आहेत हे ओळखायची ती खूण होती. एका बाजूला माजघराजवळच्या दरवाजात सारजाक्का दोन्ही मुलांना घेऊन बसली होती. तर पडवीत जोत्यावर राऊ बसला होता. कोनाड्यात विटेवर उभा असलेला तो विठ्ठलही होता. आणि आप्पाजी राऊला रागवत होते. मध्येच त्यांचा आवाज चढत होता. मध्येच ते समजुतीच्या स्वरात बोलत होते. मध्येच प्रेमानं बोलत होते. तर संतापल्यावर शिव्याही देत होते. राऊ खाली मान घालून सगळं ऐकत होता. मधनं मधनं मान डोलावत होता. मधनंच चेहरा झाकून घेत होता. मधनंच वर मान करून एकदा आप्पाजींकडे तर एकदा सारजाकडे व मुलांकडे बघत होता. तर कधी-कधी आप्पाजींचा आवाज चढला तर कोनाड्यातल्या विठ्ठलाकडंही एखादा कटाक्ष टाकत होता. आवलीला या सगळ्याचा आनंद तर होत होताच, पण सगळ्यात जास्त आनंद होत होता तो म्हणजे आप्पाजी राऊला रागवत होते, राऊ खाली मान घालून ऐकत होता आणि या सगळ्याला कारणीभूत असलेला तो काळा विठ्ठल आप्पाजींचं रागावणं ऐकत चुपचाप कोनाड्यात उभा होता.'

या गंमतीशीर स्वप्नानं आवलीच्या झोपेला आणखीच रंग चढला. आणि एरवी मुसमुसत उठणारी, उठल्या उठल्या आईला हाका मारणारी आवली त्यादिवशी सकाळी उठली ती खुशीतच. त्यातल्या त्यात त्या कोनाड्यातल्या पांडुरंगाचा अपराधी चेहरा आठवला की, तिच्या आनंदात भर पडत होती. आवली स्वत:शीच टाळ्या पिटत होती. नाचत होती. आणि हिला कसला एवढा आनंद झालाय ते गुणाबाईला आणि आवलीच्या आईला कळत नव्हतं. 'वेडी पोर आहे झालं' असा शेरा देऊन त्या दोघी कामाला लागल्या.

आवलीनं आज कसलीही खळखळ केली नाही. तिनं मुकाट्यानं दूध घेतलं. नाक न मुरडता मऊभात खाल्ला. गुणाबाईच्या मागे भुणभुण लावली नाही की, आईच्या मागे भातुकलीसाठी कटकट लावली नाही. आज ती एका वेगळ्या विचारात होती. धनाजी राऊला घेऊन कधी एकदा येतोय असं तिला झालं होतं. कसलेही आढेवेढे न घेता सगळं नीट नेटकं आवरून ती झोपाळ्यावर येऊन बसलीसुद्धा. पण अजून आप्पाजींचंच आवरायचं होतं. आप्पाजींनी आंघोळ केली, देवपूजा केली आणि धोतर नेसून ते बंडी घालत होते, तेवढ्यात 'आप्पाजी ऽ' अशी हाक ऐकू आली. आवलीनं क्षणात आवाज ओळखला "हा धनाजीच!" ती उद्गारली.

"आप्पाजी, धनाजीमामा आला. धनाजीमामा आला!" आवलीला अगदी गडबड झाली होती.

आप्पाजी माजघरातून बाहेर सोप्यावर आले. तोवर धनाजी दिंडी दरवाजातून वाकून आत आला होता. त्याच्याबरोबर राऊपण होता. त्या दोघांना पाहताच आप्पाजींनी त्यांना आत बोलावलं आणि गुणाबाईला हाक मारली –

"गुणाबाई ऽ, जा जरा सारजाक्काला बोलावून आण. राऊ आलाय म्हणून सांग."

गुणाबाईनं 'जी' म्हणून मान डोलावली आणि डोक्यावरचा पदर सावरत ती सारजाक्काला बोलावायला गेली.

"ये ये धनाजी, ये. टेक जरा. दमला असशील. अहो, जरा गूळ पाणी आणा. राऊ ये बाबा. बैस तू पण."

आप्पाजींच्या बोलण्यावर दोघंपण बसले. आवलीच्या आईनं गूळ-पाणी आणून ठेवलं. धनाजीनं गुळाचा खडा उचलून तोंडात घातला, वर भांडभर पाणी प्याला. मग त्यानं पालथ्या हातानं मिशा पुसल्या. राऊ नुसताच पाणी प्याला. आणि खाली मान घालून बसला. मान वर करून आप्पाजींकडं बघण्याचं धाडस त्याला होत नव्हतं.

"राऊ, काय रे बाबा. हे काय नवीन खूळ डोक्यात घेतलंस? अरे काल सारजा आली होती. सारखी रडत होती बघ. अरे दोन पोरांचा बाप तू. असा संसार टाकून कुठं निघालास?"

आप्पाजींनी राऊला विचारलं. तो काही बोलणार एवढ्यात सारजाक्का आली. तिला मानेनंच बसायला सांगून आप्पाजी पुन्हा बोलू लागले,

"काय बाबा राऊ, तुझं काय म्हणणं आहे यावर? अरे बोल की काय तरी, असा घुम्यासारखा बसून राहू नकोस. का गेलावतास संसार टाकून पंढरपूरला? बोल, बोल काहीतरी."

"आप्पाजी मला पंढरपूरला लई राहावंस वाटतं. मला त्या पांडुरंगाची भक्ती करावीशी वाटतीया. त्याचं नाव घ्यावं, त्याची पूजा करावी, त्याच्याकडं बघत बसावं असं मला वाटतं. आप्पाजी, मी गुरव आहे. आमच्या घरात देवाच्या नैवेद्याचा मान आहे. पण माझं मन तेवढ्यानं भरत नाही. मला नुसती त्या पांडुरंगाची भक्ती करावीशी वाटते. आणि संसारात राहून ते शक्य नाही. म्हणून मी निघून गेलो. आता मी कायमचा पंढरपूरला जाऊन राहणार. हितं माझं मन रमत नाही. मी पंढरपूरला जाणार, माझ्या पांडुरंगाकडं." राऊनं आपली कैफियत मांडली.

"आणि हितं सारजानं आणि दोन पोरांनी कसं जगायचं? एकतर त्या

तिघांना मारून टाक, नाहीतर त्यांना बरोबर घेऊन जा. अरे, असाच संसार अर्धवट टाकायचा होतास तर लग्न कशाला केलंस? आणि दोन पोरं जन्माला तरी कशाला घातलीस? हा विचार तुला आधी का सुचला नाही? अरे सोन्यासारखी बायको आणि दोन गोजिरवाणी पोरं यांना उघड्यावर टाकून विठ्ठलाची भक्ती केलीस तर ती त्याला देखील मान्य होणार नाही. बायका-पोरं उघड्यावर टाकून माझी भक्ती करा असं तोही सांगत नाही. मग कुणाच्या सांगण्यावरून तुम्ही हे असं वागता? अरे तसं जर असतं तर त्या विठ्ठलानं रुक्मिणी मातेशी लग्न केलं असतं का? अरे प्रपंच हे आपलं कर्म आहे. आणि ते करूनच मोक्षाचं फळ आपल्याला मिळवायचं आहे. दुसरी महत्त्वाची गोष्ट अशी की, विठ्ठलाची भक्ती करायला तुला आता पंढरपूरला जावं लागणार नाही. तुझ्या विठ्ठल भक्तीची सोय मी इथं जवळच करतो. मग तर झालं? मग तर हे पंढरपूरचं वेड डोक्यातून काढून टाकशील? अरे बघ त्या बायकोकडं. कालपासनं बिचारीच्या डोळ्यांचं पाणी खळलं नाही. आणि ती पोरं बघ कशी कावरीबावरी झालीत, बाप असून त्यांना पोरकं करायचा अधिकार तुला कुणी दिला?''

बोलता बोलता आप्पाजींचा आवाज चढला. आसूडाचे फटके बसावेत तसं राऊला झालं. कोनाड्यातला विठ्ठलही कावराबावरा झालाय असं आवलीला वाटलं. ती खुदकन हसली. आप्पाजी बोलतच होते –

"हे बघ राऊ, आपल्या गावाबाहेर विठ्ठलाचं एक जुनं मंदिर आहे. त्याचा जीर्णोद्धार करायचा असं आम्ही मंडळींनी ठरवलं आहे. तिथं गुरव म्हणून तू काम बघायचंस. चार दिवसांत बांधकाम सुरू होईल. त्यावर देखरेख करायची आणि मंदिर पूर्ण झाल्यावर देवपूजेचं सगळं तू बघायचंस. यासाठी गाव तुला शिधा देईल. तेव्हा आता पंढरपूरला जायचा विचार सोडून दे आणि घरी जा. बायकोची समजूत घाल. ती पोरं भ्यायलीत. त्यांना धीर दे आणि चार दिवसानंतर काम बघायला सुरुवात कर. ये आता. काय?''

शेवटचं 'काय' आप्पाजींनी दरडावणीच्या सुरात विचारलं. राऊ समजला. आपली चूक त्याला उमजली. त्यानं स्वत:च्या तोंडात मारून घेतल्या. पंढरपूरला जाणार नाही म्हणाला. आप्पाजींच्या पाया पडला. आप्पाजींच्या चेहऱ्यावर समाधान होतं. एक विस्कटलेला संसार त्यांनी मार्गी लावला होता.

"ऐकलं का? सारजाला चोळी-बांगडी करा आणि लावून द्या.''आप्पाजींनी सांगितलं. आवलीच्या आईनं सारजाला आत बोलावलं. तिची खणानारळानं ओटी भरली. आवलीच्या आईच्याही पाया पडून समाधानानं सारजा राऊला आणि मुलांना घेऊन घरी गेली. कोनाड्यातल्या विठ्ठलाची जिरली होती. तो मुकाट्यानं कमरेवर हात ठेवून उभा होता. त्याच्या चेहऱ्यावर फजिती झाल्याचे

भाव होते. वाकुल्या दाखवून हसणाऱ्या आवलीकडं तो मधनंच रागावून बघत होता. आवलीला मात्र अतिशय आनंद झाला होता. गंमतही वाटली होती आणि आप्पाजींचा अभिमानही. कोनाड्यातल्या त्या विठ्ठलाचं मात्र तिला हसू येत होतं. छान जिरली होती त्याची. आता कसा उभा होता गपचिप? आप्पाजींना सांगितलं पाहिजे 'पंढरपूरला जाणारी माणसं अशीच माघारी बोलवा म्हणून. मग बसू दे एकटा' आवलीच्या मनात विचार आला. आणि ती खूश झाली. तसं जर झालं तर त्या काळ्याची चांगलीच जिरेल. तिनं आप्पाजींना हे सांगण्याचा बेत मनाशी पक्का केला. एवढ्यात आईची हाक आली "आवले, ए आवले, अग बघ बघ तांबू गाईला पाडस झालंय. बघ तरी कसं गोरं गोरं आहे ते? ये ये लवकर."

"काय? तांबूला पाडस झालंय?" आवलीनं आनंदानं उडीच मारली. ही तांबू गाय तिची लाडकी होती. गाय पण होतीच तशी गुणी. ते ऐकलं आणि विठ्ठलाबद्दलचे तिच्या मनातले विचार कुठल्या कुठं पळाले. आणि सुसाट वेगानं ती गोठ्याकडं धावली.

आवलीच्या मनात आपल्याला एकटं पाडायचा आलेला विचार तांबू गायीमुळं जरा बाजूला झाला या गोष्टीचं त्या कर कटेवर ठेवून विटेवर उभ्या असलेल्या पांडुरंगाला समाधान वाटलं. चला थोडे दिवस तरी आवली त्या पाडसात गुंतणार होती. आणि विठ्ठलाशी भांडण विसरणार होती. याचा त्या पांडुरंगाला आनंद झाला. त्यानं समाधानानं डोळे मिटून घेतले.

तीन

पुढचे कित्येक दिवस आवली त्या पाडसाच्या तैनातीतच होती. त्याचे तऱ्हेतऱ्हेने लाड पुरवत होती. त्याला आंजारताना गोंजारताना तिला विलक्षण आनंद होत होता. त्याचे मऊसर, जाड केस कुरवाळायला तिला फार आवडायचे. त्या वासरालाही तिचा लळा लागला होता. ती गोठ्याकडे येऊ लागली की ते जागच्या जागी उड्या मारायचे. जोरजोरात मान हलवायचे. त्यानं मान हलवली की त्याचे कान पण हलायचे. आवलीला ते बघून गंमत वाटायची. आवलीनं त्याच्या गळ्यात एक छोटीशी पितळी घंटा बांधली. आता तर त्या वासराला आणि आवलीला एक चाळाच लागला. आवलीनं गोठ्यात पाऊल टाकलं की ते मान हलवी. आणि मग त्याच्या गळ्यातली घंटा किणकिण वाजे. आवलीलाच काय पण घरातल्या सगळ्यांनाच तो आवाज सुखावून जाई. त्या पांढऱ्या रंगाच्या पाडसाचं नाव आवलीनं 'गोऱ्हा' ठेवलं. त्यालाही ते बेहद्द आवडलं असावं. आवलीनं 'गोऱ्ह्या' अशी हाक मारलीन की त्याच्या पाणीदार डोळ्यांत ओळख उमटायची. आवलीचं त्या पाडसाबरोबर नाचणं-बागडणं चालूच होतं. तशातच आप्पाजींनी देहूच्या बाजारातून एक भली थोरली काळी म्हैस आणली. तिची शिंगे चांगली मोठी आणि वळलेली होती आणि डोळे कवडीसारखे पांढरे होते. तशी ती म्हैस भयानकच दिसायची, पण दुधाला मात्र तगडी होती. दूध काढून गुणाबाईचे हात दुखायला लागायचे पण म्हशीच्या आचळातलं दूध काही संपायचं नाही. आवलीला तिचं पांढरं, फेसाळतं दूध आवडायचं पण तिचा काळा रंग आवडायचा नाही, त्या काळ्या विठोबा सारखा. म्हणून आवलीनं तिचं नाव 'विठी' ठेवलं. काळ्या विठोबासारखी काळी म्हणून 'विठी'.

गुणाबाई म्हणायची, "विठीचा रंग काळा आहे म्हणून ती तुम्हाला आवडत नाही. पण तिचं पांढरं दूध आवडतंय. तसंच त्या काळ्या विठोबाचं पण आहे. त्याचा

काळा रंग न का आवडेना पण त्याची कृपा पांढरी आहे ती आवडली म्हंजी झालं.''

गुणाबाईच्या या बोलण्यावर आवली नुसतंच नाक उडवायची आणि तरातरा तिथून निघून जायची. तिचा तो लटका राग बघून गुणाबाई तोंडाला पदर लावून हसायची.

पंचमंडळींची पुन्हा एकवार बैठक झाली. आणि मंदिराच्या जीर्णोद्धाराचं काम सुरू झालं. राऊही तिथंच झटू लागला. बघता बघता गावकऱ्यांच्या श्रमातून देखणं मंदिर उभं राहिलं. अष्टकोनी गाभारा, वर्तुळाकार सभामंडप, आणि महाद्वारात दोन देखण्या, सुबक दीपमाळा. मंदिराच्या सभोवती रिकामं पटांगण आणि पटांगणाला दगडांचा गराडा. मंदिर बांधायचं ठरल्यावर गावकऱ्यांनी स्वयंस्फूर्तीनं श्रमदान करायचं मान्य केलं. आप्पाजींनी आणि नाना शेटजींनी मिळून गावकऱ्यांच्या जेवणा-खाण्याची जबाबदारी उचलली. 'पंढरीचा तो विठूराया, ज्यानं सगळ्यांना वेड लावलं होतं. तो आता आपल्याही गावात दिसणार, आता लांब पंढरपूरला सारखं जायला नको. एकदा वारी केली की झालं, या मंदिरात मात्र पाहिजे तेव्हा जाता येईल. अगदी रोज सुद्धा.' या एकाच भक्तीच्या भावनेनं गावकऱ्यांनी उत्स्फूर्तपणे श्रमदानाला सुरुवात केली. आणि वारकरी पंथाच्या एकात्मतेचं साक्षात्कारी रूप मिरवत ते देखणं मंदिर उभं राहिलं.

आवलीला खरं म्हणजे ते मंदिर त्या काळ्या विठोबाचं बांधलं जातंय याचा राग येत होता, पण आप्पाजींनी घेतलेली श्रमार्थी लोकांच्या जेवणा-खाणाची जबाबदारी, त्यासाठी सगळ्यांची सुरू असलेली लगबग, गावातल्या लहान-थोरांपासून जख्ख म्हाताऱ्यांपर्यंत सगळ्यांच्या अंगात सळसळणारा उत्साह आणि त्या उत्स्फूर्त उत्साहामुळे भक्तीमय झालेलं गावाचं वातावरण यात आवली अगदी रंगून गेली. आणि आपल्याला न आवडणाऱ्या विठोबाचं हे मंदिर बांधलं जातंय याचाही तिला विसर पडला. गावकऱ्यांच्या लगबगीत तीही उत्साहानं मिसळून गेली, एकजीव झाली. ती आणि तिच्या मैत्रिणी या साऱ्या श्रमदानात खारीचा वाटा उचलत होत्या. आपल्या मैत्रिणींसमवेत या लगबगीत उत्साहानं सामील झालेली आवली बघून तिच्या आईला आणि आप्पाजींना तर कौतुक वाटत होतंच, पण या गोष्टीचं जास्त अप्रूप होतं गुणाबाईला. त्या पांडुरंगावर असलेली आवलीची नाराजी तिलाच जास्त माहीत होती. त्यामुळंच पांडुरंगाचं मंदिर उभं राहत असताना त्यात उत्साहानं सामील झालेली आवली बघून गुणाबाईला त्याचं नवल वाटलं नसतं तरच नवल.

मंदिर बांधून पूर्ण झालं. आणि मंदिरात दोन दिवस उत्सव ठरवला गेला. मंदिराचा जणू उद्‌घाटन सोहळाच. मंदिर बांधताना उत्स्फूर्तपणे श्रमदान करणाऱ्या गावकऱ्यांच्यात,

मंदिरात उत्सव ठरवलाय म्हटल्यावर तर एक वेगळाच उत्साह भरला. एक वेगळंच चैतन्य भरून गेलं. बांधकामावर शेवटचा हात फिरवला गेला. मग मंदिर आणि भोवतीचं आवार झाडून-लोटून स्वच्छ केलं गेलं. मंदिराच्या दगडी भिंती धुऊन काढल्या. गाभाऱ्यात आणि सभा मंडपात दगडी फरशीच बसवलेली होती. त्या फरसबंदीमुळे मंदिराचं रूप तर आणखीनच खुललं होतं. पण स्वच्छताही दृष्ट लागावी अशी दिसत होती. मंदिराभोवतीचं आवार झाडून स्वच्छ केलं गेलं आणि शेणानं सारवलं गेलं. आता अहमहमिका लागली, त्यावर सुबक रांगोळ्या काढायची. पण आख्ख्या गावात आवलीच्या आईइतकी सुंदर रांगोळी काढणारं कुणी नव्हतं. एकदा का तिनं रांगोळीचे ठिपके काढायला सुरुवात केली की, बघता बघता अंगणभर सुरेख नक्षी तयार होई. मग त्यात फुलांच्या पाकळ्यांचे रंग भरले जात. आणि त्या अंगणभर जागेला एखाद्या राजवाड्यातल्या कशिदाकारी करून – अंथरलेल्या गालिच्याचं रूप येई. रांगोळी रेखाटताना आवली नेहमीच आईच्या हाताखाली तत्पर असे. हळूहळू सरावानं तीदेखील नेटकी, सुबक रांगोळी रेखाटू लागली होती. आई इतकी मोठी नाही, पण लहान लहान छानशा, सुबक रांगोळ्या ती काढत असे. आणि आजतर मंदिराच्या आवारात सभोवती रांगोळ्या काढायच्या होत्या. आई आणि इतर बायका महाद्वाराशी गुंतल्या होत्या. त्यामुळं उरलेलं आवार आवली आणि तिच्या मैत्रिणींना मोकळंच होतं. आवलीच्या सगळ्या मैत्रिणींत आवलीच चांगल्या रांगोळ्या काढण्यात तरबेज होती. त्यामुळे आवलीची आज मोठीच ऐट होती. सगळ्या मैत्रिणी तिच्या सांगण्याप्रमाणे वागत होत्या. तिचं ऐकत होत्या. ती सांगेल तसे ठिपके काढत होत्या. रेषा जोडत होत्या. रंग तयार करत होत्या. चौकोन, त्रिकोण, वर्तुळ, षटकोनात रांगोळी भरत होत्या. बघता, बघता सुंदर रांगोळी तयार होत होती. आवलीच्या कल्पकतेचं कौतुक होत होतं. मूळचीच तेज तर्रार असलेली आवली या कल्पक आविष्काराच्या अभिव्यक्तीमुळं अधिकच देखणी, अधिकच सुंदर दिसत होती. 'विठ्ठलाची रखुमाईचं जणू.' गुणाबाईच्या मनात आलं. 'आज गेल्यावर आवलीची दृष्ट काढायला पाहिजेल. कशी लवलवतीया विजेसारखी.'

खरंच आज आवली खूपच सुंदर दिसत होती. जात्याच उठावदार असलेल्या तिच्या चेहऱ्याला आज एक आगळीच झळाळी आली होती. खणाचे परकर पोलके, हातात बांगड्या, गळसरी, कानात डूल, पायात पैंजण, लखलखणारा चांदीचा कमरपट्टा त्या खणाच्या गडद रंगाच्या परकरावर अगदी उठून दिसत होता. चमचम करणारी नथनी तिच्या अपऱ्या नाकावर चपखलपणे बसली होती. खरं म्हणजे नथनी घालणं ही या भागातली रीत नव्हती. पण आप्पाजी उदीम-व्यापाराच्या निमित्ताने कानडी मुलखात एकदा गेले होते. तिथून ते आवलीसाठी ही नथनी घेऊन

आले होते. आवलीला मुळात नटायची हौस. त्यात गुणाबाईला नटवायची हौस. आणि आप्पाजींना तर लाडक्या लेकीसाठी तऱ्हतऱ्हेच्या वस्तू आणायची हौस. एकेकवेळी या हौसेचा अतिरेक व्हायचा. मग आवलीची आई आप्पाजींना लटके रागवायची. म्हणायची,

"लेकीला काय सरदाराच्या घरी देणार हायसा का काय?"

त्यावर आप्पाजींचं उत्तर ठरलेलं असायचं. म्हणायचे, "अहो, ती या आप्पाजी गुळव्याची लाडकी लेक आहे. ती सरदार-दरक-दाराच्या घरी नाही तरी थोरामोठ्यांच्या घरीच देणार आहे मी."

सुरुवातीला आई-आप्पाजींचं हे बोलणं ऐकून आवली नाक उडवायची. म्हणायची– "आई-आप्पाजी मी नाही तुम्हाला सोडून कुठं जाणार. मी हितंच राहणार तुमच्या जवळ." पण अलीकडं आई-आप्पाजी तिच्या लग्नाबद्दल बोलायला लागले की ती लाजायची. पायातले पैंजण छुमछुम वाजवत तिथनं निघून जायची. आवली आता हळूहळू मोठी व्हायला लागली होती.

मंदिराच्या आवारात छानशी सुबक रांगोळी रेखाटणारी आवली बघून गुणाबाईच्या मनातही असेच विचार येत होते. 'आता आप्पाजींना सांगायला हवं, आवलीसाठी घर शोधायला. आता आवली ९-१० वर्षांची झाली. चांगल्या खाण्या-पिण्यानं थोडी मोठीच दिसतीय. आईसाहेबांस्नी पण सांगायला हवं.'

गुणाबाई स्वत:शीच विचार करीत होती.

मंदिरातला कार्यक्रम संपला. गावकरी मंडळी पुन्हा आपापल्या उद्योगाला लागली. दोन दिवस कसे मंतरल्यासारखे गेले होते. पहिल्या दिवशी मंदिराचे सुशोभीकरण, मूर्तीला नटवणं, दुपारी महाप्रसाद, संध्याकाळी खेळ – झिम्मा, फुगड्या, हमामासारखे खेळ, रात्री भजन, दुसऱ्या दिवशी विठोबाची षोडशोपचारे पूजा, आरती, पालखी, पालखीची मिरवणूक, हलगी, ढोल, ताशांच्या गजरात नाचणारे वारकरी, पालखीच्या मागं पुढं नाचणारे घोडे, टाळ-मृदुंगांचा निनादणारा नाद आणि विठोबा-रखुमाईचा घोष. सारं-सारं कसं एखाद्या मंत्रानं भारून गेल्यासारखं होतं. दुसऱ्या दिवशी पालखीची मिरवणूक झाल्यावर पुन्हा एकदा मर्दानी खेळांचं प्रर्दशन. मग महाप्रसाद आणि रात्री कीर्तन. त्यादिवशी कथेकरी बुवांनी कीर्तन असं रंगवलं की, रात्रीचा दुसरा प्रहर कधी संपला तेही कुणाच्या लक्षात आलं नाही. त्या रात्री कथेकरी बुवांनी कीर्तनात रुक्मिणी-स्वयंवराची कथा मांडली. सगळेजण ती ऐकण्यात अगदी तल्लीन झाले होते. बुवांनी निरूपणात त्या कथेला असा रंग चढवला की, रुक्मिणीचं स्वयंवर प्रत्यक्ष समोर चाललंय अशा भावनेनं लोकं रंगून गेली.

आज कधी नव्हे तो आवलीला विठोबा आवडला होता. त्याला दह्या-दुधाचा

अभिषेक घालताना तो गोरा-गोरा दिसत होता. चेहऱ्याला तूप-साखर लावल्यावर तो एखाद्या तान्ह्या खट्याळ बाळासारखा दिसू लागला. तर मधाची धार धरल्यावर एखाद्या तेजस्वी तपस्व्यासारखा! त्याला पितांबर नेसवून झिरमिळ्याची पगडी घातल्यावर तर तो तिला आप्पाजींसारखा प्रेमळ वाटला. तिला न आवडणाऱ्या त्या काळ्या विठोबाचं प्रत्येक रूप आज तिला आवडत होतं. अगदी त्याच्या काळ्या रंगासकट आज आवलीचं मन फार फार प्रसन्न होतं की, आज विठोबा खरंच गोजिरवाणा दिसत होता, कोण जाणे, पण आवलीला आज तो आवडला होता हे खरं! आणि बुवांनी रुक्मिणी-स्वयंवराची कथा रंगवल्यावर तर तिला त्या काळ्या विठोबाच्या जागी सावळा श्रीकृष्णच दिसायला लागला. रुक्मिणीचं पत्र वाचून तिच्या रक्षणाकरता धावणारा, तिचं पाणिग्रहण करणारा तिच्यासाठी युद्ध करणारा, रथात तिला बसवून वेगाने रथ हाकणारा सावळा कृष्ण.

कथेकरी बुवांनी कीर्तन संपवलं. सगळ्यांना अबीर, बुक्का देण्यात आला. आरतीच्या तबकात त्या दिवशी पैशाची रास जमली होती. बुवांनी अत्यंत नम्रपणे त्या ताटाचा स्वीकार केला. त्यात आपला एक पैसा घालून ते ताट त्यांनी पांडुरंगाच्या पायाशी ठेवलं. सगळी भारावून गेली. बुवा म्हणाले,

''तुम्ही सगळ्या गावकऱ्यांनी ज्या एकात्म भावनेनं आणि समर्पित विचारानं हे मंदिर उभं केलंत ते फार मोठं कार्य आहे. या महान कार्याला हा माझा थोडासा हातभार.'

सगळे गावकरी सद्‌गदित झाले. बुवांनी कीर्तनातून तर साऱ्यांना जिंकलंच होतं, पण त्यांच्या मनाच्या मोठेपणानंही साऱ्यांना जिंकलं. बुवांचं आणि त्यांच्या रंगलेल्या कीर्तनाचं कौतुक करतच सगळी घरी गेली. आवलीच्या घरच्यांची परिस्थिती यापेक्षा वेगळी नव्हती.

प्रसन्न मनानं आवली झोपली. पण तिला स्वप्नातही आलटून, पालटून एकदा विठोबा आणि एकदा श्रीकृष्ण दिसत होता. आणि गंमत म्हणजे यावेळी रथात त्याच्याबरोबर रुक्मिणी नव्हती तर आवली होती. नखशिखान्त सोन्यानं मढलेली, रत्नजडित दागिन्यांनी नटलेली, जरतारी वस्त्रांनी सजलेली आणि श्रीकृष्णानं हात धरताच लाजेनं भिजलेली. आवली निजल्यानंतर आप्पाजी आणि आवलीची आई कितीतरी वेळ बोलत बसले होतं. दोन दिवसांतल्या धामधुमीच्या चर्चेबरोबरच आवलीचं कोड-कौतुकही त्यात ओघानं येत होतं. आणि झोपेतही उमललेला, खुदकन् हसणारा, आवलीचा चेहरा बघून दोघांनाही मायेचं भरतं येत होतं. दोन दिवसांच्या त्या समारंभात आवलीचं दिसणं, वावरणं, बागडणं, रांगोळ्या काढणं, झिम्मा-फुगडी खेळतानाचं लचकणं, विजेसारखं लवलवणं, राहून राहून दोघांच्या डोळ्यांपुढं येत होतं. आणि सगळ्यांच्यात उठून दिसणाऱ्या आपला लाडक्या

लेकीचं कौतुक करता करता आवली आता मोठी झाली, आता तिच्या लग्नाचं बघायला हवं हाही विचार त्या माता-पित्यांच्या मनात कुठूनतरी हळूच डोकावत होता. त्या विचारापाठोपाठ, लग्न झाल्यावर आवली सासरी जाणार, आपल्याला दुरावणार या विचारानं डोळेही भरून येत होते. आणि आई-आप्पाजींच्या मनातल्या या वादळापासून अनभिज्ञ असलेली आवली गाढ झोपली होती.

सकाळी आवली जागी झाली ती घरातल्या गडबडीनं. आता कसली गडबड चाललीय तिला कळेना. पटकन उठून केस सावरत ती स्वयंपाकघरात आली. तिथं मोठ्या चुलवणावर डाळ शिजत घातली होती. पण स्वयंपाकघरात कुणीच नव्हतं. सगळी अंगणात होती. आवली अंगणात आली. तर अंगणातही चुलवणावर पाण्याचा हंडा तापत ठेवला होता. हा काय प्रकार चाललाय आवलीला कळेना. एवढ्यात घोंगडी घेऊन जाताना तिला गुणाबाई दिसली. ती लगबगीनं चालली होती. आवलीनं तिला अडवली.

"ए ऽ ऽ ए गुणा, ए गुणा, काय चाललंय? काय गडबड चाललीय?"

आवलीनं उत्सुकतेनं विचारलं.

"अग बाई, आता जाग आली जणू. गडबड म्हणजे विठीच्या विताची वेळ झालीय. आता वील ती. दोन चार घंट्यातच वील."

गुणाबाईनं सांगितलं. आवलीला नवल वाटलं.

"अगं बाई, विठी विणार आहे होय? एवढ्यात व्यायला झाली सुद्धा? तिला आणून आत्ताशी कुठं पाच-सहा महिने झालेत असं परवाच आप्पाजी म्हणत होते. या मंदिराच्या बांधकामाला सुरुवात झाली आणि दिवस कसे सरले कळलंच नाही. आता विठी विणार म्हणजे गोरस प्यायला मिळणार, खरवस खायला मिळणार, छानसं रेडकू येणार, मज्जाच मज्जा!"

आवलीनं आनंदानं टाळ्या पिटल्या. आता तिला गडबड झाली होती. ती पळतच परसात गेली. डोण पाण्यानं भरली होती. तिथला गडवा घेऊन तिनं तोंड धुतलं, पळतच स्वयंपाकघरात गेली, चुलीवर ठेवलेल्या दुधाच्या पातेल्यातलं दूध गडूत ओतून घेतलं आणि गटागटा ते पिऊन सुद्धा टाकलं. अंगणातली चूल विझली म्हणून वैल न्यायला आलेली गुणाबाई हे बघून थक्कच झाली.

"आज कुनीकडं सुर्व्या उगवला म्हनायचा?"

असं म्हणत हसतच ती बाहेर गेली. तिला वेडावून दाखवत आवली तिच्या मागं पळाली.

अंगणात नुसती गडबड चालली होती. दोन बैल, तांबू गाय, तिचा गोऱ्हा यांना दुसऱ्या गोठ्यात बांधलं होतं. विठीच्या सभोवती वैरण पसरून त्यावर लिंबाऱ्याची पानं पसरली होती. विठी जोरजोरात हंबरत होती. तिला वेणा येत असाव्यात.

आवलीला अंगणात आलेली बघून आई रागावली.

"आवले आत जा आधी, इथं उभी राहू नको."

"अगं पण मला रेडकू बघायचंय." आवलीनं गाऱ्हाणं मांडलं.

"झाल्यावर बोलवूया हं तुला, जा बघू आत." शेजारचा सोपाना बोलला तशी आवली आत आली. येऊन झोपाळ्यावर बसली. तो कडीपाटाचा झोपाळा हळूहळू गती घेऊ लागला. विठीचं हंबरणं अजून ऐकायला येत होतं.

"आलं ऽ ऽ आलं ऽ ऽ. काढा ऽ काढा."

असा गलका झाला. आणि दुसऱ्या क्षणाला गुणाबाई पळत आत आली.

"विठीला रेडी झाली ऽ ऽ, रेडी झाली."

तिने एकच गलका केला. ती पळतच स्वैंपाकघरात गेली. मोठ्या वाडग्यातून गूळ आणि भिजवलेले हरभरे घेऊन आली. गुळाचा एक मोठा खडा आणि मूठभर हरभरे तिनं आवलीच्या हातावर ठेवले. ते घेऊन आवली पटकन झोपाळ्यावरनं उतरली. पळतच तिनं अंगण गाठलं. सगळ्यांना ढकलत, बाजूला करत ती गोठ्यात गेली. विठी आता शांत उभी होती. एरवी कवडीसारख्या दिसणाऱ्या तिच्या डोळ्यांत वात्सल्य साठलं होतं. विठीचं ते रेडकू धडपडत पायावर उभं राहात होतं पुन्हा पडत होतं. पुन्हा उभं राहात होतं. प्रेमळ नजरेनं विठी त्याची ती धडपड पाहत होती. ते उभं राहिलं की, हळूच हंबरत होती. जणू त्याला धीर देत होती. शाबासकी देत होती. ते उभं राहिलं की, आपल्या लांबसडक जिभेनं त्याला चाटत होती. आवलीला ते बघताना मजा वाटत होती. विठीचं रेडकू –ती रेडी विठीसारखीच काळीभोर होती. पण फक्त तिच्या कपाळावर दोन शिंगांच्या जागेमध्ये, बरोबर मध्यात एक पिंपळाच्या पानाएवढा पांढरा ठिपका होता. त्या ठिपक्याला आवलीनं हात लावला. तिच्या अंगावर सर्रकन शहारा आला. एवढ्यात शिजवलेली डाळ आणि गूळ घालून केलेलं पुरणाचं पातेलं घेऊन आई आली. तिनं एकदा विठीच्या पाठीवरनं मायेनं हात फिरवला, "दमली माझी बाई ती." आई प्रेमानं म्हणाली.

हलकेच हंबरत विठीनं तिला हुंकार दिला. मग आईनं ते पुरणाचं पातेलं विठीच्या समोरच्या आंबोणाच्या पातेल्यात रिकामं केलं आणि रेडीच्या कपाळावरनं हात फिरवला.

"आई, आई हिचं नाव काय ठेवायचं गं?" आवलीनं उत्सुकतेनं विचारलं.

"व्हय गा वैनीसाब, काय तरी चांगलसं नाव काढा." सोपाना म्हणाला.

"गुणा, आज मंगळवार नाही का? मग आज माझी देवी मंगळाईच जन्माला आलीय. हिचं नाव आपण 'मंगळी' ठेवूया."

आईनं सांगितलं तशी आवलीनं टाळ्या वाजवल्या.

"चालेल, चालेल. मंगळी नाव छान आहे. मंगळी, माझी मंगळी, माझी मंगळाई ऽ" असं म्हणत आनंदानं नाचत आवली त्या रेडीजवळ आली. आवलीचा

तो आनंद बघून सगळ्यांना हसूच फुटले. हसत हसत सोपाना म्हणाला,

"आवले, तुला ही रेडी आणि तिचं नाव लईच आवडलेलं दिसतंय. आप्पाजी, तुम्ही असं करा नं, ही मंगळी हाय ना ती आवलीबरोबर तिच्या सासरी पाठवून द्या, पाठराखीण म्हणून. कसं?"

तसे हसत आप्पाजी म्हणाले–

"चालेल, चालेल. नाहीतरी आता या आवलीचं लगीन करायची वेळ आली आहेच. मंगळीला देऊया तिच्याबरोबर सासरी पाठवून.काय आवले, चालेल ना?"

आप्पाजींनी आवलीला विचारलं.

"आप्पाजी, माझ्या लग्नाला अजून पुष्कळ अवकाश आहे आणि मी नेलंच तर पाठराखीण म्हणून मंगळीला तर नेईनच पण त्याआधी गुणाबाईला नेईन."

आवलीनं ठसक्यात उत्तर दिलं. आवलीच्या या उद्‌गारावर सगळे खो-खो हसले. तोवर भिजलेली डाळ आणि गूळ वाटत असलेली गुणाबाई तिथं आली. तिला बघून पुन्हा सगळी हसली. ते बघून मात्र आवलीनं गुणाबाईचा हात धरला आणि तिला खेचतच ती आत घेऊन गेली. अंगणातल्या मंडळींचा हसण्याचा आवाज नंतर कितीतरी वेळ तिला ऐकू येत होता. गुणाबाईचा हात धरून स्वयंपाकघरात पळालेल्या आवलीला मात्र का कुणास ठाऊक आदल्या रात्री देवळात ऐकलेलं 'रुक्मिणी स्वयंवर'च आठवत होतं. आणि आठवत होता तो श्रीकृष्ण आणि दह्या-दुधानं न्हालेला काळा विठोबा.

आपल्या मंदिराच्या उत्सवात आनंदानं सामील झालेली आवली बघून कर कटेवर ठेवून विटेवर उभ्या असलेल्या विठोबाच्या आनंदाला पारावार राहिला नाही आणि आपल्याला घालण्यात येणारा दह्या-दुधाचा, पंचामृताचा अभिषेक बघायला आवली जातीनं हजर आहे म्हटल्यावर तर त्यानं तिला आपली नाना रूपं दाखवली. आपलं प्रत्येक रूप आवलीला आवडलं हे बघितल्यावर तर त्याला आपल्या लीलेचं सार्थक झाल्यासारखं वाटलं. त्यातच रात्री आवली झोपल्यावरही त्यानं तिच्या अंतर्मनात डोकावून बघितलं होतं, तर तिथंही त्याला कधी आपल्याच रूपातले आपण, तर कधी कृष्ण रूपातले आपण आवलीला स्वप्नांत दिसतो आहोत असंच दिसलं. आणि आवलीचा आपल्यावरचा राग मावळतोय, हे बघून तो काळा विठोबा सुखावला. निश्चिंत झाला.

चार

विठ्ठल मंदिराचा दोन दिवस चाललेला उत्सव गावकऱ्यांना पुढे चार-पाच महिने पुरला. आसपासच्या वाड्यातून, गावातून अनेकजण आले होते, येत होते. ओळखी वाढत होत्या. व्यापाराची व विचारांची देवाण-घेवाण होत होती. नवीन स्नेहबंध जोडले जात होते. जुन्यांना उजाळा मिळत होता. नवीन ऋणानुबंध तयार होत होते. असाच एक नवीन ऋणानुबंध आप्पाजींच्या घराशी जोडला गेला होता. आणि हाच ऋणानुबंध आवलीचं नशीब लिहिणार होता. विठ्ठल मंदिराच्या जीर्णोद्धाराच्या बैठकीपासून ते उत्सवापर्यंत आप्पाजींच्या बरोबर सतत उठबस करणाऱ्या, चर्चा करणाऱ्या पंच मंडळींच्या बरोबरच आसपासच्या गावातील प्रतिष्ठित नागरिकही होते. त्यातच होते देहू गावचे बोल्होबा आंबिले-मोरे! आप्पाजींच्या घरी मंदिरासंदर्भात पहिली बैठक झाली, तेव्हापासून बोल्होबा आप्पाजींच्या समवेत होते. आप्पाजींचा आणि त्यांचा विशेष स्नेह जमला होता. बोल्होबा आंबिले देहू गावचे सधन, प्रतिष्ठित व्यापारी होते. त्यांचं देहू गावात मोठं दुकान होतं. घरात महाजनकी होती. सावकारी होती. चार पैसे गाठीशी बांधून असणाऱ्या बोल्होबांचा कुटुंबकबिलाही मोठा होता. त्यांना तीन मुलं. पैकी दोघांची लग्नं झालेली होती. बोल्होबांची पत्नी कनकाई ही देवभोळी, धार्मिक स्त्री. घराण्यात पूर्वापार चालत आलेली विठोबाची भक्ती आणि पंढरीची वारी. प्रामाणिकपणानं व निष्ठेनं व्यवहार करून बोल्होबांनी दुकानाचा चांगला जम बसवला होता. त्यांच्या प्रेमळ आणि परोपकारी स्वभावामुळे गावातही त्यांची पत चांगली होती. पंचक्रोशीत एक सधन, सज्जन गृहस्थ असं त्यांचं नाव होतं. दहा खणी ऐसपैस वाडा, गाई-म्हशी, शेतीवाडी अशी समृद्धी असणारे बोल्होबा. पंगतीला रोज कुणी ना कुणी वारकरी असे. वारकरी नसला तर कुणी कीर्तनकार, कुणी साधू-संन्याशी. पण कनकाईनं हा आपल्या पतीचा व्यवहार आणि धार्मिकता

अगदी हसतमुखानं सांभाळली होती. विठ्ठलभक्त असलेल्या धार्मिक प्रवृत्तीच्या बोल्होबांनी शेजारच्या पुणे परगण्यातील लोहगावातील आप्पाजींच्या गावाबाहेर असलेल्या विठ्ठल मंदिराच्या जीर्णोद्धाराच्या कामातही मोठ्या उत्साहानं भाग घेतला होता. इतर पंच मंडळी आणि प्रतिष्ठित गृहस्थांबरोबरच बोल्होबांचीही आप्पाजींच्या घरी ये-जा वाढली होती. उठबस सुरू झाली होती. आणि आपल्या सारख्याच सरळ मनाच्या आप्पाजींशी बोल्होबांचा विशेष स्नेह जमला होता. आप्पाजींनाही हा सरळ मनाचा, चोख व्यवहाराचा, विठ्ठल भक्तीत रमणारा, धार्मिक प्रवृत्तीचा स्नेही भावला होता. त्यांच्याही सरळ मनाला पटला होता. बरेच बाबतीत दोघांचं एकमत होत होतं. उत्सवाच्या दोन दिवसांत तर ते दोघं एकमेकांचे चांगले स्नेही बनले होते. आणि उत्सवात सतत आप्पाजींच्या बरोबर राहिल्यामुळेच त्या उत्सवात उत्साहानं वावरणारी, विजेसारखी लवलवणारी, पुढाकार घेऊन लहान-मोठी कामं करणारी, मैत्रिणींना समवेत घेऊन सुबकशी रांगोळी रेखाटणारी, अल्लड पण समजूतदार आवली 'आप्पाजींची लेक' त्यांना दिसत होती. मधनंच 'होय किनई हो काका?' असं त्यांना विचारूनही जात होती. तिच्या हुशारीची चुणूक तर त्यांना पंचमंडळींच्या पहिल्या बैठकीच्या दिवशीच दिसली होती. आणि उत्सवात दिसला होता तिचा कामसूपणा, तिची चपळ हालचाल, सगळ्यांच्यात मिसळून काम करण्याची तिची वृत्ती, थोरामोठ्यांना काका-मामा म्हणून साद घालून संबोधण्यातली तिची लीनता, तिच्या आईनं तिच्यावर केलेल्या सुसंस्कारांचंच हे द्योतक होतं. जसजशी आवली बोल्होबांसमोर जास्त जास्त वावरत होती, तसतशी ती त्यांच्या मनात भरू लागली. तिला बघून त्यांच्या मनात एक विचार घोळायला लागला. जो जो बोल्होबा त्या गोष्टीवर विचार करू लागले, तो तो त्यांच्या मनाला ती गोष्ट जास्तच पटू लागली. पण सध्यातरी हा विचार त्यांच्या एकट्याच्याच मनापुरता मर्यादित होता. अजून तो विचार त्यांना त्यांच्या पत्नीजवळ बोलायचा होता. त्याबद्दल तिचं मत घ्यायचं होतं. थोडी चर्चा करायची होती, विचार-विनिमय करायचा होता, त्या दोघांचं एकमत झालं असतं तर तो विचार संधी साधून आप्पाजींचा कल बघून, त्यांच्यासमोर मांडायचा होता. वेळ पडली तर त्यांना पटवून द्यायचा होता. आणि मगच त्या विचाराला मूर्त स्वरूप येणार होतं. बोल्होबांच्या मनातली कल्पना प्रत्यक्षात साकार होण्यासाठी त्यांना एवढी लडतरं करावी लागणार होती. तेव्हा कुठं मनातला विचार प्रत्यक्षात उतरणार होता. काय होती ती कल्पना? काय होता त्यांच्या मनातला विचार?

बोल्होबांना एकूण तीन पुत्र. थोरला सावजी, मधला तुकाराम, धाकटा कान्होबा. सावजीचं आणि तुकारामचं लग्न झालं होतं. सावजी विरक्त स्वभावाचा, पण त्याची पत्नी शहाणी होती. त्याचा संसार तसा बरा चालला होता. बोल्होबांचा

मधला पुत्र तुकाराम याचाही विवाह झाला होता. त्याची पत्नी रखुमाई व पुत्र संताजी. सुरुवातीला सगळं ठीक चाललं होतं. पण अलीकडं रखुमाईला, तुकारामाच्या पत्नीला दम्याचा विकार जडला होता. वैद्य हकीम सगळे करून झाले, पण आजार बळावतच चालला होता. गेले चार-पाच महिने ती अंथरुणाला खिळून होती. तिचा आजार बरा व्हायची चिन्हं नव्हती. उलट ती त्यांचा संसार अर्धवट टाकून मृत्यूपंथाला लागली होती. आणि तुकारामाचा संसार अधुरा, अपुरा राहण्याची चिन्हं दिसत होती. दिवसेंदिवस ती खंगतच चालली होती. तुकारामचा अर्धवट पडणारा संसार बघून बोल्होबा आणि कनकाई मनाशी झुरत होते. आपल्या मुलाला जन्मभर एकटं राहावं लागणार या विचारानं त्यांची झोप उडाली होती. पत्नीच्या मृत्यूनंतर तुकाराम तर एकटा पडणारच होता, पण त्याचा पुत्र संताजीही पोरका होणार होता. एक ना असंख्य प्रश्न होते. आणि त्यांची उत्तरं सापडत नव्हती. पण आवलीला बघितल्यावर बोल्होबांना आपल्या प्रश्नाचं उत्तर सापडल्यासारखं वाटलं. घरात इतर सगळी सुबत्ता होती, पण तेवढं एक दु:ख जाळत होतं. तुकाराम लाख गुणांचा पुत्र होता. सौम्य स्वभावाचा, शांत, समंजस, सोशिक. बोल्होबांचं दुकान तोच उत्तम सांभाळीत असे. त्याचा शांत स्वभाव, ऋजू आणि नम्रतेनं बोलणं यामुळं दुकानात एकदा येणारं गिऱ्हाईक पुन्हा पुन्हा येई. सावजी तसा विरक्त तर कान्होबा तापट. पण तुकाराम मात्र शांत, संयमी. आपल्या आजारी पत्नीवर आणि पुत्रावर त्याचं विलक्षण प्रेम. पण रखुमाईचं दिवसेंदिवस खंगत जाणं त्यालाही बघवत नव्हतं. तिचा अंतकाळ सर्वांनाच स्पष्ट दिसत होता. पण ईश्वरी इच्छेपुढं इलाज नव्हता. अशा या तुकारामासाठी, त्याच्या लाडक्या लेकासाठी आप्पाजींची आवली अगदी योग्य पत्नी होती. तिनं तुकारामाचा संसार चांगला सावरला असता. संताजीलाही प्रेम दिलं असतं. पण हा योग जुळून कसा यावा? बोल्होबांना तर हा विचार चांगलाच पटला होता, नव्हे त्यांच्या मनानं कौलही दिला होता. आता कनकाईचं मत आणि तुकारामाचा विचार घेऊन काहीतरी करून आप्पाजींजवळ हा विचार बोलून दाखवायला हवा होता. बोल्होबा विचारात गढून गेले होते. ही मसलत आता साधायची कशी?

पण पांडुरंगाच्या मनातही हा विचार आला असावा. कारण बोल्होबांची आणि आप्पाजींची भेट त्यानंतर लगेचच झाली. उत्सव होऊन चार दिवसच झाले होते. आणि बोल्होबांना आप्पाजींचा निरोप आला. मंदिराच्या बांधकामाच्या खर्चाचा हिशेब करायचा आहे. त्यासाठी पंचमंडळींची आणि विश्वस्तांची पुन्हा एक महत्त्वाची बैठक होणार आहे. आणि या बैठकीसाठी एक विश्वस्त म्हणून बोल्होबांनाही आमंत्रण होतं. बोल्होबांना ते एक शुभसूचक चिन्हच वाटलं. यावेळी

संधी बघून आपल्या मनातला विचार आप्पाजींच्या जवळ बोलायचा, मन मोकळं करायचं असं पक्कं ठरवून बोल्होबा बैठकीला जायला सज्ज झाले.

आप्पाजींच्या घरी पंचमंडळी आणि विश्वस्त मंडळी जमणार होती. बैठकीला दुपारच्या प्रहरात सुरुवात होणार होती. पण देहूहून बोल्होबा आंबिले अंमळ लवकरच आले. ते आज मनाशी योजूनच आले होते. बैठकीला यायचं नक्की झाल्यावर आदले दिवशी त्यांनी कनकाईला, आपल्या पत्नीला, आपला विचार बोलून दाखविला होता. आणि बोल्होबांच्या तोंडून आवलीचं, तिच्या रूपाचं, संस्कारांचं, कामकाजाचं वर्णन ऐकल्यावर कनकाईनं तर लगेचच संमती दिली होती. तिला आपल्या पोराच्या भविष्यात येणाऱ्या एकटेपणाचं भय वाटत होतं. तिनं संमती तर लगेच दिलीच, पण दुसऱ्या दिवशीच्या बैठकीच्यावेळी बोल्होबांनी आप्पाजींच्या मनाचा कल पाहावाच असा आग्रहही धरला. नंतर दोघांनी मिळून तुकारामाला आपला विचार बोलून दाखवला. रखुमाईवर अत्यंतिक प्रेम असल्यामुळे प्रथम या गोष्टीला तुकाराम अजिबात कबूल झाला नाही. उलट त्यानं नकार देऊन त्रागा केला. आणि त्याचा त्रागा बघून रखुमाईनं त्याचे कारण विचारलं. तुकारामानं ते सांगताच, आई-वडील म्हणतात ती गोष्ट योग्यच असल्याचं तिनंही सांगितलं. त्यात गैर असं काहीच नसल्याचं तिचंही म्हणणं होतं. आणि बोल्होबा म्हणतात त्याप्रमाणे ती मुलगी सुसंस्कारशील व समंजस असेल तर काहीच प्रश्न येणार नव्हता. तुकारामला तिनंच आग्रह धरला की त्यानं त्याच्या आई-वडिलांचे सांगणं ऐकावं. तिनं पटवून सांगितल्यावर तुकारामाचाही विचार पालटला. त्याने आई-वडिलांना आपली संमती असल्याचं सांगितलं. आणि असं सगळं योजून बोल्होबा आप्पाजींकडे बैठकीला आले.

बोल्होबा जरासे लवकर आले तरी त्यांच्या मनीचा हेतू काही तेव्हा साध्य झाला नाही. आप्पाजींकडे कोणीतरी एकजण आधीच येऊन बसला होता, कसलं तरी शेतसाऱ्याचे गाऱ्हाणं घेऊन. तो लवकर गेलाच नाही. आणि तो जातो न जातो तोच पंचमंडळी जमली. मग चर्चा सुरू झाली. तोवर बाळाजी, कृष्णाजींसारखी विश्वस्त मंडळीही आली आणि बैठक सुरू झाली. मंदिरावर, त्याच्या जीर्णोद्धारावर झालेल्या सगळ्या खर्चाचा तपशील गोळा केला गेला. सगळ्यांच्याकडचा खर्च, त्याच्या पावत्या, नोंदी एकत्र केल्यावर असं निदर्शनास आलं, की मंदिराच्या जीर्णोद्धारासाठी दीडशे होन खर्च झाला होता. आणि या बेताच्या खर्चात उत्तम, देखणं आणि मजबूत असं मंदिर उभं राहिलं होतं. गावकऱ्यांच्या मदतीनंच हे शक्य झालं होतं. यावर सगळ्यांचं एकमत झालं. बैठक संपली. फराळ झाला. पंचमंडळी घरी गेली. बाळाजी-कृष्णाजीही निघाले. ते बोल्होबांनाही आपल्या सोबत चलण्याचा आग्रह करू लागले. बोल्होबांना

नाहीही म्हणता येईना आणि त्यांच्या बरोबर जाववेनाही. त्यांची चलबिचल झाली. आप्पाजींच्या चाणाक्ष नजरेतून ती सुटली नाही. सहज बोलल्याप्रमाणे त्यात हस्तक्षेप करत ते म्हणाले,

''बोल्होबा, आपण जरा मागे थांबावे. मी सुपारीचे काही नमुने आणले आहेत ते तुम्हाला दाखवीन म्हणतो.''

आप्पाजींचं हे बोलणं ऐकून बाळाजी, कृष्णाजी दोघच निघाले. बोल्होबांना आप्पाजींचं कौतुकही वाटलं आणि कृतज्ञताही. ती दोघं निघून गेल्यावर आप्पाजी आणि बोल्होबा पुन्हा बैठकीवर आले. बोल्हाबांना बसण्याची विनंती करून आप्पाजीही बसले. काही क्षण शांतता पसरली. बाराबंदीच्या खिशातून अडकित्ता आणि दुसऱ्यातून सुपारी काढून ती कातरत आप्पाजींनी बोल्होबांना छेडलं,

''बोला बोल्होबा, काय बोलायचंय? काही अडचण आहे का? संकोच करू नका. काय मनांत असेल ते स्पष्ट बोला. बोल्होबा आपले संबंध आता इतके औपचारिक राहिलेले नाहीत. आपण एकमेकांचे चांगले स्नेही आहोत. तेव्हा काय बोलायचंय ते अगदी निःसंकोचपणे बोला. काही काम, काही अडचण असल्यास मोकळेपणानं सांगा. माझ्याच्यानं शक्य असेल तेवढं करीन. बोला बोल्होबा, मोकळेपणानं बोला.''

आप्पाजींचं ते आपुलकीचं बोलणं ऐकून बोल्होबांचा धीर चेपला. मनात शब्दांची जुळवाजुळव करण्यासाठी ते क्षणभर थांबले. घसा खाकरून त्यांनी आवाज मोकळा केला. आणि ते बोलू लागले,

''आप्पाजी, गेले कित्येक दिवस एक विचार माझ्या मनात घोळतोय. खूपदा तो बोलून दाखवण्याचं धाडस करण्याचंही मी ठरवलं, पण प्रत्येक वेळी माझे शब्द अडले. आज तुमच्या या आपुलकीच्या बोलण्यानं माझा संकोच थोडा कमी झालाय. म्हणून मी मनातला विचार तुमच्यापुढे मांडण्याचं धाडस करतोय. आप्पाजी हा विचार आहे तो फक्त विचार आहे. पण तो प्रत्यक्षात उतरला तर माझं सौभाग्यच. पण ते शक्य नसेल तर मला तसं स्पष्ट सांगा. त्यानं आपल्या मैत्रीत बाधा येणार नाही.''

बोल्होबांनी प्रस्तावना केली. आप्पाजींना हसूच आलं. ते हसत म्हणाले,

''अहो बोल्होबा, विचार काय आहे तो तरी कळू दे. त्याशिवाय मी आधीच कसं ठरवणार? तेव्हा बोला, सांगा, तुमच्या मनातला विचार कळू दे तरी आम्हाला.''

आप्पाजींचं हे मैत्रीपूर्ण बोलणं ऐकून बोल्होबांचा संकोच आणखीच कमी झाला. त्यांनी मोकळ्या मनानं बोलायला सुरुवात केली ''आप्पाजी, माझ्या मनात तुमच्या आवलीला सून करून घ्यायचं आहे.''

बोल्होबा बोलून मोकळे झाले. आप्पाजी क्षणभर स्तब्ध झाले, मग म्हणाले, "बोल्होबा आपला जरी स्नेह असला तरी तुमच्या कुटुंबकबिल्याविषयी मला काहीच माहिती नाही. तेव्हा ती आधी सांगा."

बोल्होबांनी मग आपल्या कुटुंबाविषयीची सारी माहिती आप्पाजींना सांगितली. त्यातच तुकारामाचा स्वभाव, त्याचं पहिलं लग्न, त्याच्या पत्नीचं आजारपण, आपली सांपत्तिक स्थिती सारं सारं सांगितलं. आप्पाजींना बोल्होबांचा स्वभाव माहीत झाला होता. त्यांचं प्रामाणिक, सरळ मन, त्यांची समाजातली प्रतिष्ठा माहीत होती. बोल्होबांनी तुकारामांचं केलेलं वर्णन सगळं खरं असणार, यात तिळमात्र लपवाछपवी नसणार याचीही त्यांना खात्री होती. या साऱ्याचा एकत्रित परिणाम म्हणून की काय त्यांना आवलीसाठी हे स्थळ योग्य वाटू लागलं. घरात सुबत्ता होती, समाजात प्रतिष्ठा होती, अडीनडीला घरात चार माणसं होती, मुलगा कमावता होता. संस्कारशील होता, धार्मिक होता. मुख्य म्हणजे सारं घराणं धार्मिक होतं. घरात वारकरी संप्रदायाची परंपरा होती. विठ्ठल भक्तीची संस्कृती होती, भागवत धर्माचं ऐश्वर्य होतं. आपली लेक इथं जशी लाडाकोडात वाढली तसंच तिचं या घरातही कोडकौतुक होईल याची खात्री वाटत होती. बोल्होबांच्या बोलण्यानंतर काही क्षणांत आप्पाजींच्या मनांत हे सगळे विचार येऊन गेले. आणि आपल्या बोलण्यावर आप्पाजी काहीच बोलत नाहीत हे बघून बोल्होबा कानकोंडे झाले. आपलं बोलणं आप्पाजींना आवडलं नाही असं त्यांना वाटून गेलं. खाली मान घालून ते बसून राहिले. एवढ्यात.. "ठरलं." आप्पाजींचे उद्‌गार त्यांच्या कानावर पडले. त्यांनी चटकन मान वर केली. आणि आप्पाजींकडे पाहिलं. आप्पाजींची मुद्रा प्रसन्न दिसत होती. बोल्होबांचा हात हातात घेऊन आप्पाजी म्हणाले,

"बोल्होबा ठरलं. माझी आवली तुमच्या तुकारामाला द्यायची. पण एक सांगतो, पोर जरा लाडाकोडात वाढली आहे. तिचं सासरीही तसंच कोडकौतुक व्हावं अशी मनोमन इच्छा आहे. तेव्हा तेवढं दान या मुलीच्या बापाच्या पदरात घाला." आप्पाजी गहिवरले.

आप्पाजींचं हे बोलणं ऐकून बोल्होबांचा आपल्या कानावर विश्वासच बसेना. ते भारावले, म्हणाले,

"आप्पाजी अहो हे काय? आवली आहेच तशी कौतुक करण्यासारखी. ती माझी सून म्हणून नव्हे, माझी लेक म्हणूनच राहील. माझ्या मनावरचं एक मोठं ओझं उतरवलंत आप्पाजी तुम्ही! इथं आलो, तेव्हा मनांत जरा धाकधूक होती. थोडीशी भीती वाटत होती. वाटत होतं आपण आपल्या मर्यादा सोडून तर विचार करत नाही ना? आणि माझ्या या मर्यादा उल्लंघनामुळे आपल्या स्नेहसंबंधात

दुरावा तर येणार नाही ना? पण आप्पाजी आपल्या प्रसन्न होकारामुळे माझ्या मनातली सगळीच किल्मिषं दूर झाली आहेत. आप्पाजी ठरलं तर मग, तुमची लेक आवली आता आमची झाली. आता मी निघतो.''

बोल्होबा मोकळ्या मनानं बोलले आणि निघाले. त्यांना आता घरी जायची घाई झाली होती.

''अहो बोल्होबा, जरा थांबा. अहो काही पुढचे बेत?'' आप्पाजी बोल्होबांना थांबवत म्हणाले. पण बोल्होबांना आता थांबायला वेळ नव्हता. त्यांना घरी कधी जातो असं झालं होतं.

''नको आप्पाजी, आता थांबवू नका. घरी जाऊन ही गोड बातमी घरच्या मंडळींना कधी सांगतो असं झालंय. तेव्हा आता मला जाऊ द्या. आता पुढचे बेत आपल्या पुनर्भेटीत ठरवूया. तुम्हीही घरातल्या मंडळींच्या हे कानांवर घाला. मी पण सांगतो. येतो मी.'' बोल्होबा सोप्यावरून उठता उठता म्हणाले आणि उठलेसुद्धा ''अहो. जरा साखर आणा. बोल्होबा तोंड गोड करून जावा.'' आप्पाजी म्हणाले.

गुणाबाई साखर घेऊन आली. एक चिमूट तोंडात टाकून बोल्होबा निघाले सुद्धा. गुणाबाई आणि आवलीच्या आईला कळेना की हा काय प्रकार आहे. पण आप्पाजी सांगतीलच या विश्वासानं त्या गप्प राहिल्या. बोल्होबा उठले आणि गेलेसुद्धा.

प्रसन्न चेहऱ्यानं आप्पाजी माजघरात आले. आवलीची आई वाती वळत बसली होती. नुकतीच तिनं चिंध्यांची एक वाकळ शिवून शेजारी ठेवली होती. रंगीबेरंगी चिंध्या शोभिवंत दिसतील अशी रंगसंगती साधून शिवल्या होत्या. वरच्या बाजूनं दिसणार नाहीत असे सराईतपणे जोडटाके घातले होते. त्या चिंध्यातून एक छानशी आकृती तयार झाली होती. काही क्षण आप्पाजी आपल्या पत्नीची ती कारागिरी बघत राहिले. त्यांच्या मनात आलं 'माणसाचं आयुष्य असंच आहे. निरनिराळ्या रंगांच्या वस्त्रांच्या तुकड्यांसारखं. त्याची नेटकी रचना केली तर त्यातून सुंदर आकृती निर्माण होते आणि विस्कटलं तर हाती काहीच लागत नाही.' या विचाराने ते स्वत:शीच हसले. आवलीच्या आईला त्यांची चाहूल लागली. तिनं वर पाहिलं. प्रसन्न चेहऱ्यानं आप्पाजी उभे होते. त्यांचा तो प्रसन्न चेहराच सांगत होता, की काहीतरी विशेष घडलं आहे. आवलीच्या आईनं काही विचारायच्या आधीच आप्पाजींनी बोलायला सुरुवात केली,

''आवलीची आई, आपल्या आवलीचं लगीन ठरलं.''

आवलीच्या आईला आप्पाजी काय बोलत होते काहीच कळेना.

“अहो काय बोलताय हे? आवलीचं लग्न ठरलं? कुणी ठरवलं? कुणाशी? कधी? मुलगा कोण? काय करतो?”

आवलीच्या आईनं प्रश्नांची सरबत्ती केली.

“अहो थांबा थांबा जरा. सगळं बैजवार सांगतो. जरा दमानं घ्या. अहो आपल्या आवलीचं लगीन ठरलं. देहूचे बोल्होबा आंबिले-मोरे तुम्हाला माहिती आहेतच. त्यांचा मधला मुलगा तुकाराम. बोल्होबाची देहूत दोन दुकानं आहेत. महाजनकी आहे, सावकारी आहे. घरात गाई-गुरं आहे. शेतीवाडी, मोठा वाडा आहे. कुटुंबकबिला मोठा आहे. आपली आवली सुखात राहील.” आप्पाजी सांगत होते. आवलीची आई ऐकत होती. मध्येच तिनं विचारलं, “अहो, पण मुलगा काय करतो?”

आप्पाजी हसू लागले, “अहो मुलगा काय करतो काय? आता घरची एवढी सुबत्ता, एवढा व्यवसाय असताना तो काय चाकरी करेल? अहो, दुकान सांभाळतो. मुलगा म्हणजे शंभर नंबरी सोनं आहे. घराणं धार्मिक आहे. फक्त एक गोष्ट खटकते. ती म्हणजे मुलाचं पहिलं लग्न झालेलं आहे. पण त्याची पत्नी दमेकरी आहे. अंथरुणाला खिळून आहे. एक मुलगा आहे लहान, पण माणसं फार चांगली सच्ची आणि धार्मिक आहेत. आपल्या माहितीतली आहेत. बोल्होबांच्या मनात आपली आवली फार फार भरलीय. आज त्यांनीच आपणहून विषय काढला. आवलीला मागणी घातली. आता आपणहून एवढं सोन्यासारखं स्थळ चालून आलंय, मला नाही म्हणता आलंच नाही. आपली आवली इथं कोडकौतुकात वाढलीय. तिथंही तिचं कौतुकच होईल.”

आप्पाजींनी पत्नीला सगळी कल्पना दिली. आवलीच्या आईलाही खूप आनंद झाला. बोल्होबा आंबिले देहूचे प्रतिष्ठित होते. घराणंही प्रसिद्ध होतं. फक्त मुलाचं पहिलं लग्न झालेलं होतं, पण ही गोष्ट फार मोठी विचार करण्यासारखी किंवा हरकत घेण्यासारखी नव्हती. आपली आवली तिथं सुखात, कौतुकात राहील या विचारानं आवलीची आईही सुखावली. पत्नीशी थोडीफार चर्चा करून आप्पाजी वसुलीच्या कामासाठी बाहेर पडले आणि ते बाहेर पडताक्षणी गुणाबाई धावत आली. तिच्या चेहऱ्यावरून आनंद ओसंडून वाहत होता. तिच्या आवलीचं, तिच्या लाडक्या आवलीचं लग्न ठरलं होतं. त्यात आणखी एक गोष्ट गंमतीची होती ती म्हणजे गुणाबाईनं नवरा मुलगा बघितला होता. विठ्ठल मंदिराच्या पूजेच्या मुख्य समारंभाचे वेळी तो आपल्या थोरल्या भावाबरोबर आला होता. बोल्होबांनी कुणाला तरी ‘ही माझी मुलं, थोरला सावजी आणि हा मधला तुकाराम’ असं सांगताना गुणाबाईनं ऐकलं होतं. आणि आपल्या चौकस स्वभावानुसार त्या दोघांनाही नीट न्याहाळलं होतं. त्या दोघांत

तिला तुकाराम तेव्हाही सरस वाटला होता. विशेषत: त्याचे निर्मळ डोळे आणि चेहऱ्यावरची प्रसन्न स्निग्धता बघून तर गुणाबाईला तो पांडुरंगासारखाच वाटला. फक्त पांडुरंग काळा होता तर हा गहूवर्णी. आप्पाजी आवलीच्या आईशी बोलत असताना दाराबाहेर तांदूळ निवडत असलेल्या गुणाबाईच्या कानावर सगळं पडलं होतं आणि तुकारामाचं नाव काढल्यावर तर तिला आपण उत्सवात पाहिलेला तुकारामाचा शांत, प्रसन्न चेहरा राहून राहून डोळ्यांसमोर येत होता. आपण नवऱ्या मुलाला पाहिलंय ही बातमी कधी एकदा आवलीच्या आईला सांगतोय असं गुणाबाईला झालं होतं. त्यामुळे आप्पाजीचं पाऊल माजघराबाहेर पडताच, ती धावतच आत गेली. आवलीच्या आईच्या चेहऱ्यावरूनही आनंद ओसंडत होता. गुणाबाईनं हातातल्या साखरेच्या वाडग्यातली मूठभर साखर आवलीच्या आईच्या तोंडात घातली. मूठभर आपल्या तोंडात घातली आणि दोघी आनंदानं हसत राहिल्या.

आवलीचं तुकारामाशी लग्न होणार याचा सर्वात आनंद त्या विटेवर उभ्या असलेल्या पांडुरंगाला झाला. आवलीच्या रूपात तुकारामाला एक मोठा आधार मिळणार होता ज्यावर तुकारामाच्या संतपदाची इमारत नेटकेपणानं, मजबुतीनं उभी राहिली असती. आणि पांडुरंगाला मिळणार होता, आवलीच्या रूपात एक निस्सीम भक्त जी विठोबावर आपला अधिकार गाजवू शकणार होती. या दोन गोष्टी लक्षात आल्यावर पांडुरंगानेही आनंदाने मान डोलावली. त्यालाही एक मैत्रीण मिळणार होती. भांडायला, रुसायला! संतसज्जनांच्या गोतावळ्यात लाडू-गडू झालेल्या पांडुरंगाला आवलीच्या रूपात लाभणारी भक्त सखी म्हणजे पुरणपोळी आणि गुळवणीच्या जेवणानंतर जीभ जागी करणारा मिरचीचा ठेचा खाल्यासारखं होतं. झटका होता पण हवाहवासा वाटणारा. संतांकडून सतत आपली स्तुती, गुणवर्णन आणि थोरवी ऐकून कंटाळलेल्या पांडुरंगाला आवलीच्या रोखठोक बोलण्याची जणू आस लागली होती. आणि तोही वाट बघू लागला, आवली-तुकारामाच्या लग्नाची, अगदी आतुरतेनं.

पाच

गुणाबाई आणि आवलीची आई अगदी आनंदून गेल्या होत्या. त्यांच्या आवलीचं, त्यांच्या लाडक्या आवलीचं लगीन ठरलं होतं. आवलीला मात्र याचा पत्ता नव्हता. परसदारी मोठ्या चिंचेच्या झाडाला बांधलेल्या झुल्यावर बसून झोके घेण्यात ती मग्न होती. बरोबर मैत्रिणीही होत्याच. उंच उंच झोका घ्यायला आवलीला फार आवडे. आणि झोक्यावर ती नाना तऱ्हेच्या कसरती करी. कधी उभी राहून, तर कधी बसून, कधी मागं मान टाकून पाय पुढं ताणून, तर कधी मैत्रिणीला पायात बसवून ती मोठमोठे झोके घेई. हा झोक्याचा खेळ अगदी रंगात आला होता. एवढ्यात गुणाबाई बोलवायला आली. तिच्या चेहऱ्यावरून आनंद ओसंडून वाहत होता.

"चला, चला, ताईबाई चला. लवकर चला. आईंनी बोलवलंय घरात, तुमच्यासाठी एक गंमत ठरवलीय. चला, चला लवकर ऽ ऽ" घाई करत गुणाबाई म्हणाली.

तिची लगबग बघून आवलीनं झोका उतरवला, हळूहळू तो थांबला. परकराचा काचा धरून तिनं खाली उडी मारली. आणि गुणाबाईच्या कमरेला मिठी मारत तिनं लाडिकपणे विचारलं–

"गंमत ठरवलीय? म्हणजे काय ग? कोणती गंमत आहे सांग ना? आप्पाजींनी माझ्यासाठी काय गंमत आणलीय सांग ना? सांग ना गं, मी माझ्या ठकीसाठी त्यांना एक बाहुला आणायला सांगितला होता. तोच आणला असणार. म्हणजे मला आता ठकीचं आणि त्याचं लगीन लावता येईल. चल चल दाखव ना, चल."

आप्पाजींनी आपल्याला गंमत आणलीय या आनंदात आवलीची बडबड थांबेचना. तिची ती लाडिक बडबड ऐकून गुणाबाईला मात्र हसू फुटत होतं. गुणाबाई काहीच उत्तर न देता, नुसतीच हसत बसलीय हे बघून आवलीच्या चेहऱ्यावर हळूहळू राग दिसायला लागला. त्यातच गुणाबाईची कौतुकाची नजर आवलीला

न्याहाळत होती. ते बघून तर आवलीचा पारा आणखी चढला.

"ए गुणाबाई, अशी बघत काय उभी राहिलीस? आणि हसत काय सुटलीयस मघापासनं? मी विचारतेय ते सांग की काहीतरी. आप्पाजींनी माझ्या ठकीसाठी बाहुला आणलाय काय?"

आवलीनं रागातच विचारलं. तसं गुणाबाईनं हसू आवरलं आणि आवलीचे गालगुच्चे घेत ती म्हणाली,

"बाहुला आणलाय पण तुझ्या ठकीसाठी नाही तर तुझ्यासाठी. चांगला गोरा-गोमटा देखणा बाहुला हाय."

हे ऐकल्यावर तर आवलीचा पारा आणखीच चढला.

"ए गुणीटले, बिणीटले, तू चल आधी आईकडं. तिला सांगते तुझं नाव. चल चल ऽ ऽ."

आवलीनं गुणाबाईला ढकलत नेलं. तशी गुणाबाई पुन्हा हसू लागली. मग मात्र तिचा नाद सोडून आवली घरात आली. तिचे विस्कटलेले केस, फुरंगटलेला चेहरा बघून आईलाही हसूच आलं.

"काय झालं बाई? आमची ठकी का रुसली? आणि कुणावर?" आईनं मायेनं पण चेष्टेत विचारलं.

त्याचाही आवलीला राग आला.

"मला ठकी म्हणू नको आणि ही गुणाबाई काहीपण सांगतीय. मला म्हणाली, आप्पाजींनी माझ्या ठकीऐवजी माझ्यासाठीच बाहुला आणलाय म्हणून!"

आवलीची ही तक्रार ऐकून आईलाही गंमत वाटली. तोवर गुणाबाईपण तिथं आली. दोघीजणी मिळून हसू लागल्या. आणि त्यांच्या त्या हसण्यावर अधिकच रागावून, रुसून आवली रागारागानं स्वयंपाकघराच्या बाहेर गेली आणि सोप्यावर जाऊन रेटा लावून झोका घेऊ लागली. झोपाळ्याचा कर्रकर्र असा आवाज येऊ लागला. पण त्याही आवाजात आवलीला स्वयंपाकघरातून आईच्या आणि गुणाबाईच्या हसण्याचा आवाज कानावर पडत होता. आणि तिच्या रुसण्यात भर घालत होता. शेवटी आवलीला भूक लागली. तशी ती झोपाळ्यावरनं उतरली. आणि स्वयंपाकघरात आली. आई आणि गुणाबाई शेंगा फोडत बसल्या होत्या. गुणाबाईकडं एक रागाचा कटाक्ष टाकून आवली आईजवळ गेली. आईला खेटून बसत तिच्या पदराशी चाळा करत ती फुरंगटून म्हणाली,

"आई मला भूक लागलीय. जेवायला वाढ की चल. ना."

तशी अतीव मायेनं आवलीच्या केसांतून हात फिरवत आईनं तिला जवळ घेतलं.

"शाणी माझी बाई ती. तुझा राग गेला का? मुलीच्या जातीनं असं घडी घडी रागावू नये, रूसू नये. चल वाढते, चल."

असं म्हणत आई उठलीच.

"व्हय व्हय. बरूबर हाय. आता तुमचं लगीन व्हनार, तुमी सासरी जानार. तितं असं रुसायला लागलात तर कसं व्हायचं? कसं चालायचं?"

गुणाबाई उद्‌गारली, तशी आवली पुन्हा चिडली.

"मी नाही जा लग्न करणार. तुझंच लग्न करून देऊया म्हणजे तूच जाशील सासरी."

असं म्हणत गुणाबाईला वेडावून दाखवत ती आईच्या मागं गेली.

"गुणाबाई गप गं. तिला असं चिडवू नको बिथरेल ती."

असं गुणाबाईला दटावत आईनं आवलीला वाढायला घेतलं.

आईला आवलीचा हट्टी, रुसका स्वभाव माहीत होता. आपण तिचं लग्न ठरवलंय हे दुसऱ्या कुणीतरी सांगितलं, तर ती बिथरेल हेही त्या माऊलीच्या लक्षात आलं होतं. दूधभाकरी खाणाऱ्या आवलीकडं बघत असताना आईच्या मनात हे विचार आले आणि तिनं ठरवलं 'ही गोष्ट आवलीला स्वतःच सांगायची.' हा निर्णय घेतल्यावर तिला बरं वाटलं. आवलीचं जेवण होईपर्यंत ती थांबली. आवली भुकेजली होती. पोटभर जेवल्यावर तिला बरं वाटलं. तिचा रुसलेला चेहरा पुन्हा हसरा झाला. ती पानावरनं उठली. उठताना तिनं आपली ताट-वाटी उचलली. मोरीत नेऊन ठेवली. पाटावरनं पाण्याचा हात फिरवला. पाट उभा करून ठेवला. जेवताना खाली पडलेलं खरकटं उचलून तिनं म्हशीच्या आंबोणात टाकलं. आणि पुन्हा हात धुऊन ते आईच्या पदराला पुसण्यासाठी ती आईजवळ आली. आई आवलीचा हा नीटनेटकेपणा, कामसूपणा बघत होती. आपण पेरलेलं संस्काराचं बी आता अंकुरतंय हे तिच्या लक्षात आलं. उद्या याच अंकुराचा वटवृक्ष होईल आणि तो सगळ्या घरादाराला सावली देईल याची तिला खात्री पटली. ती आनंदली,

"आवले ऽ ऽ!" तिनं आवलीला हाक मारली.

आईच्या पदराला हात पुसून माजघरात चाललेली आवली आईची हाक ऐकून थांबली.

"काय ग आई?"

तिनं मागं वळून विचारलं.

"आवले, बोल्होबा काका तुला कसे वाटले गं."

आईनं सूतोवाच करायला सुरुवात केली.

"चांगले आहेत की आवडतात मला. अगदी आप्पाजींसारखे वाटतात. माझे खूप लाड करतात. परवा तर उत्सवात मी मोठी रांगोळी काढली होती, तर त्यांनी किती कौतुक केलं."

आवली उत्सवाच्या आठवणीत रमली.

“आवले, त्यांचा मुलगा तुकाराम याच्याशी तुझं लगीन ठरवलंय. बोल्होबा काका म्हणाले की, आवली मोठी गोड पोर आहे. आमच्या तुकारामासाठी बायको म्हणून चांगली आहे. आमच्या घरात तर तिचे खूप खूप लाड होतील. म्हणून मग मी आणि तुझ्या आप्पाजींनी हे लगीन ठरवलंय. आपण खूप मोठा मांडव घालूया आणि थाटात तुझं लगीन करूया.”

आई बोलत होती आणि आवली ऐकत होती. आईला काय उत्तर द्यावं हे आवलीला कळत नव्हतं. लग्न म्हटल्यावर तिच्या डोळ्यांसमोर मांडव, नवीन कपडे, मिठाई, पाहुण्यांची लगबग, दागदागिने हे सगळं दिसू लागलं, तर बोल्होबांचा मुलगा तुकाराम आपला नवरा होणार म्हटल्यावर तिला उत्सवातली एक गंमत आठवली.

उत्सवात ती आणि तिच्या मैत्रिणी रांगोळी काढण्यात गुंगल्या होत्या. बघता बघता अंगणभर रांगोळी काढून झाली. त्यात रंग भरून झाले. मंदिरात उत्सव असल्याने खूप गर्दी होती. येणारा जाणारा थबकून ती रांगोळी बघे आणि कौतुक करत पुढे जाई. आप्पाजीपण येऊन रांगोळी बघून गेले. पण बोल्होबाकाका तेव्हा त्यांच्याबरोबर नव्हते. तेव्हा बोल्होबा काकांना आणण्यासाठी आवली त्यांना शोधायला बाहेर पडली. बोल्होबा काका तिला सभा मंडपात सापडले. त्यांच्याबरोबर आणखी दोन माणसं होती. त्यांची मुलं असावीत. आवली बोल्होबा काकांच्याजवळ गेली आणि त्यांचा हात धरून त्यांना रांगोळी बघायला चलण्याबद्दल आग्रह करू लागली,

“काका, चला ना. बघा आम्ही कशी छान रांगोळी काढलीय ते. चला चलालवकर.”

आवलीला एका हातानं जवळ घेत बोल्होबा काका म्हणाले,

“अगं हो हो ऽ ऽ! जाऊया की, थांब जरा. अगं येतो मी तुझी रांगोळी बघायला! थांब जरा.”

“ते काही नाही. सगळी जण बघून गेली. आप्पाजी पण बघून गेले, तुम्हीच तेवढे राहिलात. चला बघू लवकर, चला चला.” आवलीनं पुन्हा आग्रह केला.

“अगं हो हो. थांब जरा, आवले. हे बघ, ही माझी दोन मुलं! हा तुकाराम आणि हा कान्होजी. त्यांना देवदर्शन घडवतो आणि येतोच. तू हो पुढं.” बोल्होबा आवलीची समजूत काढत म्हणाले.

“ऊं ऽ ऽ ऽ! हे हो काय बोल्होबाकाका? तो पांडुरंग कुठे पळून जात नाही. तो थांबेल थोडा वेळ. पण मोठं वारं सुटलं ना तर रांगोळी विस्कटेल. तेव्हा ती चांगली आहे तोवर बघायला चला, चला ना काका. चला ना.” आवली हट्ट सोडेना.

“जाऊन या बाबा तुम्ही. मी आणि कान्होजी जातो देवदर्शन घ्यायला. तुम्ही

आधी हिची रांगोळी बघून या. हिच्या हट्टापुढं पांडुरंगाचंही काही चालायचं नाही. तिथं तुम्ही काय करणार? तो पांडुरंगसुद्धा थांबेल हिच्या हट्टापायी.'' तो बोल्होबाकाकांचा मुलगा तुकाराम म्हणाला.

आवलीला त्याचा रागच आला. त्याला 'अॅ' करून वेडावून दाखवत तिनं पुन्हा बोल्होबाकाकांच्या मागं लकडा लावला.

शेवटी,

''बरं, बरं. चला आपण सगळीचजण आधी रांगोळी बघून येऊ आणि मग देवदर्शन करू. चला.'' अशी शरणागती पत्करत बोल्होबा आवलीची रांगोळी बघायला आले आणि ती सुबक, नेटकी रांगोळी पाहून त्यांनी आवलीला शाबासकी दिली. तिचं कौतुक केलं. पाठ थोपटली. त्यांच्या सोबत आलेल्या तुकारामाच्या डोळ्यांतसुद्धा कौतुकाची छटा उमटली होती आणि तोही पुटपुटला होता –

''खरंच! पांडुरंगानं सुद्धा नक्की माघार घेतली असती.''

त्याचं ते पुटपुटणं फक्त आवलीला ऐकायला आलं होतं आणि नेहमीच्या ठसक्यांत जीभ बाहेर काढून तिनं त्याला वेडावूनही दाखवलं होतं.

हा सगळा प्रसंग आवलीच्या डोळ्यांसमोरून सरकून गेला. आपण आवलीच्या लग्नाबद्दल तिच्याशी बोलतोय आणि ती गप्पच उभी आहे हे बघून आवलीच्या आईलाही नवल वाटलं.

''आवले! ए आवले, काय ग? करायचं ना तुझं लगीन?''

आईनं पुन्हा विचारलं.आता आईला काहीतरी उत्तर देणं भागचं होतं. आवली भानावर आली. म्हणाली,

''करायचं, पण एका अटीवर. मी लगीन झाल्यावर सासरी जाणार नाही. इथंच राहणार. तुझ्याजवळ आणि आप्पाजींच्याजवळ. तुम्हाला दोघांना सोडून मी कुठं जाणार नाही.''

आईच्या कमरेला मिठी मारत तिच्या ओच्यात तोंड घालून आवली म्हणाली. ते ऐकून आवलीच्या आईला हसूच आलं. एवढ्यात –

''हं! असं कधी झालं व्हतं का? लगीन झाल्यावर सासरी गेला न्हायी तर नवरा येऊन घेऊन जाईल, काठीनं बडवत आणि नेऊन बांधून घालील गोठ्यात.'' गुणाबाई म्हणाली.

''तूच जा सासरी. तुलाच घेऊन जाईल नवरा काठीनं बडवत आणि बांधून घालील गोठ्यांत म्हशीशेजारी.'' गुणाबाईला चिडवत आवली म्हणाली.

''गुणाबाई गप गं! उगीच तिला काहीतरी चिडवू नको. काही कुणी मारत बिरत नाही. उलट बोल्होबाकाका आवलीचे लाडच करतील. तू काहीतरी बोलू नको. जा बघू तुझ्या कामाला. चार घागरी शेंदून आण जा आणि मंगळीला धू जा.''

आईनं गुणाबाईला दटावलं तशी आवलीला खूप आनंद झाला. तिनं जोरजोरात टाळ्या वाजवून गुणाबाईला वेडावून दाखवलं आणि आईच्या हाताला झोल देऊन ती झोपाळ्यावर पळाली. 'या गुणाबाईला जरा चांगली ताकीद द्यायला हवी. हिच्या असल्या उलट्या सुलट्या बोलण्यानं ही पोर बिथरायची. या गुणाबाईला जरा समज द्यायलाच पाहिजे.' आईच्या मनात विचार आला. पण लग्नाची गोष्ट काढल्यावर आवली चिडली नाही की संतापली नाही. रुसली नाही की रडली नाही हे बघून तिला बरं वाटलं. तिच्या डोक्यावरचं एक मोठं ओझं उतरलं. चला आता आप्पाजींना सांगायला बरं आणि लग्नाची पुढची बोलणी, पुढची तयारी करायला बरं. आवलीच्या आईच्या मनात एकेक विचार येत होते. एकेक संकल्पना आकारत होती. आवलीच्या जन्माच्या वेळी बघितलेलं तिच्या लग्नाचं सुंदर स्वप्न आता साकारणार होतं. आवलीच्या आईच्या उत्साहाला जणू उधाण आलं.

त्यानंतर थोड्याच दिवसांनी चांगला दिवस बघून आप्पाजी आणि आवलीची आई देहूला गेले. बोल्होबा आंबिले-मोरे यांच्या घरी आवलीची सोयरिक जमवायला. बोल्होबा आणि कनकाई दोघांनी आप्पाजींचं मनापासून स्वागत केलं. आवलीची आई स्त्रीसुलभ चौकस बुद्धीनं बोल्होबाचं घर न्याहाळत होती. एकेका माणसांचे स्वभाव आजमावत होती. बोल्हाबांचा वाडा चांगला ऐसपैस होता. एका अंगाला मोठा गोठा होता. तिथं गाई–म्हशी चांगल्या नांदत्या दिसत होत्या. दुसऱ्या अंगाला एक चौखणी पडवी होती. तिथं धान्याची पोती आणि दुकानात लागणारा इतर माल रचून ठेवलेला होता. बोल्होबा आणि कनकाई दोघंही शांत, समंजस दिसत होती. बोल्होबा थोडे कमी बोलत होते. मोजकंच बोलत होते. पण कनकाईचं भाबडेपणं तिच्या बोलण्यातून प्रतीत होत होतं. तिला आपल्या घराबद्दल, तुकारामाबद्दल किती सांगू आणि किती नको असं झालं होतं. पण तुकारामाचं गुणवर्णन करताना मधनंच तिच्या चेहऱ्यावर दुःख उमटत होतं. स्वरांत विषादाची छटा येत होती. कनकाईचं बोलणं ऐकता ऐकता आवलीच्या आईची नजर साऱ्या स्वयंपाकघरात फिरत होती. स्वयंपाक-घरातले बारीक-सारीक बारकावेही तिच्या मनाच्या वहीत नोंद घेत होते. स्वयंपाकघर तांब्या-पितळेच्या भांड्यांनी भरलं होतं. कोपऱ्यात, मोठ्याला हंड्यापासून छोट्या तपेली-सतेली पर्यंत हंड्यांची उतरंड दिसत होती. सगळी भांडी कशी लख्ख, त्यात बघून कुंकू लावावं इतकी चकचकीत. आग्नेय कोपऱ्यात चार चुली होत्या. दोन मोठ्या, दोन लहान. चुलींभोवती चांगला ऐसपैस कट्टा होता. चुलीच्या मागे भिंतीत अंबार दिसत होत. त्यात लाकूडफाटा भरलेला होता. स्वयंपाकघराच्या ऐसपैस आकारावरूनच इथं कायम पंगती उठत असणार हे लक्षात येत होतं. दुसऱ्या कोपऱ्यात आणखी एक उभं अंबार होतं. त्यात भाताच्या कणगी होत्या. अन्नधान्यानं, दह्या-दुधानं, तुपानं आणि माणसांनी समृद्ध

असलेलं हे घर बघून आवलीच्या आईचं मन भरून आलं. स्वयंपाकघराला मागे कोठार होतं. तिथं धान्यानं भरलेल्या कणग्या होत्या. बाहेर मोठं माजघर होतं. माजघरातून वर जायला जिना होता. माजघरातच देवघर चांगलं मोठं होतं. तिथं विठ्ठल-रुक्मिणीची सुबक मूर्ती होती. इतरही अनेक देव होते. देवघरात एक मोठी पितळी समई अव्याहत शांत जळत होती. तीवर कंदिलाची काच पालथी घातली होती. देव्हाऱ्यात उभी असलेली विठ्ठल-रुक्मिणीची ती प्रसन्न मूर्ती, चकचकणारे इतर देव, समोर काढलेली नीटस रांगोळी, बसायला असलेला चौफुल्यांचा चौरंग, शांत तेवणारी ती समई, सारं सारं बोल्होबाच्या घराबद्दल, माणसांबद्दल बोलायला जणू आतुर झालं होतं.

एवढ्यात 'बाबा आले, बाबा आले' म्हणत तुकारामाचं छोटं बाळ संताजी दुडूदुडू धावत आत आलं आणि कनकाईच्या गळ्यात पडलं. त्याच्या चेहऱ्यावरून अतीव मायेनं हात फिरवत कनकाई भरल्या आवाजात म्हणाली –

"या पोराकडं बघून वाईट वाटतयं बघा. तुमची पोर खूप मायाळू आहे म्हणे. धनी म्हणत होते! या पोराला तिनं माया लावली की आम्ही मोकळे झालो."

एक क्षणभर आवलीच्या आईच्या काळजात एक सूक्ष्म कळ उठली. आपण आपल्या लाडक्या लेकीच्या नशिबी काही वेगळं तर लिहीत नाही ना अशी शंका तिच्या मनात येऊन गेली. एवढ्यात तुकाराम आत आला आणि त्याचा शांत, समाधानी चेहरा बघून आवलीच्या आईच्या मनातल्या सगळ्या शंका जणू पुसून गेल्या. मध्यम बांध्याचा, निमगोऱ्या वर्णाचा तुकाराम स्वच्छ पांढरे धोतर, पांढराच सदरा, डोईवर पागोटं, अशा वेशात समोर आला. तरतरीत नाक, अतिशय नितळ आणि प्रेमाचा वर्षाव करणारे स्निग्ध डोळे, निश्चयी स्वभाव दर्शवणाऱ्या जाडसर भुवया, चेहऱ्यावरचं निर्व्याज्य हसू आणि प्रसन्न मुद्रा. 'आवलीला अगदी शोभेल, अगदी लक्ष्मी-नारायणासारखी जोडी दिसेल.' आवलीच्या आईच्या मनांत आलं. तिच्या मनानं जणू एकदम कौलच दिला. फराळ झाला आणि मुलगी बघायला यायचा दिवस नक्की करून आप्पाजी, आवलीच्या आईसमवेत घरी परतलेसुद्धा.

आवलीची आई घरी आली ती आनंदानं निथळतच. तिला बोल्होबांचं घर आवडलं होतं. माणसं आवडली होती आणि सगळ्यात आवडला होता तो तुकाराम त्याचं पहिलं लग्न झालंय आणि त्याला एक लहानगा मुलगा आहे हे सांगूनसुद्धा खरं वाटलं नसतं इतका तो कोवळा आणि राजबिंडा दिसत होता. अर्थात तो वयानंही फार नव्हताच मुळी. असेल १७-१८ वर्षांचा. अवलीपेक्षा दहा एक वर्षांनी मोठा म्हणजे योग्यच होतं की, आवलीची आई हे सारं आठवून आनंदून जात होती. बैलगाडीच्या त्या आख्ख्या प्रवासभर तिच्या तोंडात बोल्होबाकाका, त्यांच घर, घरातली माणसं आणि तुकाराम एवढाच विषय होता आणि पत्नीचा प्रसन्न चेहरा

आणि न थांबता केलं जाणारं तुकारामाचं कौतुक बघून आपला निर्णय चुकला नाही याची आप्पाजींना पदोपदी खात्री पटत होती. घरी पोहोचल्यावर तर हे सगळं गुणाबाईला किती सांगू आणि कसं सांगू असं आवलीच्या आईला झालं. त्या नादात आप्पाजी झोपाळ्यावर बसलेत आणि त्यांना गूळपाणी द्यायचंय हेही ती विसरली.

गुणाबाईला सगळं बैजवार सांगितल्यावर आवलीच्या आईला बरं वाटलं. पण आता गडबड करायला हवी होती. आदित्यवारी ती मंडळी आवलीला बघायला यायची होती. हाताशी चार-पाचच दिवस होते. सगळं घर सारवून घ्यायला हवं होतं. डबे, भांडी घासायला हवी होती. झाडलोट करायला हवी होती. झरोके स्वच्छ करायला हवे होते म्हणजे भरपूर उजेड आला असता. हे सगळं रोजची कामं आटपून करायला हवं होतं. ती माणसं जेवायला येणार होती. बुंदी पाडून घ्यायला हव्या होत्या. थोडं पुरण घालायला लागणार होतं. खीर करायची होती. बाई ग, भरपूर कामं होती आणि वेळ अगदी थोडा. छे:! चांगलीच घाई करायला हवी होती. आवलीची आई गुणाबाईला सूचनांवर सूचना देत होती. त्या ऐकता ऐकता गुणाबाईची धांदल उडाली होती. आणि या सगळ्यापासून अलिप्त असलेली निरागस आवली आपल्या बाहुलीला झगा शिवायच्या नादात होती. आईच्या चोळीच्या खणातला राहिलेला तुकडा घेऊन त्याला टाके घालत बसली होती.

आवलीच्या घरी चाललेली धांदल बघून कर कटेवर ठेवून विटेवर उभ्या असणाऱ्या त्या सावळ्या पांडुरंगाचा आनंद मात्र ओसंडून वाहत होता. आवली-तुकारामाचं लग्न नक्की ठरणार होतं. आवलीचा तेज धारदार स्वभाव आणि तुकारामाची नम्रता आणि ऋजुता यांचा सुरेख मेळ जमणार असं दिसत होतं. संतपदाच्या शिखरापर्यंत पोहोचण्यासाठी तुकारामाच्या जीवनात ही पहिली पायरी होती आवली, जिच्या भक्कम आधारावर तुकाराम निश्चिंतपणे संतपदाचा सोपान चढू शकणार होता. पांडुरंगाचा खुललेला चेहरा बघून रुक्मिणीनं कारण विचारलं आणि ते कळल्यावर रुक्मिणीला एक वेगळीच काळजी लागून राहिली. सर्वांची माऊली, विठू माऊली म्हणून सर्वांच्या प्रेमाचा, स्नेहाचा अधिष्ठाता असलेला पांडुरंग आता शिव्या-शापांचाही धनी होणार होता. ज्याच्या सावळ्या रंगावर भक्तीनं भरलेले आणि भारलेले अभंग रचले गेले त्याच सावळ्या रंगाचा आता उद्धार होणार होता. आणि तरीही पांडुरंग मात्र प्रसन्नचित्त होता. याचंच रुक्मिणीमातेला नवल वाटत होतं.

सहा

त्या दिवशीची सकाळच मोठी प्रसन्न होती. आवलीच्या आईची स्वयंपाकाची धांदल चालली होती. तरी बरं तिनं आज सारजाला मदतीला बोलावलं होतं. सारजा आणि गुणाबाई चुलीपुढं विजेसारख्या लवत होत्या. आज आवलीच्या आईनं पहाटेच आवलीला न्हायला घातलं होतं. शिकेकाई, आवळा, कचोरा, नागरमोथा, रिठे घालून आवलीचे जाड, दाट केस धुतले होते. या सगळ्यामुळं आवलीच्या मूळच्या काळ्याभोर केसांना एक वेगळीच तकाकी आली होती. चुलीपुढलं पहिलं काम उरकून गुणाबाई आणि सारजाला पुढच्या सूचना देऊन आवलीची आई माजघरात आली. तिनं आवलीला हाक मारली. फणेर-करंडकाची पेटी घेऊन तिनं आवलीला पुढ्यात बसवले. हस्तीदंती फणीनं आवलीचे केस विंचरले. त्याचा छानसा खोपा घातला. त्यावर सोन्याचं फूल खोचलं. भोवती गजरा गुंडाळला. आवलीच्या डोळ्यांत काजळ रेखलं. तिच्या कपाळावर कुंकवानं छानशी चिरी काढली. माजघरातल्या मोठ्या फडताळात ठेवलेलं जरतारी लुगडं काढलं. उत्सवाचे वेळी जरीच्या खणाच्या परकरावर शिवलेली जरीची चोळी तिनं आवलीला घालायला लावली. मग तिला ओचा-पदर देऊन चांगलं चापून-चोपून लुगड नेसवलं. आणि मग एकेक करत दागिने घातले. टिका घातल्या, गळसरी घातली. साज घातला. कमरपट्टा घातला आणि शेवटी नाकात नथनी! आवलीचा चेहरा गौरीच्या मुखवट्यासारखा देखणा दिसायला लागला. तिच्याकडं डोळे भरून बघून आवलीच्या आईनं तिची अलाबला घेतली आणि आपल्या कानशिलांवर कडाकडा बोटं मोडली. मग तिनं आवलीला काही सूचना दिल्या -

''हे बघ आवले, सावकाश चालायचं, धडाधडा पळायचं नाही. बोल्होबा काकांना आणि कनकाई काकूला वाकून नमस्कार करायचा आणि त्यांनी बस

म्हटलं की बसायचं.''

''आणि माझे पाय दुखायला लागले तर? आणि बोल्होबा काकांना नमस्कार का करायचा? ते तर नेहमीच येतात.'' आवलीनं प्रश्न विचारलाच.

''हे बघ पोरी, मी सांगते तसंच कर हं. शाणी माझी बाई ती! मग रात्री बत्तासा देईन हं.'' आवलीच्या आईनं समजावून सांगितलं.

आवलीनं मान डोलावली आणि ती आपला थाटमाट आप्पाजींना दाखवायला गेली. गेली ती मात्र पळतच. आवलीच्या आईनं कपाळावर हात मारला, 'काय म्हणायचं या पोरीला?' असं पुटपुटत ती स्वयंपाकघरांत वळली.

आवलीच्या आईचा स्वैपाक होतच आला आणि देहू गावची मंडळी आली. बोल्होबा, कनकाई, सावजी, त्याची पत्नी आणि इतर काही मंडळी. अशी आठ-दहा जणं आली होती. बोल्होबांनी आवलीला पाहिलीच होती. त्यामुळं मुलगी पाहण्याचा कार्यक्रम असातसाच होता. एकदा घरच्या मंडळींनी आवलीला नजरेखालनं घालायची होती आणि लगीन ठरवायचं होतं इतकंच. सजवलेल्या सारवट गाडीतून मंडळी खाली उतरली. आप्पाजी त्यांना सामोरे गेले. आवलीची आई पडवीच्या दाराशी उभी होती. तिनं कनकाईला आणि सावजीच्या बायकोला हाताला धरून आत नेलं. त्यातल्या त्यात बरं म्हणजे झोपाळ्यावर झोके घेत बसलेल्या आवलीला गुणाबाईनं नुकतंच आत नेलं होतं. मंडळी बसली. आप्पाजींनी बैठकीची व्यवस्था उत्तम केली होती. गाद्या-गिर्द्या, लोड-तक्के, पानसुपारीचे तबक. पुरुष मंडळी सोप्यावर बसली तर बायकामाणसं आत माजघरात गेली. इकडच्या तिकडच्या गप्पा झाल्या. कनकाईची नजर आवलीला शोधत होती. कधी एकदा तिला बघतो असं कनकाईला झालं होतं. फराळ झाला. शेवटी न राहवून कनकाईनं आवलीच्या आईला विचारलंच –

''कुठाय आमची सूनबाई? बघू द्या की आम्हाला.''

आवलीची आई हलकेच हसली. ''बोलावते हं.''

असं म्हणत माजघरातून शेजघरात गेली. आवली तिथं उभी होती. आवलीच्या आईबरोबर गुणाबाईपण गेली. दोघीजणी आवलीला घेऊन माजघरात आल्या. माज-घराच्या कौलातून येणारा प्रकाश माजघर उजळून टाकत होता. त्या प्रकाशात आवली पुढं आली. कनकाईला ती गौरी सारखीच वाटली. तिचा लोभसवाणा पण तेजस्वी चेहरा पाहिल्यावर 'हीच खरी तुकारामाची पत्नी' असा कौल कनकाईच्या मनानं दिला. आवली पुढं झाली. तिनं कनकाईला वाकून नमस्कार केला. तिच्या जवळच बसलेल्या सावजीच्या बायकोलाही वाकून नमस्कार केला आणि ती एका बाजूला खाली मान घालून उभी राहिली.

''बस पोरी.'' कनकाईनं मायेनं सांगितल्यावर आवली आदबशीरपणे बसली.

आवलीचं ते साजरं रूप, तेजस रंग, बोलके डोळे, हनुवटीवरची खळी सगळं कनकाईला आवडलं. आपल्या घराला ही सून शोभून दिसेल असं तिला वाटून गेलं. एवढ्यात आवलीला बाहेर 'बैठकीत बोलावलंय' असा निरोप आला. गुणाबाई आवलीला घेऊन सोप्यावर गेली. तिथंही आवलीनं सगळ्यांना वाकून नमस्कार केला. आप्पाजींचा हात आशीर्वाद देताना किंचित थरथरला. ती थरथर आवलीलाही जाणवली. नमस्कार करून झाल्यावर ती चौकटीजवळ ओठंगून उभी राहिली. 'मान खाली, नजर पायाच्या अंगठ्यावर' आईनं असंच सांगितलं होतं. बैठकीत काही जुजबी संवाद झाले. आवलीनं मानेनंच प्रश्नांची उत्तरं दिली. तिला आत जायला सांगण्यात आलं. कनकाईनं ती आत आल्यावर पेढ्याचा पुडा, बत्तासे, केळी सगळं आवलीच्या ओटीत घातलं, आणि आवली-तुकारामाच्या विवाहावर शिक्कामोर्तब झालं. दोन्ही घरातील मंडळींना आनंद झाला. नंतर जेवणं झाली आणि साखरपुड्याचा दिवस नक्की करूनच मंडळी परतली.

बोल्होबा आणि सगळी मंडळी परतली आणि आवलीच्या घरी आवलीच्या भाग्याची चर्चा सुरू झाली. बोल्होबांचं, त्यांच्या घरच्या मंडळींचं वागणं, बोलणं, आपलेपणा दाखवणं, बोलता बोलता समोरच्याला आपलंसं करून घेणं, कनकाईचा मायाळू स्वभाव, रीत-भात या सगळ्याची चर्चा रंगली. आणि आपली लाडकी आवली तिथं सुखात राहील असा दिलासा सगळ्यांनाच वाटला.

आता लगबग सुरू झाली साखरपुड्याची. रिवाजाप्रमाणं साखरपुडा आप्पाजींच्या घरी होणार होता. आप्पाजी त्या भागातले एक प्रतिष्ठित सावकार. त्यांच्या लाडक्या कन्येचा साखरपुडा आणि तोही देहूतल्या एका प्रतिष्ठित व्यापाऱ्याच्या बोल्होबा आंबिले-मोरे यांच्या पुत्राशी – तुकारामाशी! तो अर्थातच थाटातच होणार. साखरपुड्याची सगळी तयारी करायला हवी होती. आता खूप कामं होती. साखरपुड्याच्या थाटामाटात कुठं कमतरता पडून चालणार नव्हती. सगळं शिस्तीत व्हायला हवं होतं आणि दिमाखात-सुद्धा. आप्पाजींच्या प्रतिष्ठेला शोभेल असं. आता आवलीच्या आईच्या आणि गुणाबाईच्या हाताला उसंत नव्हती. त्या दोघींचे हात आता पुरणार नव्हते. पण आप्पाजींचा स्वभाव आणि गावात त्यांच्याबद्दल आदरच असा होता, की एक नाही शंभर हात मदतीला आले असते आणि आलेही आपणहून, न बोलावता. आवलीच्या साखरपुड्याला सारं गाव लोटणार होतंच, पण साखरपुड्याच्या तयारीलाही जणू सगळं गाव लोटलं होतं. वाड्याची साफसफाई, रंगरंगोटी एक नाही शंभर हात लागले. आणि बघता बघता आप्पाजींचा वाडा एखाद्या नव्या बांधलेल्या हवेलीसारखा दिसायला लागला. गेरू आणि पांढरी माती यांच्या मिश्रणातून तरतऱ्हेचे रंग निर्माण करून

गावकऱ्यांनी वाडा असा काही रंगवला की वाड्याचं रूपच पालटलं. वाड्याच्या प्रवेशद्वारावर दोन्ही बाजूला सनई वाजवणारे साजिंदे काढले होते. तर वरच्या कमानीवर गजानन. मुख्यद्वार, प्रवेशद्वार याशिवाय अंगण, गोठा, परसू सगळं अगदी आरशासारखं लख्खं आणि रंग संगतीनं नटलेलं. पडवी, सोपा, माजघर, देवघर, स्वयंपाकघर, परसदाराची खोली, अंधेरी खोली, शेजघर यांच्यासह अगदी अंबार, कोनाडे, तुळ्या, खांब सगळं सगळं मनापासून नटलं होतं. त्यांच्या लाडक्या आवलीच्या साखरपुड्यासाठी.

बघता बघता साखरपुड्याचा दिवस उजाडला. आप्पाजींच्या घरी सकाळपासनं वर्दळ सुरू झाली. प्रत्येकजण काहीना काही आणत होतं. आणि हातातली वस्तू गुणाबाईकडं किंवा सारजाकडं देऊन लगेचच कामाला लागत होतं. कुणी झेंडूच्या फुलांच्या माळा आणल्या होत्या, कुणी आंब्याच्या पानांची तोरणं आणि डहाळ्या आणल्या होत्या, तर कुणी सुरंगीचे, मोगऱ्याचे गजरे आणले होते. कुणी गाडीभर शेणी आणल्या होत्या, तर कुणी गुरांच्या पाठीवर घालायला मोत्याच्या झालरी लावलेल्या झुली, तर कुणी गुरांच्या शिंगाना बांधायला गोंडे आणले होते. कुणी रंगीबेरंगी पताकांच्या माळा, कुणी रानफुलांचे झुबके. गुणाबाई, सारजा, सोपाना, राऊ, संभा, भुरा. यांच्या हातांना आणि पायांना तर उसंत नव्हतीच, पण आवलीची आई? ना तिच्या हाताला उसंत होती, ना मनाला सवड, ना पायाला विसावा ना विचारांना विश्राम. मनाला जणू उत्साहाचे पंख फुटले होते आणि विचारांना स्वप्नांची दिशा मिळाली होती. आवली – लाडकी आवली – तिचा आज साखरपुडा आवलीच्या आईच्या जीवनातला असीम आनंदाचा क्षण.

घरातली माणसांची ही लगबग, तो उत्साह, ती धावपळ बघून आवली मात्र एक वेगळी हुरहूर मनाशी लपवत वावरत होती. आज सकाळी तिला सर्वजण येता जाता चिडवत होती. छेडत होती. मैत्रिणींनी तर तिचा पिच्छाच पुरवला होता. कालपर्यंत बाहुला-बाहुलीचं लगीन लावणारी आवली, खेळ खेळून दमणारी खेळकर आवली आज आपल्याच लग्नाच्या विचारानं कावरीबावरी झाली होती. सैरभैर झाली होती. एरवी मैत्रिणींनी चिडवलं तर त्यांना तोडीस तोड उत्तर देणारी, फटकळ पण हजरजबाबी आवली आज मैत्रिणींच्या चिडवाचिडवीला उत्तरच देत नव्हती. उलट खाली मान घालून त्यांच्या मस्करीचा मूक स्वीकार करत होती. काहीशी लाजत होती. फारच असह्य झालं तर उठून दुसरीकडं जात होती. पण मैत्रिणी तिची पाठ सोडत नव्हत्या. मनातली हुरहूर, काही शंका, उरातली धडधड, किंचितशी भीती आणि असीम उत्सुकता या सगळ्या भावना त्या मैत्रिणींपासून लपवताना तिची तारांबळ उडत होती. आणि

एवढी हुशार, चलाख, चुणचुणीत आवली या लपवाछपवीत मात्र सपशेल अपयशी ठरत होती. असहाय्य ठरत होती.

एवढ्यात देहू गावची मंडळी आल्याची वार्ता आली आणि आधीच गडबड असलेल्या त्या वातावरणात आणखीच गडबड उडाली. जो तो महाद्वाराकडे जायला धडपडू लागला. प्रत्येकाला एकच उत्सुकता होती, तुकाराम, आवलीचा नवरा कसा आहे ते बघायची. पण राऊनं सगळ्यांना थांबवलं. त्यामुळे महाद्वाराकडे होणारी गर्दी थांबली. बोल्होबा, त्यांचे सर्व कुटुंबीय, तसेच त्यांचे आप्त स्वकीय, स्नेही मंडळी यांच्यासमवेत आले होते. या सगळ्यांच्यातच तुकाराम होता. स्वच्छ पांढरं धोतर, आज सदऱ्याच्या जागी अंगात बाराबंदी होती आणि डोईला पागोटं, कपाळावर बुक्क्याचा ठिपका, त्या खाली पांढरं गंध, शांत, प्रसन्न चेहऱ्यानं आपली नवी सासुरवाडी, तिथली माणसं न्याहाळत होता. चेहऱ्यावर किंचित उत्सुकता, ओठावर संकोची स्मित, तुकाराम आत आला. प्रेमाचा वर्षाव करणारे त्याचे स्नेहल डोळे, तरतरीत नाक, निमगोरा रंग आणि बांधेसूद शरीर पाहिल्यावर आपल्या आवलीसाठी आप्पाजींनी अगदी योग्य नवरा शोधला याची सर्व मंडळींना खात्री पटली. आणि त्यांच्या उत्साहाला आणखी उधाण आलं. आनंदाला भरतं आलं.

देहू गावच्या मंडळींचं स्वागत तर अगदी झोकात झाले. गुणाबाईनं वाड्याच्या दारात भाकर तुकडा ओवाळून टाकला. पायावर पाणी घातलं आणि तुकारामनं वाड्यात प्रवेश केला. त्याच्या स्वागतासाठी सगळा वाडा जणू आतुरला होता. अंगणातल्या रांगोळीचा प्रत्येक ठिपका, प्रत्येक रेष जणू त्याला कौतुकानं न्याहाळत होती आणि ओवाळत होती. ती रांगोळी पाहिल्यावर तुकारामाला तो मंदिराच्या उत्सवाच्या वेळचा रांगोळी पाहण्याचा प्रसंग आठवला. पाठोपाठ आठवली ती कुर्रेबाज आवली, तिचा तो लाडिक हट्ट, रांगोळी बघायला चलण्यासाठी तिनं बोल्होबांची केलेली आर्जवं, ती रांगोळी आत्ताच बघणं कसं संयुक्तिक आहे याचं तिनं केलेलं संयुक्तिक, समर्पक समर्थन आणि खरंच 'पांडुरंगानं सुद्धा नक्की माघार घेतली असती' असं तुकारामानं म्हटल्यावर तिचं त्याला वेडावून दाखवणं... अंगणातली ती रांगोळी पाहिल्यावर तो प्रसंग तुकारामला जसाच्या तसा आठवला आणि त्याच्या ओठावर किंचित मिस्कील हास्य उमटलं.

खरं तर तुकारामाचं पहिलं लग्न झालेलं. त्याला एक मुलगाही होता, पण मनात संवेदना जागी होण्यापूर्वी वेदना शमून जावी तसं झालं होतं. आपल्या पहिल्या पत्नीवर रखुमाईवर आणि लहानग्या संताजीवर त्याचं प्रेम होतं. तिच्याच आग्रहाखातर तो दुसऱ्या लग्नाला तयार झाला होता. पण आवलीशी लग्न

करायला संमती दिल्यापासून उत्सवात विजेसारखी तळपणारी तेजस्वी आवली त्याच्या नजरेसमोरून हटेना. मनातल्या मनांत कुठंतरी गाठ बसतही होती आणि तिची उकलही होत होती. आताही ती रांगोळी बघताना तुकारामाच्या मनांत पुन्हा ती गाठ गुंफली गेली.

पाहुण्यांचं आगत-स्वागत झालं, बैठक झाली. पुण्याच्या आप्पाजी गुळव्यांची कन्या देहूच्या बोल्होबा आंबिले-मोरे यांच्या मुलाला देण्याचं ठरलं. सुपारी फुटली आणि साखरपुड्याचा मुख्य कार्यक्रम सुरू झाला. आवलीला बाहेर आणण्यात आलं. बैंगणी रंगाच्या त्या टोपपदरी इरकली, जरतारी लुगड्यात आवली विलक्षण देखणी दिसत होती. तिच्या काळ्याभोर, दाट केसांचा तो घातलेला खोपा, त्यावरचं ते सोन्याचं फूल, गजरा, डोळ्यांत काजळ, कपाळावर आडवी चिरी, बैठकीच्या दाराजवळ आल्यावर गुणाबाईनं आवलीच्या डोक्यावर पदर दिला. आणि तो कपाळापर्यंत ओढून घेतला. खाली मान घालून आवली बैठकीत आली. डोईवरचा पदर अधिकच ओढून तिनं बैठकीतल्या सगळ्यांना वाकून नमस्कार केला. आणि गुणाबाईच्या संकेतावरून ती माजघराच्या दाराजवळ अदबीनं बसली. डोईवरचा पदर पुढपर्यंत ओढून घेतल्यामुळं आवलीला समोरचं काही दिसत नव्हतं. दिसत होते ते समोर बसलेल्या व्यक्तींचे पाय. आप्पाजींची पावलं तिनं ओळखली. इतर काही पावलं अनोळखी होती. अनेकांची होती. पण त्यातली दोन पावलं जी तिच्यासमोर होती ती निमुळती, निमगोरी, एकसारख्या बोटांची प्रभावळ असणारी. का कुणास ठाऊक आवलीला ती पावलं तुकारामाची असावीत असं वाटलं.

आवलीचा तो अंदाज अगदी खरा होता. आवलीच्या समोरच तुकाराम बसला होता. आवली खाली मान घालून नाकापर्यंत पदर ओढून बसली होती. पण तिची बसण्यातली ऐटही डौलदार होती. तिच्या पुढं ओढलेल्या पदराखालून तुकारामाला तिच्या अपऱ्या नाकाचा शेंडा, तिचे लालसर, सुबक ओठ आणि निश्चयी स्वभाव दर्शवणारी खळी पडलेली हनुवटी आणि त्यावरचं इवलं गोंदण एवढंच दिसत होतं. पण तेवढ्या दिसण्यानंही त्याच्या मनांत भावनांची गुंफण सुरू झाली होती. एवढ्यात बोल्होबा उठले आणि त्यांनी कनकाईला हाक मारली. कनकाई बाहेर आली. तिच्याबरोबर सावजीची पत्नीपण होती. तिच्या हातात चांदीचं ताट होतं. त्यात चांदीचे रुपये, साखर, पेढे इ. सामान होते. कनकाई आणि बोल्होबा पुढं झाले. दोघांनी मिळून ताटातला चांदीचा रुपया उचलला. त्याला कुंकू, अक्षता लावून घेऊन ते आवलीजवळ आले. गुणाबाई आवलीच्या जवळच बसली होती. तिनं आवलीच्या चेहऱ्यावर आलेला पदर जरा मागे ओढला आणि कपाळापर्यंत घेतला. कनकाई आणि बोल्होबा

दोघांनी मिळून तो चांदीचा रूपया त्या कुंकवासकट आवलीच्या कपाळावर लावला. नंतर त्या चांदीच्या ताटातली चिमूटभर साखर घेऊन दोघांनी आवलीच्या तोंडात घातली. आवलीनं दोघांच्या पायावर डोकं टेकवून त्यांना नमस्कार केला. तिच्या मस्तकावर हात ठेवून त्यांनी तिला तोंडभरून आशीर्वाद दिला. आणि मग सगळ्यांची धांदल सुरू झाली आवलीच्या तोंडात साखर घालण्याची. साखर खाऊन खाऊन आवलीच्या तोंडाला मिठ्ठी बसली. त्या गडबडीत तिच्या डोईवरचा पदर जरा मागे सरकला आणि तुकारामाला तिचा चेहरा दिसला. तिनंही क्षणभर नजर उचलून वर पाहिलं. एक स्थिर नजर तुकारामावर टाकून तिनं नजर झुकवली. त्या एका क्षणांत तुकारामाच्या डोळ्यांत तिला दिसला विश्वास, प्रेम आणि काही प्रश्न सुद्धा. काय असतील ते प्रश्न? आवलीच्या मनात या विचारानं भुंगा घातला. आणि बायका आपली चेष्टा करताहेत, आपल्या तोंडात साखर भरताहेत याचंही तिला भान राहिलं नाही. पण साखर खाऊनखाऊन आवलीची झालेली बिकट अवस्था बघून ओठाच्या कोपऱ्यातनं हसणाऱ्या तुकारामाचं ते मिस्कील हसू मात्र आवलीच्या नजरेतून सुटलं नाही. पण आता पाळी तुकारामाची होती. आवलीला गुणाबाईने उठवून आत नेले.

आप्पाजी आणि आवलीची आई दोघांनी मिळून तुकारामाचे पाय धुतले, पुसले. त्यानंतर आप्पाजींनी तुकारामाच्या कपाळावर गंध लावलं. आहेर दिला आणि दोघांनी मिळून मूठभर साखर तुकारामाच्या तोंडात घातली. तुकारामानंही त्यांच्या पायावर डोकं टेकवून त्यांचा आशीर्वाद घेतला. आणि आता साखर खायची वेळ त्याच्यावर आली. तोंडात साखरेचे तोबरे भरले जात असताना दोन मोठे पाणीदार डोळे माजघराच्या दाराच्या फटीतून आपल्याला पाहताहेत हे त्याला दिसले. त्या डोळ्यांत मिस्कील, खोडकर छटाही उमटली आणि आपली चोरी तुकारामांला दिसली हे कळल्यावर ते डोळे दिसेनासे झाले.

बैठकीतला हा साखर चारण्याचा समारंभ संपल्यानंतर आहेराची देवाण-घेवाण सुरू झाली. आवलीच्या आईनं कनकाईला व सावजीच्या पत्नीला आहेर केला. तर आप्पाजींनी बोल्होबांना, सावजीला आणि कान्होबाला आहेर केला. त्यानंतर भावकीतले इतर लहान-सहान आहेर झाले. आणि मग जेवणाची धांदल सुरू झाली. नाही नाही म्हणता आवलीच्या साखरपुड्याला निम्म गांवतरी आलं होतं.

पंगतींची तयारी सुरू झाली. आधी पाहुणे मंडळींची, मानाची पंगत बसणार होती. नंतर गावातले मानकरी, आवलीच्या साखरपुड्याला आवर्जून, आपुलकीनं आलेले! काहीजण बोलावलं म्हणून आली होती, काही घरचं कार्य म्हणून आली होती काहीजण मदतीसाठी, कामाच्या रगाड्यात हातभार उचलावा म्हणून आले होते. तर काहीजण लाडक्या आवलीचं कौतुक बघायला आली होती.

काहीजण आवलीचा नवरा आहे तरी कसा हे बघायला उत्सुकता म्हणून आले होते. काहीजण तर तयारीसाठी म्हणून आधीपासूनच आले होते. आप्पाजींचा गावावर लोभ होता आणि गावकऱ्यांचा आप्पाजींवर. आवली तर सगळ्या गावाची जणू लाडकी लेक होती. आप्पाजींना मिळणारा आदर आणि आपुलकी बघून बोल्होबा आणि कनकाई सुख पावत होती. निश्चिंत होत होती. तुकाराम आणि आवलीचं लगीन नक्कीच कल्याणकारी ठरणार होतं, याची जणू ती नांदीच होती.

कर कटीवर ठेवून विटेवर उभा असलेला पांडुरंग रुक्मिणीसह तुकाराम-आवलीच्या साखरपुड्याकडे डोळे भरून बघत होता. नटलेली, सजलेली, लाजलेली आवली आणि किंचित बावरलेला, आपण करतोय ते चूक की बरोबर या थोड्याशा गोंधळात सापडलेला पण समंजसपणे वावरणारा तुकाराम. आवली जसजशी तुकारामाच्या आयुष्याकडे संक्रमित होऊ लागली होती, तसतसा पांडुरंग आनंदायला लागला होता. कारण आवलीच्या हस्तक्षेपाशिवाय साध्या-भोळ्या तुकारामातून तावून, सुलाखून निघालेला संत शिरोमणी तुकाराम अशक्य होता. म्हणूनच आवली-तुकारामाचा साखरपुडा पांडुरंग अगदी तन्मयतेनं बघत होता. अनुभवत होता. एका महान पर्वाची ती नांदी होती. एका महान जीवन ग्रंथाच्या पहिल्या अध्यायाचा तो पहिला सर्ग होता. आणि याच गोष्टीचं त्या सावळ्या पांडुरंगाला कौतुक होतं. अप्रूप होतं. आणि विठ्ठलाला या गोष्टीचं एवढं अप्रूप वाटतंय याचंच त्या रुक्मिणीला अप्रूप वाटत होतं. आवली-तुकारामचं लग्न हे असं खरंच अप्रूपाचं अप्रूप होतं!

सात

आवलीचा साखरपुडा आणि आवली आणि तुकाराम यांची जोडी ही चर्चा गावाला पुढे बरेच दिवस पुरली. एकतर आवली सगळ्यांची लाडकी, त्यात तिला मिळालेलं स्थळही त्याच तोलामोलाचं. यामुळेच आवली भाग्यवान की, तुकाराम नशीबवान या प्रश्नावर गावकऱ्यांची चर्चा चाले आणि मग सगळी या निष्कर्षाप्रत येऊन पोचत की, विठूरायानंच ही जोडी जमवली आहे. दोघंही नशीबवान आहेत. अर्थात गावकऱ्यांनी या प्रश्नाचं उत्तर अशा पद्धतीनं ठरवलं असलं तरी या प्रश्नाचं नेमकं उत्तर मात्र काळच ठरवणार होता. पण सध्यातरी दोघंही नशीबवान आहेत यावर काळाचंही एकमत झालं होतं

आवलीचा साखरपुडा झाला आणि आता लग्नाची जोरदार तयारी सुरू झाली. आवलीचं लग्न देहूला, तुकारामाच्या गावी व्हायचं होतं. म्हणजे सगळी तयारी करून घेऊन उठून दुसऱ्या गावाला जायचं होतं. सगळं जमायला हवं शिस्तीत व्हायला हवं. देहू गावात बोल्होबांची मोठी पत होती. आपल्याकडून त्यांना कमीपणा येईल असं काही होऊन उपयोग नाही. सगळं नीट व्हायला हवं आणि याचाच घोर आवलीच्या आईला लागला होता. बारीक सारीक वस्तूंपासून अगदी मोठ्यात मोठ्या वस्तूंपर्यंत सगळ्या नीट न्यायला हव्या होत्या. काही म्हणजे काही विसरून चालणार नव्हतं. काही विसरलं असतं तर पाहुण्यांच्या गावात नाचक्की झाली असती. म्हणूनच अगदी आठवून आठवून नेण्याची एकेक वस्तू आवलीची आई बाजूला काढत होती. त्यातल्या त्यात एक बरं होतं, अजून बरेच दिवस हाताशी होते. त्यामुळं विचार करायला, तयारी करायला, आठवण करायला आणि आठवणीत ठेवायला वाव होता. हाताशी समय होता. तयारीला ज़ागा होती. म्हणूनच आवलीची आई मदतीला गुणाबाई, सारजा आणि सोपानाला घेऊन तयारी करत होती. राऊही होताच. एकेक एकेक तयारी

मार्गाला लागत होती. एकेक काम हातावेगळं होत होतं. सांडगे, पापड, कुरडया करून झाल्या. शेवया करून झाल्या. तरीही अजून बरंच काम शिल्लक होतं.

बघता बघता दिवस कसे सरले कळलंच नाही. लग्न अगदी जवळ म्हणजे महिन्यावर येऊन ठेपलं. आवलीच्या मनाची अवस्था अगदी विचित्र होती. इकडं तर लग्न होणार, नवे दागिने, नवे कपडे मिळणार म्हणून आनंद होता, तर इकडं एक विचित्र अनामिक अशी हुरहूर मनाला लागून राहिली होती. आतापर्यंत तिनं असंख्य वेळा तिच्या ठकीचं लग्न केलं होतं. पण लुटुपुटुचं लग्न आणि खरं लग्न यात खूपच फरक असतो हे तिला आता कळत होतं. ते कळल्यावरही अशी विचित्र हुरहूर जिवाला का लागलीय हे तिला कळत नव्हतं. सतत बडबडणारी, सतत हसणारी, चिमणीप्रमाणं बागडणारी, रुसणारी आवली जणू कुठं लुप्त झाली होती. आणि गुमसुम बसणारी, मध्येच लाजणारी, स्वत:शीच खुदकन हसणारी आणि कधी स्वत:च्या विचारात गुरफटलेली अशी एक नवीन आवली जणू घरात वावरत होती. तिच्या त्या मनस्वीपणाचं आवलीच्या आईला कधी नवलं वाटायचं, तर कधी गंमत. पण तिनं आवलीला छेडलं नाही. तिलाही तयारीचा घोर होताच. लग्नाची तयारी जवळपास होतच आली होती.

लग्नाला जाण्याचा दिवस उजाडला. आप्पाजींनी दहा बैलगाड्या सांगितल्या. प्रत्येक बैलगाडी सजवलेली, बैलजोडी सजवलेली. फुलांच्या माळा, रंगीत दोऱ्यांचे गोंडे, मण्यांच्या माळा, यांच्या मदतीनं सगळं नटवलेलं, सजवलेलं. हे ढीगभर सामान झालं. आवलीच्या लग्नाचं! बैलगाडीत सामान भरायला सगळं गाव लोटलं होतं.

वऱ्हाडाबरोबर कुणी कुणी जायचं याची जणू अहमहमिका लागली होती. पण पाहुण्यांच्या घरी, त्यांच्या गावाला जायचं होतं. माणसंही तशीच तोलामोलाची न्यायला हवी होती. जशी तोलामोलाची न्यायला हवी होती तशीच तोलून-मापूनही न्यायला हवी होती. बारा बलुतेदार न्यावेच लागणार होते, त्यांचा तो मान होता. गावची पंच मंडळी, मंदिराचे विश्वस्त, तसेच कुलकर्णी, पाटील यांनाही घ्यायचं होतं. आप्पाजींनी गावातल्या चार वृद्ध मंडळींचा सल्ला घेऊन, विचार घेऊन माणसं निवडली आणि आवलीचं तिच्याबरोबर जाणारं वऱ्हाड नक्की झालं. आणि आवलीच्या घरच्यांबरोबरच मग जाणारी माणसं तयारीला लागली. लग्न होतं आवलीचं, आप्पाजींच्या लाडक्या लेकीचं, पण याही मंडळींना नटायचं, सजायचं होतं. पाहुण्यांच्यासमोर नीट नेटकं दिसायचं, वावरायचं होतं. उगाच आप्पाजींना कमीपणा यायला नको होता. पाहुण्यांनी नावाजायला हवं होतं आणि आप्पाजींचाही मान वाढायला हवा होता. म्हणूनच वऱ्हाडी मंडळींची पण जोरदार तयारी सुरू होती. आवलीच्या लग्नाला जायचं

होतं वऱ्हाडातून, सगळ्यांना सगळ्यांचच कौतुक होतं. आवली होतीच तशी कौतुकाची, लाडाची.

भल्या पहाटे ब्राह्ममुहूर्तावर प्रस्थान ठेवलं होतं. जायचं होतं दुसरे दिवशी. पण आदल्या दिवशीपासूनच आवलीच्या आईच्या डोळ्याला धार लागली होती ती थांबेचना. गुणाबाईलाही वारंवार भरून येतं होतं. आप्पाजी तर फारच व्याकुळले होते. कधी नव्हे ते त्यांना या बायकांचा हेवा वाटत होता. मनात कोंडलेल्या भावना त्यांना रडून तरी मोकळ्या करता येत होत्या. पुरुषाला तीही मुभा नव्हती. आवली दूर जाणार होती, अंतरणार होती. आप्पाजींची नुसती घुसमट होत होती. हृदय आतल्या आत जळत होतं. रडत होतं. पण त्या पाण्याला बाहेर यायची मुभा नव्हती. पोटात तीळ तीळ तुटत होतं. त्यांना आठवत होती आवलीची सगळी रूपं. अगदी लहानपणापासूनची. बोळकं दाखवत डोळ्यांतून हसणारी आवली, दुडुदुडु धावणारी आवली, हट्ट करणारी, रुसणारी, क्षणांत हसणारी, आप्पाजींना घडीघडी बिलगणारी, नटून थटून मिरवणारी, खेळण्यांचा, बाहुलीचा, भातुकलीचा हट्ट धरणारी आवली, नाही आणलं तर रूसणारी, आणलं तर चेहऱ्यावर चांदणं पसरून खुलणारी, खणाची नवी परकर चोळी घालून मिरवणारी, लाघवी, ठसठशीत, गुणी आवली. एक ना दोन... त्यांचं बापाचं हृदय लेकीच्या होणाऱ्या दुराव्यानं जडशीळ झालं होतं. खरंच बाप-लेकीचं नातं हे असं विलक्षणच असतं नाही? एक क्षण आप्पाजींना वाटलं, की उद्याची सकाळ उजाडूच नये. पण तसं होणारं नव्हतं सकाळ उजाडणार होती आणि वऱ्हाड निघणारही होतं.

आवलीची अवस्था तर फारच विचित्र झाली होती. तिला धड रडू येत नव्हतं, धड हसवत नव्हतं. कुठतरी आतल्याआत कोंडल्यासारखं वाटत होतं. खोलखोल विहिरीत कुणीतरी आपल्याला पाण्यात बुडवतंय असं वाटत होतं. कुणीतरी बांधून घालावं आणि सुटण्यासाठी जिवापाड धडपड करावी पण सुटू नये अशी अवस्था झाली होती. लाडाचे, कौतुकाचे, प्रेमाचे, आई-आप्पाजी अंतरणार होते. पण आयुष्याचा जोडीदार मिळणार होता. मायेचे पाश तुटणार होते आणि प्रेमाचा, कर्तव्याचा पाश पडणार होता. काहीतरी मिळवण्यासाठी काहीतरी गमवायला लागतंच का? आवली प्रश्न विचारत होती स्वत:ला आणि दैवालासुद्धा. या पुढं असे किती आणि कोणकोणते प्रश्न दैवाला विचारावे लागणार होते कोण जाणे, पण आनंद आणि दुःख या परस्परविरोधी भावना एकाचवेळी समोरासमोर आणण्याचं सामर्थ्य लग्न या एकमेव सोहळ्यामध्ये आहे हेच खरं. अशा अनेक भावनांचा कल्लोळ मनात घेऊन आवली निघाली. आयुष्याच्या नव्या वाटेवर, नव्या स्वप्नांसह, नव्यानं जीवनाची रांगोळी रेखाटायला.

आवलीचं वऱ्हाड देहूला पोहोचलं. गावच्या वेशीवर त्यांचं जंगी स्वागत झालं. बोल्होबा आणि कनकाई जातीनं स्वागताला हजर होते. वेशीवर नवरी आल्यावर नारळ आणि लिंबू ओवाळून टाकण्यात आलं. मग आप्पाजींचं सारं वऱ्हाड जानवशात गेलं. बोल्होबांनी त्यांच्या वाड्याच्या पलीकडच्या गल्लीतलं हे त्यांच्या पाहुण्यांचं ऐसपैस घर जानवसा घर म्हणून वऱ्हाडाला दिलं होतं. वऱ्हाडी मंडळी तिथं उतरली. सगळं सामान उतरवलं गेलं. बोल्होबा आणि कनकाईनं दोघांनी जातीनं येऊन वऱ्हाडी मंडळींची विचारपूस केली. त्यांची व्यवस्था उत्तम रीतीनं लावून मगच दोघं आपल्या घरी गेली. त्यांनी दाखवलेली ही आपुलकी बघून वऱ्हाडातली माणसं भारावून गेलीच, पण या परक्या गावात पाहुण्यांनी आपली व्यवस्था चोख ठेवली हे बघून खूशही झाली आणि आप्पाजी धन्य पावले. आपल्या सारखीच दिलदार आणि आपुलकी जपणारी माणसं आपल्याला भेटली या गोष्टीचा त्यांना विशेष आनंद झाला. वऱ्हाडाची माणसं, दहा बैलगाड्या, सामान सुमान, रुखवत, फराळाचे जिन्नस, शिधा, आहेर-बाहेर या सगळ्या गोष्टी शिस्तीत उतरवल्या गेल्या. दागिने, नवीन लुगडी, आहेर, मानपान आणि रुखवताच्या नाजूक वस्तू हे सारं बायकांच्या दालनात ठेवण्यात आलं. महत्त्वाच्या आणि मौल्यवान चीजा बायकांच्या ताब्यात देऊन पुरुष मंडळी बिनधास्त झाली. ठिकठिकाणी गोल करून गप्पांच्या फैरी झडू लागल्या. प्रवासात कुणाला काय त्रास झाला, कुणाच्या काय-काय गमती-जमती झाल्या याचे किस्से रंगवून सांगितले जाऊ लागले. लग्नाच्या सोहळ्याला दुसरे दिवशीपासून सुरुवात होणार होती. त्यामुळे आज सगळी निवांतली होती. विसावली होती. लांब प्रवास करून आल्यामुळं दमली होती. म्हणूनच अंग मोकळं करीत होती. बायकांच्या जानवशात मात्र इतकं आळसावलेले वातावरण नव्हतं. जिला तिला काम वाटून, नेमून दिलं होतं. ते मनापासून चाललं होतं. इथं आल्यावरही त्यांना उसंत नव्हती. त्यांचे हात कार्यरत होते आणि गप्पाही चालल्या होत्या. स्त्रीला अष्टभुजा म्हटलंय ते काही उगीच नाही

आवलीच्या मनाची अवस्था मात्र सांगण्यासारखी नव्हती. खाली मान घालून लाजून बसलेली, जणू चाहूल घेऊन सगळं जाणून घेत होती. कानोसे घेऊन ऐकत होती. पाहत होती. हळूच मान वर करून डोळे उचलून एका दृष्टिक्षेपात जेवढं पाहता येईल तेवढं पाहत होती. आणि मनात नोंदवत होती. हृदयात साठवत होती. टुमदारपणे वसलेलं देहू गाव, नेटकी पण ऐसपैस घरं, वाडे, पुण्यातल्यासारखं पायघोळ नऊवारी लुगडं न नेसता, पोटरीपर्यंत लुगडं नेसलेल्या स्त्रिया. पागोटं घातलेले पुरुष आणि ठिकठिकाणहून ऐकायला येणारा 'विठ्ठल-विठ्ठल' नाद, विठ्ठल- रुक्मिणीचा गजर! का कोण जाणे पण आता

आवलीला त्या सावळ्या विठ्ठलाच्या नामघोषाचा इतका राग आला नाही. इकडं तिकडं उघडपणे पाहू शकणाऱ्या आवलीच्या मैत्रिणी मात्र आवलीजवळ बारीकसारीक गोष्टीचंपण वर्णन करून सांगत होत्या. त्यामुळं स्वत: न पाहूनसुद्धा आवलीला गाव कळत होतं. एका मनानं मैत्रिणींनी केलेलं वर्णन ऐकता ऐकता आवलीचं अंतर्मन मात्र वेगळ्याच विचारात गढलं होतं. आपलं सासर, सासरची माणसं आणि मुख्यत: तुकाराम या तीन गोष्टींभोवती तिचं मन पिंगा घालत होतं. जानवसा घरात गेल्यावर बोल्होबाकाका आणि कनकाई तिच्याजवळ आले. आवली त्यांच्या पाया पडली. कनकाईनं तिला उठवून जवळ घेतलं. तिच्या चेहऱ्यावरनं हात फिरवून आपल्या कानशिलावर बोटं मोडली. तर बोल्होबाकाकांनी तिच्या डोक्यावर थोपटल्यासारखं करून तिच्या पाठीवरनं हात फिरवला. त्या दोघांची माया आवलीला त्यांच्या स्पर्शातून स्पष्टपणे जाणवली.

दुसरे दिवशी लग्नाच्या सोहळ्यांना सुरुवात झाली. सर्वप्रथम वराच्या घरी हळदीचा कार्यक्रम झाला आणि ती उष्टी हळद नवरीकडे आणली गेली. ती आवलीला लावली. त्या हळदीच्या रंगानं तर आवली सुवर्णकन्येसारखी उजळली. मग तिला उटणं लावून आंघोळ घातली. तिला हळदीची साडी नेसवली. मग दागदागिने घातले. इतर दागिन्यांबरोबरच आवलीच्या नाकात नथणी घातली गेली. हा माहेरचा एक दागिना तिला नेहमी सोबत करणार होता. नंतर आवलीची आई आणि आप्पाजी बोल्होबांच्या घरी हळदीचा आहेर घेऊन गेले आणि येताना त्यांनी आवलीसाठी दिलेला हळदीचा आहेर घेऊन आले. बोल्होबा-कनकाईनं आपल्या सुनेला पाठवलेला आहेर बघून सगळी हरखून गेली. जो तो पुन्हा पुन्हा आवलीच्या नशिबाचं कौतुक करू लागला. मग जेवणावळ झाली. हळदीच्या जेवणाचा बेतही नामी होता. वऱ्हाडी मंडळी अगदी मनसोक्त जेवली. जेवल्यावर पुरुष मंडळी जरा सुस्तावली, विसावली. पण बायकांना ढीगभर कामं होती. त्यांनी पुन्हा पदर खोचले आणि त्या संध्याकाळच्या तयारीला लागल्या. संध्याकाळी वरपूजा होती. त्याची तयारी करायची होती. आहेर काढायचे होते. शंभर दिवे करायचे होते. बायकांच्या हाताला उसंत नव्हती. हळदीची पिवळी धमक साडी नेसून आवली मात्र गुमसुम होऊन बसली होती. आपल्या माणसांच्या बरोबर तिचा आजचा हा शेवटचा दिवस होता. उद्यापासून सगळंच जग बदलणार होतं. सगळा परिसर बदलणार होता आणि माणसं पण, या गोष्टीचं दु:ख मानावं की सगळ्या नवीन वातावरणात, नवीन माणसांत जायला मिळणार याचा आनंद मानावा या प्रश्नांत ती गुरफटून गेली होती. आणि त्याचं उत्तर तिला सापडत नव्हतं. एरवी सगळ्यांना प्रश्न विचारून हैराण करणारी आवली, तिलाच पडलेल्या प्रश्नानं स्वत:चं हैराण झाली होती. आणि

त्याचं उत्तर सापडत नव्हतं म्हणून जास्तीच हैराण होत होती. अर्थात तिच्या या मन:स्थितीची तिथल्या सगळ्या स्त्रियांना कल्पना होती. कारण त्याही त्याच मांडवाखालून गेलेल्या होत्या. पण आज त्या कुणालाच आवलीच्या मन:स्थितीची दखल घ्यायला वेळ नव्हता. त्यांना कामंच इतकी होती की, ती संपतच नव्हती. आणि आपल्याच मनात उमटणाऱ्या प्रश्नांची वादळं घेऊन आवली त्या वादळाशी सामना करीत होती.

संध्याकाळी वरपूजा झाली. वराचे पाय धुऊन त्याला सन्मानाने चौरंगावर बसवलं. त्याला शंभर दिव्यांनी ओवाळलं, आहेर केला. भेटाभेटी झाली. गणेश पूजन झाले. मग पंगत बसली. रात्रीची पंगत जरा जास्तच खेळीमेळीत झाली. माणसांचा एकमेकांशी परिचय होत गेला होता. त्यामुळं वागण्या-बोलण्यात एक प्रकारचा मोकळेपणा आला होता. संकोच निवळला होता. एकमेकांशी गप्पा टप्पा करण्यात आपुलकी आली होती. परकेपणा मावळत होता.

दुसरा दिवस उजाडला. आज तर लग्न होतं. फारच गडबड होती. घाणा भरला, सगळ्यांच्या आंघोळी झाल्या. जानवसा घरातच देवक बसवलं. लग्नाची वेळ जवळ आली. आवलीच्या मामानं आणि तुकारामाच्या मामानं दोघांना बोहल्याजवळ धरून आणलं आणि अग्नीला साक्षी ठेवून देवाब्राह्मणांच्या मंत्रघोषात आवलीनं तुकारामाला माळ घातली. आवली तुकारामाची पत्नी झाली.

तिच्या जीवनातल्या नवीन पर्वाला सुरुवात होणार होती. तुकाराम आपल्या सांसारिक, प्रापंचिक जीवनाचा डाव नव्यानं मांडणार होता. पुण्याचे व्यापारी आप्पाजी गुळवे यांची कन्या आवली, देहू गावचे व्यापारी बोल्होबा आंबिले-मोरे यांचा दुसरा मुलगा तुकाराम याची पत्नी झाली होती. एक नवीन डाव, एक नवीन खेळ, नवं आयुष्य. आत्तापर्यंतच्या आयुष्यापेक्षा सर्वस्वी वेगळं. आतापर्यंतच्या आयुष्यात बालपण होतं, लाड होते, कोडकौतुक होतं, हट्ट होता. या पुढच्या आयुष्यात तारुण्य होतं, प्रेम होतं, जबाबदारी होती, कर्तव्यं होती, त्याग होता आणि सौभाग्य होतं.

स्त्रीच्या आयुष्याला संपूर्ण कलाटणी देणारा, तिच्या जीवनाचा मार्ग बदलून टाकणारा, एवढंच नव्हे तर तिचा जीवनाकडं बघण्याचा दृष्टिकोन बदलणारा हा मंगलमय विवाह सोहळा! सौभाग्याची आकांक्षा धरून, आस लावून बसलेल्या स्त्रीला वेगवेगळ्या बंधनात अडकवणारं, जबाबदारीत बांधणारं, त्यागाचं, समर्पणाचं हे बंधन! आज आवलीच्या पदरात हे दान टाकून परमेश्वर मोकळा झाला होता. आता परीक्षा द्यायची वेळ होती आवलीची! सत्त्व परीक्षा!

तुकारामाच्या आयुष्यालाही या नव्या बंधनानं कलाटणी मिळाली होती. एका पत्नीची, मुलाची जबाबदारी असणाऱ्या तुकारामावर आणखी एक जबाबदारी

येऊन पडली होती. संसाराचा एक डाव एकांगी खेळणे नियतीनं त्याच्या नशिबी आणलं होतं, पण नियतीला शह द्यायचा प्रयत्न करून तुकारामानं संसाराचा डाव पुरा करण्यासाठी दुसरा जोडीदार आणला होता. पुन्हा नव्यानं डाव मांडायचा होता. खेळायचा होता आणि प्रयत्नपूर्वक तो डाव जिंकायचाही होता. एका नव्या उमेदीनं, नव्या उत्साहानं!

कर कटेवर ठेवून उभ्या असलेल्या त्या पांडुरंगालाही तुकारामाचा हा नवीन डाव उत्साहानं खेळावासा वाटत होता. तोही त्यात काया-वाचा-मने सामील झाला होता. तुकारामाच्या जीवनात आवलीचा प्रवेश निश्चित झाला त्या दिवसापासून पांडुरंग या विवाहाच्या क्षणाची वाट बघत होता. आवलीचा तुकारामाच्या जीवनातला प्रवेश हा तुकारामाच्या आध्यात्मिक उन्नतीचा शुभारंभ होता. तुकाराम-आवली यांचं सांसारिक आयुष्य म्हणजे तुकारामाच्या विठ्ठलभक्तीच्या इमारतीची आधारशिला होती. बरीच वर्षे दूर राहिलेल्या आपल्या लेकराला भेटण्यासाठी आई जशी आसुसते, तसा पांडुरंग तुकारामाच्या भेटीला आसुसला होता. तो क्षण तुकारामाच्या आवलीशी होणाऱ्या विवाहानंतरच येणार होता आणि म्हणूनच पांडुरंग या क्षणाची आतुरतेनं वाट बघत होता. आता तो क्षण आलासुद्धा. अवीट आनंदानं पांडुरंगानं तुकाराम-आवलीवर अक्षतांचा वर्षाव केला. काय नव्हतं त्यात? आशीर्वाद होता, शुभेच्छा होत्या, आश्वासनं होती, वचन होतं, आणि आमंत्रणसुद्धा. रुक्मिणी मात्र विठ्ठलाचं हे वागणं न कळून आश्चर्य करीत होती. विठ्ठल हा भक्तांचा वेडा आहे, हे तिला चांगलंच माहीत होतं. पण या तुकारामावर तो एवढा का भाळलाय याचं तिला नवल वाटत होतं. वारंवार विचारूनही पांडुरंगानं याचं उत्तर दिलं नव्हतं. 'थोडी प्रतीक्षा करा, तुम्हाला आपोआप सर्व काही समजेल.' या व्यतिरिक्त तो काही बोलतच नव्हता. बऱ्याचवेळा प्रश्न विचारूनही हेच उत्तर ऐकल्यावर रुक्मिणी आता थांबणारच होती. प्रतीक्षा करणार होती. आता याचं उत्तर काळच देणार होता. म्हणूनच मनातल्या शंकांचं काहूर बाजूला ठेवून 'मम' म्हणत विठ्ठलाच्या जोडीनं तीही या विवाह सोहळ्यात सहभागी झाली. विठ्ठलाच्या मुद्रेवर आनंद बघून आनंदित झाली.

तुकाराम-आवलीच्या विवाहाचा विठ्ठलाला इतका आनंद झाला की, तो काही क्षण आपलं देवत्व विसरला आणि अनवधानानं त्या लग्नाच्या मांडवात प्रकटही झाला अगदी रुक्मिणीसह. आणि पुन्हा लक्षात येऊन अंतर्धान पावला. पण त्या क्षणभरात तो बोल्होबांच्या दृष्टीस पडला. विठ्ठलाचे निस्सीम भक्त असलेले बोल्होबा क्षणभर त्या दर्शनानं चकित झाले. त्यांना तो भास वाटला. मनोमन नमस्कार करून त्यांनी तो भास असेल म्हणून मनातून झटकून टाकला.

आणि लग्न सोहळ्यात पुन्हा आपलं लक्ष केंद्रित केलं. तुकाराम-आवलीच्या विवाहाच्या आनंदाच्या भरात आपण काय करून बसत होतो याचं विठ्ठलालाही लगेचच भान आलं. आणि भविष्यात काहीही घडणार असलं तरी त्या विचारात आपण वाहून जायचं नाही, असा निश्चय त्यानं केला. आता काही दिवस तरी तो तुकाराम-आवलीच्या जीवनात ढवळाढवळ करणार नव्हता. त्या काळ्या-सावळ्या पण विलक्षण बोलक्या चेहऱ्यावरून त्याच्या मनातली चलबिचल चटकन ओळखणाऱ्या रुक्मिणीला आज मात्र विठ्ठलाच्या मनात काय चाललंय हे ओळखता येत नव्हतं. फक्त काहीतरी चाललंय एवढंच तिला कळलं, पण काय चाललंय हे कळतं तर? कदाचित-कदाचित आवलीचं नशीब त्या आदिमायेनं बदललं असतं, पण तसं होणं नव्हतं.

आठ

तुकाराम-आवलीचं लग्न थाटात झालं. लग्नाला सारं देहू गाव लोटलं होतं. आप्पाजींनीही लेकीचं कोड-कौतुक भरपूर केलं, कुठं काहीही कमी पडू दिलं नाही. देहू गावच्या लोकांनाही ठसठशीत चेहऱ्याची ही सून पसंत पडली होती. खरं म्हणजे आवलीच्या चेहऱ्यावर हातभर पदर होता. पण सूनमुख दर्शनाचेवेळी तो बाजूला झाला आणि आवलीचा चेहरा सगळ्यांना पहायला मिळाला. आवलीचा चेहरा गौराईच्या मुखवट्यासारखा भासला त्यांना. आप्पाजींच्या दिलदार स्वभावाचाही अनुभव देहूकरांनी घेतला. बोल्होबाच्या घरच्या माणसांबरोबरच देहू गावच्या पाटील-कुलकर्णी मंडळींचाही आप्पाजींनी मानपान केला. पंच मंडळींनाही पगडी बांधली. लग्नाच्या दिवशी तर पक्वान्नाची बहार होती. एखाद्या सरदाराच्या लेकीसारखं आप्पाजींनी आपल्या लेकीचं लग्न केलं होतं. मन तृप्त होईपर्यंत माणसं जेवत होती. समाधानाची ढेकर देत वधू-वरांना भरल्या पोटानं आणि भरल्या मनानं आशीर्वाद देत घरी परतत होती. आया-बाया आवलीवरून हात ओवाळून, कानशिलांवरून कडाकडा बोटं मोडत होत्या. तिची अलाबला घेत होत्या. पहिल्या पत्नीच्या आजारपणामुळं आयुष्याचं वाळवंट बनलेल्या आपल्या या लाडक्या लेकाच्या आयुष्यात पुन्हा एकदा हिरवळ फुललेली बघून कनकाईचा जीव सुपाएवढा झाला होता. आपल्या या सर्वात समंजस आणि शहाण्या असलेल्या लेकाच्या वाट्याला आलेल्या दुःखानं घायाळ झालेल्या कनकाईला लेकाला या सुखाच्या वाटेवरून चालताना बघून हृदय भरून येत होतं. 'ही सगळी त्या पांडुरंगाची कृपा' असे म्हणत ती वारंवार देवाला हात जोडत होती. त्यातच तुकारामाला दुसरेपणावर मिळालेली बायको ही चांगली ठसठशीत, चुणचुणीत आणि आप्पाजी गुळव्यांसारख्या मातब्बर सावकाराची लाडकी लेक, कनकाईला जणू आभाळ ठेंगणं झालं होतं. भाकरीच्या तुकड्याची आशा धरावी आणि पंचपक्वानांचं ताट समोर यावं असं झालं

होतं. लाडक्या लेकाचं होणारं कौतुक, ती भरल्या डोळ्यानं आणि भरल्या मनानं बघत होती. डोळ्यांत साठवून घेत होती. बोल्होबाची अवस्था याहून वेगळी नव्हती. तुकारामाची पत्नी अंथरुणाला खिळल्यापासून त्याच्या आयुष्याचं काय होणार हा घोर त्यांच्याही जिवाला लागला होताच. त्यांच्या तीनही मुलांत सर्वात समंजस, शहाणा आणि विचारी असणारा तुकाराम पत्नीच्या आजारपणामुळं निराश होत चाललेला त्यांना दिसत होता. विचार करून डोकं फुटायची वेळ आली होती. पण यावर उपाय सापडत नव्हता. अशातच त्यांची पहिली भेट आप्पाजींशी झाली. स्नेह जमला. आणि त्यांनी पाहिली आप्पाजींची लाडकी लेक आवली. तेज-तरार, चौकस बुद्धीची चुणचुणीत पोर. तत्क्षणी त्यांच्या मनानं घेतलं की, आपल्या सरळ, साध्या-भाबड्या तुकारामाला अशी बायको हवी म्हणजे त्याचा संसार सुरळीत होईल. या विचारानं खरं तर त्यावेळी बोल्होबा चपापले होते. पण त्या विठ्ठलाची कृपा. साऱ्या गोष्टी जमून येत गेल्या. आणि ही सोयरीक जुळून आली. पत्नीच्या दुर्धर आजारामुळे मानसिकदृष्ट्या कोलमडलेल्या तुकारामाला आवली शेजारी बोहल्यावर बसलेला पाहून बोल्होबांना आयुष्याचं सार्थक झाल्याचं वाटलं. आयुष्यभर केलेल्या विठ्ठलाच्या सेवेचं आणि चांगुलपणानं मिळविलेल्या पत-प्रतिष्ठेचं हे फळ असल्याची त्यांची खात्री होती. त्यातच दुसरेपणावर देऊनसुद्धा आप्पाजींनी लेकीच्या लग्नाचा अगदी थाट उडवला होता. देहूकरांना तृप्त केलं होतं. आपली बावनकशी सोन्यासारखी खणखणीत पोर देताना कुठंही हात आखडला नव्हता. सगळं कसं मुक्त हस्तानं केलेलं, तेही आनंदानं. त्यात कुठंही नाराजीची, जोर-जबरदस्तीची भावना नाही की, जुलमाचा रामराम नाही. सगळं हौसेनं, मौजेनं, समाधानानं, कोड-कौतुकानं न्हालेलं. आता आपल्या तुकारामाचा संसार नेटका होईल. मार्गाला लागेल. आवली सारखी चुणचुणीत पत्नी त्याचा विस्कटलेला संसार नीट मार्गी लावेल, असाच दिलासा जणू ते सनई-चौघड्यांचे सूर कनकाई आणि बोल्होबांना देत होते. आणि त्या सुरातून आणि स्वरातून मिळालेल्या या दिलाशानं बोल्होबा-कनकाई सुखावत होते. आनंदात न्हात होते.

सावधानच्या गजरात मस्तकावर मंगलाक्षता पडल्या आणि विचारात गढलेला तुकारामही एकदम सावध झाला. आपण करतोय ते बरोबर की चूक या प्रश्नाचं उत्तर अजूनही त्याला उमगलं नव्हतं. मरणासन्न पत्नीला सोबत करायची सोडून आपण पुन्हा दुसऱ्या मुलीशी संसाराचा डाव मांडत आहोत या अपराधीपणाची बोच एकीकडे त्याच्या सरळ, भाबड्या मनाला खात होती, तर पत्नीचं आजारपण, मुलाची जबाबदारी, दुकानाचा भार हे सगळं पेलायला आपल्या एकट्याचे खांदे अपुरे आहेत, आता आपला भार हलकं करणारं आणखी कुणीतरी येणार या विचारानं एकीकडं त्याला बरंही वाटत होतं. त्यातच आवलीची ठेंगणी ठुसकी मूर्ती

त्याच्या तारुण्यसुलभ मनात कुठंतरी घर करून राहिल्याची कबुलीही त्याचं मन एकीकडं देत होतं. तर एकीकडं हे असं वाटणं चूक की बरोबर या विचाराच्या गर्तेत तो सापडला होता. भटजी सांगतात त्याप्रमाणे यंत्रवत, हाताची, शरीराची हालचाल होत होती. मध्येच होमाचे वेळी आवलीच्या हाताचा झालेला स्पर्श मनाच्या तारा झंकारूनही गेल्या होत्या. पण तरीही तुकारामाचं मन थाऱ्यावर नव्हतं. विचारांच्या आवर्तात सापडलं होतं. पाण्याच्या भोवऱ्यात एखादी नाव सापडावी आणि जसा पाण्याचा प्रवाह उलट-सुलट वाहील तशा त्या नावेनंही गिरक्या घ्याव्यात तसं तुकारामाच्या मनाचं झालं होतं. विचारांच्या आवर्तात सापडलेलं मन विचारांच्या उलट-सुलट लाटेवर हिंदकळत होतं आणि त्याच वेळी यांत्रिकपणे लग्नाचे विधीही करत होतं.

कपाळावरून पुढं ओढलेल्या पदराआडून, झरोक्यातून पाहणाऱ्या आवलीच्या डोळ्यांना तुकारामाची ही अवस्था लपली नव्हती. उलट कोणताही लग्न विधी करण्यातला त्याचा यांत्रिकपणाही आवलीच्या लक्षात आला होता. पण मध्येच आपला स्पर्श झाल्यानंतर झंकारलेल्या ताराही तिला जाणवल्या होत्या. पण त्याच्या किंचित खिन्नतेचं कारण तिला उमगत नव्हतं. अर्थात त्याबद्दल जास्त विचार करण्याची सध्या तिची मन:स्थिती नव्हती. पण सप्तपदी चालताना त्याच्या हाताला सुटलेली किंचितशी थरथरही तिला जाणवली. क्षणभरच, पण नंतर मात्र त्या हाताची पकड मजबूत झाली होती. जाणतेपणानं झालेल्या त्या पहिल्या पुरुष स्पर्शानं आवली मोहरली, बावरली. आपल्या तळहाताला किंचित घाम आला आहे असंही तिला जाणवलं. आपल्याही शरीराच्या अन् मनाच्या तारा कुठंतरी झंकारताहेत याची एक विलक्षण अनुभूती आवलीला आली आणि या अनुभूतीचं प्रतिबिंब तिच्याही नकळत तिच्या गालावर उमटलं, पापणीवर उतरलं आणि आवली चक्क लाजली. पदराआडून का होईना पण सगळीकडं टुकुटुकु बघणारे तिचे डोळे, धीटपणानं सगळं न्याहाळणारे तिचे डोळे आपोआप खाली झुकले. हे आपल्याला काय होतंय? का होतंय? याचा नीटसा बोध तिला होत नव्हता. पण ज्याक्षणी तिला लाज वाटली, त्याक्षणी तिला वाटलं की, हात सोडवून घ्यावा. पाऊलही क्षणभर अडखळलं. पण तिला हात सोडवणं शक्य झालं नाही. तो एका मजबूत हातानं घट्ट धरून ठेवला होता. आणि पावलं तर तिच्या मनाविरूद्ध चालतच होती. मनातल्या या अनोख्या वादळाला मग मात्र आवली मुकाटपणे शरण गेली. मनात उद्भवणाऱ्या प्रश्नांचीही तिनं दखल घेतली नाही की, उत्तरं शोधण्याचा खटाटोपही केला नाही. ते सर्व जणू तिनं त्या अग्नीच्या स्वाधीन केलं आणि निर्मळ मनानं एका नव्या व्रताचा अंगिकार करायला ती सामोरी झाली. ते व्रत होतं सौभाग्यवतीचं, ते वाण होतं सौभाग्याचं, पण तो वसा होता सतीचा! अल्लड, भाबड्या आवलीला

याची कल्पना आताच कुठून येणार? एका वेगळ्याच आनंदात ती मश्गूल होती. पण हे सतीचं वाण सांभाळण्याची माझ्या आवलीला शक्ती दे, अशी प्रार्थना आवलीची आई मात्र त्या परमेश्वराकडं करत होती.

दागिन्यांनी नटलेली, हळदीनं माखलेली, नव्या जरतारी लुगड्यात गुरफटलेली आपली नीट-नेटकी पोर न्याहाळताना आवलीच्या आईच्या मनात असंख्य विचारांचं मोहोळ उठलं होतं. तुकाराम अगदी आवलीला शोभून दिसत होता. बोल्होबा आणि कनकाई फारच प्रेमळ होते. घरही चांगलं सुख-समृद्धीनं भरलेलं आणि धार्मिकतेनं भारलेलं होतं. पण तरीही तुकाराम आवलीच्या गळ्यात मंगळसूत्राची पोत बांधत असताना त्यात गुंफलेला तो सवतीचा टाक बघितला आणि आवलीच्या आईच्या काळजात क्षणभर कळ उठली. आपण आपली लाडाची लेक दुसरेपणावर दिलीय याची खंत कुठंतरी ती कळ सांगून गेली. पण तुकारामाच्या समंजस चेहऱ्याकडं लक्ष जाताच आवलीच्या आईनं ती क्षणभरासाठी उठलेली कळ आणि वाटलेली खंत पुसून टाकली आणि ती कौतुकानं विवाह विधी पाहू लागली.

आवलीचं लग्न अगदी थाटात पार पडलं. देहूकर मंडळी अगदी तृप्त होऊन गेली. आप्पाजी आणि आवलीच्या आईलाही कृतकृत्य वाटलं. शेवटची पंगत उठली आणि वऱ्हाडी मंडळींनी आवराआवर करायला सुरूवात केली. येताना भारंभार आणलेलं सामान जानवसा घरात सगळीकडं पसरलं होतं. सारजा, राऊ, गुणाबाई, आणि इतर चार-पाच जणं सामानाच्या आवराआवरीला लागले होते. सामानाची आवराआवर चालली होती खरी, पण हात यांत्रिकतेनं काम करत होते. शरीरावर, मनावर एक प्रकारची, मरगळ आली होती. उदास उदास वाटत होतं. काय झालं होतं असं? त्यांची सगळ्यांची लाडकी आवली यात नव्हती. ती त्यांच्याबरोबर येणार पण नव्हती. ती इथंच राहणार होती या गावात देहूला. आवलीशिवाय पुण्याला परतायचं म्हणजे प्राण इथंच ठेवून शरीर घेऊन परतण्यासारखं होतं. पण ते टाळताही येणार नव्हतं. आवलीला आता इथंच राहायला हवं होतं, इथंच देहूला. हेच तिचं सासर होतं. हेच तिचं घर होतं. गुणाबाईला तर फारच जड वाटत होतं. आवली तिची जिवाभावाची मैत्रीण होती जणू. खरं तर आवली गुणाबाईपेक्षा कितीतरी लहान पण वयातलं हे अंतर या दोघींच्या प्रेमात कधी आड आलं नव्हतं. आवली तर सारखी गुणाबाईच्या अवती-भोवती असायची. वेणी घालायची गुणाबाईनं, परकर नेसवायचा गुणाबाईनं, दूध गुळ पोहे द्यायचे गुणाबाईनं, भातुकली द्यायची गुणाबाईनं, धारोष्ण दूध प्यायला द्यायचं गुणाबाईनं, आवलीनं हट्ट करायचा तो गुणाबाईजवळ, भांडायचं तेही तिच्याशीच, रुसायचं तेही तिच्यावरच, आणि तिनं रुसवा काढला की, गळ्यात पडायचं गुणाबाईच्याच. गुणाबाईला राहून राहून आवलीची सगळी रूपं आठवायला लागली आणि तिच्या डोळ्यांची धार

काही केल्या थांबेचना. आवली म्हणजे गुणाबाईच्या एकाकी जीवनातला विसावा होता, आयुष्याचा विरंगुळा होता. आवलीचं असणं हाच जणू गुणाबाईच्या अस्तित्वाचा पुरावा होता. गुणाबाई एकेक सामान यांत्रिकपणे भरत होती. खरं, पण त्यातल्या प्रत्येक सामानाशी आवलीची आठवण निगडित होती, बांधलेली होती आणि राहून राहून गुणाबाईला आपल्या पोटात खोल खड्डा पडतोय असंच वाटत होतं. हातातल्या, समोरच्या वस्तू केव्हाच दिसेनाशा झाल्या होत्या. समोर फक्त तरळत होतं पाणी.

आवलीच्या आईची अवस्था तर याहून वाईट होती. आवली म्हणजे तिच्या आयुष्याचं निधान होतं. व्यवधान होतं. आवलीची नाना रूपं आईच्या डोळ्यासमोर तरळत होती. आणि पुन्हा पुन्हा आईच्या हृदयाला जखमी करत होती. आवलीचं असणं म्हणजे एक चैतन्य होतं. नव्हे आवली म्हणजेच एक चैतन्य होतं. साऱ्या घरादाराला व्यापून राहिलेलं. प्रत्येक क्षणावर आपला ठसा उमटविणारं, आपल्या बरोबरच दुसऱ्याला संजीवनी देणारं, खरं तर चार-चौघींसारखीच आवली एक मुलगी. असं काय होतं तिच्यात? पण चारचौघींसारखी असलेली आवली थोडीशी इतरांपेक्षा वेगळी होती. अखंड टवटवीतपणा, उत्साहाचा स्त्रोत असलेली आवली खरंच चैतन्याचा एक असीम झरा होता. म्हणूनच आवलीचे आई-वडील, गुणाबाई ही तिच्या जवळची माणसंच नव्हेत तर वऱ्हाडातला प्रत्येक माणूस उदासीन होता. काळजावर दगड ठेवून काम करीत होता. आवली होतीच तशी!

वऱ्हाडाची परतायची वेळ झाली. लुगड्याच्या ओझ्यानं वाकलेली आवली मांडवातल्या एका कोपऱ्यात ओठंगून उभी होती. मुसमुसत होती. आई-आप्पाजी दुरावणार होते. मायेचं माहेर परकं होणार होतं. मैत्रिणी लांबणार होत्या. यालाच लग्न म्हणत असतील का? तशा रडलेल्या अवस्थेतही आवलीच्या मनात प्रश्न घोंघावत होते. तसं असेल तर हे असलं सगळ्यांपासून तोडणारं लग्न करायचं तरी कशाला? आवलीचं हिरमुसलेलं मन पुन्हा पुन्हा त्याच प्रश्नाभोवती रेंगाळत होतं. आई आणि आप्पाजी, कनकाई आणि बोल्होबांना भेटून आले. तुकारामाला भेटले आणि त्यांना आपल्याकडे येताना बघून आवलीचा बांध फुटला. 'आ ऽ ऽ ई' म्हणत ती आईच्या गळ्यात पडली. हुंदक्यानं तिचं सारं अंग गदगदत होतं. गुणाबाईलाही हुंदका आवरेना. आईच्या गळ्यात पडलेल्या आवलीच्या पाठीवरनं हात फिरवत तीही रडू लागली. एवढे खंबीर मनाचे आप्पाजी पण त्यांनाही आवली दुरावणार ही कल्पना सहन होईना.

"छे! काय ही जनरीत? तळहाताचा पाळणा आणि डोळ्यांचा दिवा करून लेकीला वाढवायची, जपायची, जोपासायची, काळजातली सगळी माया तिच्यावर उधळायची आणि त्या मायेचा अर्थ तिला कुठंतरी कळू लागतोय न लागतोय तोच तिला परक्याच्या हाती सोपवायची, नुसतीच सोपवायची नाही तर त्यात धन्यताही

मानायची. कुणी केली ही रीत? कुणी पाडली असेल ही जगरहाटी? कधीही न तुटणारे मायेचे पाश तोडायचं सामर्थ्य या जगरहाटीत आहे. आप्पाजी भानावर आले. आवलीनं त्यांच्या गळ्याला घट्ट मिठी मारली होती आणि –

"आप्पाजी, मी नाही तुम्हाला सोडून राहणार. मला नको लग्न आणि नवरा. मला तुमच्याबरोबर घेऊन चला." असा हट्ट करत होती. डोळ्यांत पाणी भरलेलं असताना आणि हृदय तुटत असतानाही आप्पाजींना आवलीच्या पुढच्या वाक्याचं हसू आलं. आवली म्हणत होती, "आप्पाजी, आपण माझ्या नवऱ्यालाच आपल्याबरोबर घेऊन जाऊ या. म्हणजे मी तुमच्याबरोबर राहीन. म्हणजे मला तुम्हाला सोडून इथं राहावं लागणार नाही"

त्यांनी आवलीला थोपटलं. तिच्या पाठीवरून, केसावरून हात फिरवला. वारंवार भरून येणारे तिचे डोळे पुसले. आणि तिची गळामिठी सोडवायचा ते प्रयत्न करू लागले. पण छे, आवली त्यांना सोडेचना. ती आणखीच जोरात रडायला लागली. असहाय्यपणे त्यांनी पत्नीकडं पाहिलं. आवलीच्या आईनं डोळ्याला पदर लावला आणि मान फिरवली. शेवटी त्यांनी गुणाबाईला खूण केली. गुणाबाई पुढं आली आणि आवलीची समजूत काढता काढता तिनं आवलीच्या हाताची आप्पाजींच्या गळ्याला मारलेली मिठी सोडवली. पण आवलीनं पुन्हा गुणाबाईला मिठी मारली आणि ती परत रडू लागली. मग गुणाबाईलाही उमाळा आवरेना. तेव्हा कनकाई पुढं आली. तिनं गुणाबाईच्या हातातून आवलीला आपल्याजवळ घेतलं आणि ती तिची समजूत काढायला लागली. पण आवलीचा हुंदका काही थांबेना. शेवटी बोल्होबा पुढं झाले. म्हणाले,

"आप्पाजी, पोरीनं फार जीवाला लावून घेतलेलं दिसतंय? तुम्ही असं करा, गुणाबाईला राहू दे तिची पाठराखीण म्हणून. तेवढाच पोरीचा जीव रमेल. गुणाबाईला ठेवा आणि तुम्ही बिनघोरी जावा. लेकीची काही काळजी करू नका."

असं म्हणून बोल्होबांनी आवलीच्या पाठीवरनं हात फिरवला. गुणाबाई राहणार म्हटल्यावर आवलीला जरा बरं वाटलं. गुणाबाईला चिकटून ती हुंदके देत उभी राहिली. पुन्हा पुन्हा तिला डोळे भरून बघत आप्पाजी आणि आवलीची आई वऱ्हाड घेऊन परतू लागले. ते निघताना तुकारामानं त्यांच्या पायावर डोकं ठेवलं आणि तोही कनकाईजवळ जाऊन उभा राहिला. आवलीला आणि तुकारामाला डोळ्यांत साठवत आप्पाजींनी वऱ्हाडाच्या गाड्या सोडल्या. त्या दूर दूर जाणाऱ्या गाड्या बघत मंडळी उभी होती. कनकाई-बोल्होबा त्या गाड्यांच्या पाठोपाठ गावच्या वेशीपर्यंत जाणार होते. पण आवलीला तिथंच थांबणं भाग होतं. मांडवात आपले आई आणि आप्पाजी आपल्याला इथं परक्या गावात, परक्या माणसांच्यात सोडून चालले आहेत याचा आवलीला राग येत होता. आणि त्याचबरोबर काळजात

काहीतरी तुटत असल्यासारखं वाटत होतं. डोळ्यांतून पाण्याच्या धारा लागल्या होत्या. गुणाबाईच्या हातात दिलेला हात थरथरत होता. पुन्हा पुन्हा ती पदरानं डोळे पुसत होती. गुणाबाई तिच्या चेहऱ्यावरनं हात फिरवून, काही तरी बोलून तिची समजूत काढत होती. मनाच्या या व्याकूळ अवस्थेत गुणाबाई काय बोलती आहे इकडं आवलीचं लक्षच नव्हतं. पण मांडवाच्या दुसऱ्या बाजूला उभ्या असणाऱ्या कुणाचे तरी आश्वासक डोळे आपली मूकपणे समजूत काढताहेत हे तिच्या भिरभिरणाऱ्या नजरेनं टिपलं. नेमकं टिपलं आणि तिचा हुंदका आतल्या आत विरला. गुणाबाईच्या हाताची पकड घट्ट झाली. पण तरीही आपल्या हाताला किंचित थरथर का सुटलीय आणि कपाळावर घामाचे थेंब का उभे राहिलेत याचं उत्तर तिला सापडत नव्हतं.

आप्पाजी आणि वऱ्हाडी मंडळी गेली. बैलगाड्या दिसेनाशा झाल्या. त्या दूर झाल्या म्हणून अंधूक झाल्या की, आवलीच्या डोळ्यांवर पाण्याचा पडदा उभा राहिला म्हणून दिसेनाशा झाल्या कुणास ठाऊक? पण बैलगाड्या दिसेनाशा झाल्या हे सत्य होतं. पण तरीही कितीतरी वेळ आवली आणि गुणाबाई तिथंच उभ्या होत्या. आप्पाजी गेले त्या दिशेकडे पाहत असतानाच ते मूकपणे समजूत काढणारे डोळेही तिला अधनंमधनं दिसत होते. कनकाई आणि बोल्होबा परतले. वेशीपर्यंत चालत जाऊन त्यांनी पाहुण्यांना निरोप दिला आणि ते परतले. आवली आणि गुणाबाई दोघी मांडवातच उभ्या पाहून कनकाईनं दोघींना हाताला धरून आत आणलं. आणि दोघींना पार माजघरात घेऊन गेली. तिथं पाटावर आवलीला बसवलं. आणि तिच्या पाठीवरनं मायेनं हात फिरवत कनकाई म्हणाली- "बस पोरी दमली असशील. जरा दूध घे म्हणजे बरं वाटेल. अजून रात्रीच्या जेवणाला अवकाश आहे. तुम्ही बसा दोघी. मी दूध घेऊन येते. हं आतनं."

असं सांगून कनकाई आत गेली. तिच्या पाठोपाठ दुधानं भरलेली दोन मोठी लोटकी घेऊन एक मुलगी आली. कनकाईनं तिला पुढं ओढलं आणि आवलीला म्हणाली -

"आवली, ही आपली सई. माझी पोरच आहे जणू. आणि सई, ही तुझी वयनी बरं का? तिची काळजी आजपासनं तू करायचीस."

ते ऐकून सई खुदकन हसली. आवलीला आवडली ती परकरी पोर. आवली एवढीच असेल. तिचं ते खुदकन हसणं बघून आवलीही हळूच हसली.

"वयनी, घ्या की दूध." सई हळूच म्हणाली.

तिचा आवाज एखाद्या घंटेसारखा होता. नाजूक, किणकिणणारा. तिच्या हातातून लोटकी घेत तिच्याकडं पाहतच आवलीनं ती तोंडाला लावली. दूध किती गोड होतं! त्याचा गोडवा आवलीच्या चेहऱ्यावरही पसरला. दूध प्याल्यावर आवलीला

खरोखरंच जरा बरं वाटलं. सईनं गुणाबाईलाही दूध घ्यायला लावलं आणि रिकाम्या लोटक्या घेऊन ती आत गेली सुद्धा. कनकाईच्या डोळ्यांत समाधान उमटलं. तिनं त्या दोघींना बसायला सांगितलं आणि ती आत गेली. रात्रीच्या जेवणाचं सांगायचं होतं आचाऱ्याला. जाता जाता तिनं गुणाबाईला सांगितलं –

"गुणाबाई, पोरीला जरा आराम करू द्या. मग संध्याकाळी गुरुजी येणार आहेत. लक्ष्मीपूजन आणि माप ओलांडायचं आहे."

कनकाईचा प्रेमळ स्वभाव आणि मायेत भिजलेला स्वर ऐकल्यावर गुणाबाईला बरं वाटलं. आपल्या आवलीला इथं काडीमात्र त्रास होणार नाही याची ग्वाहीच जणू तिच्या मनानं तिला दिली.

संध्याकाळी माप ओलांडायचा कार्यक्रम झाला. देवघराच्या उंबरठ्यावर माप ठेवलं होतं. आवलीनं ते उजव्या पायाच्या अंगठ्यानं लवंडलं. नंतर लक्ष्मीपूजनाचा कार्यक्रम झाला. तुकारामानं तांदळात अंगठीनं नाव लिहिलं – 'आवली ऊर्फ जिजा' आवली उगीचच शहारली. जिजा किती गोड नाव! आवली - जिजा-आवली! तिला गंमत वाटली. कनकाईनं आवलीला तुकारामाच्या पहिल्या पत्नीला – रखुमाईला भेटवून आणलं. तिची अवस्था फार नाजूक झाली होती. तिला श्वास घेताना त्रास होत होता. तिच्या जवळच तिचा छोटा मुलगा संताजी होता. त्या छोट्या पोराच्या डोळ्यांत आवलीबद्दल कुतूहल होतं. कनकाईनं आवलीला, रखुमाईला नमस्कार करायला सांगितलं. रखुमाईनं किंचित मान उचलून हात वर केला. त्या खोलीतनं आवली बाहेर आली, पण कितीतरी वेळ तिच्या डोळ्यांसमोरून ती आसन्नमरण रखुमाई हालत नव्हती. रात्रीची जेवणं झाली. आवली अंगणातल्या ओट्यावर बसली होती. चांदणं छान पडलं होतं. शांत मनानं आवली बसली होती. गुणाबाई आत कनकाईला मदत करत होती. दिवसभराची धावपळ आता संपली होती. वाराही मंद सुटला होता. आवलीच्या कपाळावरच्या बटांना तो खोडसाळपणे पुन्हा पुन्हा छेडत होता. इतक्यात आवलीला चाहूल लागली. तिनं मान वळवून पाहिलं, तुकाराम येत होता. त्याला पाहिल्यावर ती ओट्यावरनं खाली उतरली. पदर सावरून उभी राहिली. असंच आईनं सांगितलं होतं. तुकाराम येऊन ओट्यावर बसला. स्नेहार्द नजरेनं त्यानं आवलीकडं पाहिलं. मृदू स्वरात विचारलं –

"जेवण झालं का?"

आवलीनं मानेनं होकार दिला.

तुकारामानं पुन्हा विचारलं,"जेवण आवडलं का?"

आवलीनं पुन्हा मानेनंच होकार दिला.

परत तुकारामानं विचारलं, "घर, माणसं आवडली का?"

याही वेळेला आवलीनं मानेनंच होकार दिला.

मग मात्र तुकाराम उठला. उठता उठता म्हणाला, "आप्पाजींनी मला फसवलेलं दिसतंय. त्यांची मुकी मुलगी त्यांनी माझ्या गळ्यात बांधलीय. जी मुलगी मी बघितली होती, ती चांगलीच बडबडी होती. पण ज्या मुलीशी माझं लग्न झालं ती मुकी दिसते. मला हे आई-बाबांना सांगितलंच पाहिजे."

असं म्हणत तुकाराम उठला. मग मात्र गडबडीनं आवली पटकन् बोलली–

"नाही, नाही मला येतंय बोलायला. मी काही मुकी नाही. मला चांगलं बोलायला येतंय."

ते ऐकून तुकाराम हसायला लागला. आणि आपण व्यवस्थित फसवले गेलो हे समजून आल्यावर आवली आधी लाजली, नंतर रुसली आणि मग चक्क रागावली. तिच्या चेहऱ्यावरचे बदलणारे भाव बघून तुकाराम मात्र हसत होता. आणि त्याच्या मिश्कील हसण्यानं आवली अजून चिडत होती. शेवटी जीभ बाहेर काढून, त्याला वेडावून दाखवून आवली तरातरा आत गेली. पण तुकारामाचं मोठ्यांदा हसणं आतपर्यंत तिचा पाठलाग करत होतं.

तुकाराम-आवलीचा तो छेडछाडीचा खेळ कर कटेवर ठेवून उभा असलेला पांडुरंग मोठ्या आवडीनं बघत होता. त्याच्या जोडीला रखुमाईपण होती. तुकाराम-आवलीचा संसार खऱ्या अर्थानं सुरू व्हायला अजून दोन वर्षे तरी जायला पाहिजे होती. पण तोवर चालणारी ही छोटीशी छेडाछेडीच त्या दोघांतलं प्रेम वाढवणार होती. तुकारामाचं मिष्कील हसणं बघून रखुमाईला तर विठ्ठलाची कृष्ण रूपातली खट्याळता आठवत होती. तर आवलीचं ते लाजणं बघून विठ्ठलाला राधेची आठवण येत होती. पण चांदण्यांच्या स्वच्छ प्रकाशात तुकाराम-आवलीचा तो चेष्टा-मस्करीचा प्रसंग बघून विठ्ठल-रखुमाई मात्र खुलले होते. तुकाराम-आवलीचा संसार दोन वर्षांनी का होईना आकाराला येणार याची ग्वाहीच जणू त्या प्रसंगानं त्यांना मिळाली होती. विठ्ठल मात्र वाट पाहत होता त्या क्षणाची.

नऊ

पाच दिवस सासरी राहून आवली माहेरी आली. तिला दारापर्यंत पोहोचवायला बोल्होबा, कनकाई आले होते. ढीगभर दुरड्या भरून देऊन आवलीची माहेराला पाठवणी चालली होती. त्यांच्या पायावर डोकं ठेवून आवलीनं नमस्कार केला. कनकाईचा गळा भरून आला. चार दिवसांत पोरीनं लळा लावला होता. तुकारामाच्या पहिल्या पत्नीचं अंथरुणाला खिळणं आणि आवलीचं घरभर बागडणं या विरोधाभासाचं बोल्होबांनाही नवल वाटत होतं. तर कित्येक दिवसांनी तुकारामाच्या चेहऱ्यावर हास्य फुललं होतं. आणि ते बघून कनकाईचा जीव सुपाएवढा झाला होता. पहिले एक-दोन दिवस बुजून राहिलेल्या आवलीनं नंतर घरभर बागडायला सुरुवात केली होती. कनकाईला ती नाना प्रश्न विचारी. तर बोल्होबांना गंमतीशीर प्रश्न विचारून त्यांच्या चेहऱ्यावर हास्य खुलवी. तुकारामाचा मुलगा संताजी तिच्या मागंपुढं हिंडत असे. आणि त्यामुळे रखुमाईलाही थोडी विश्रांती मिळे. आवलीचं चैतन्यानं रसरसलेलं अस्तित्व तुकारामालाही चैतन्य देई. तिचं हसणं, सई बरोबरची सलगी, घरभर बागडणं, मधेच तो समोर आला तर खारोटीसारखं पळून जाणं, त्यानं चेष्टा केली तर त्याला वेडावून दाखवणं, तुकारामाच्या मरगळ आलेल्या मनाला जणू पुन्हा संजीवनी मिळत होती.

आवली वाड्याच्या बाहेर पडली. तिनं माग वळून पाहिलं. घराच्या मेढ्याजवळ तुकाराम उभा होता. त्याच्या डोळ्यांत 'लवकर ये' ची विनवणी होती जणू! झर्रकन मान वळवून आवली बैलगाडीत चढली. गुणाबाई आणि आवलीला न्यायला आलेला राऊ कधीच गाडीत बसला होता. राऊनं बैलं हाकली आणि गाडी निघालीसुद्धा. निघाली, देहू गावाला आपलंसं करून आवली माहेरी निघाली होती. आता ती येणार एकदम संसार करायला. पोरपण गेल्यावर, शहाणपण आल्यावर. कनकाईनं आवंढा गिळला. आणि ती आत आली खरं,

पण पडवीतून सोप्यावर, सोप्यावरून माजघरात, माजघरातून स्वयंपाकघरात, स्वयंपाकघरातून परसदारी अशी सतत बागडणारी, सतत चिवचिवणारी आवली डोळ्यापुढनं हलत नव्हती. खरंच पाच दिवसांत या पोरीनं किती लळा लावला होता. डोळ्यांत हे भाव घेऊन कनकाईनं बोल्होबांकडं पाहिलं तर, त्यांच्या चेहऱ्यावरही तिला तेच भाव दिसले. खरंच आपल्या तुकारामाचं नशीब थोर आणि त्या पांडुरंगाची कृपा म्हणून आवलीसारखी गोड पोर आपल्याला सून म्हणून लाभली, अशा भावनेनं कनकाईनं त्या पांडुरंगाला मनोमन हात जोडले.

दोन एक वर्षं अशीच गेली. आवलीची सासरी माहेरी ये-जा सुरूच होती. प्रत्येक खेपेस आवली सासरच्या घरात जास्त रूळत होती. तुकारामाच्या नजरेतला रुसवा, राग, नाराजी तिला कळू लागली होती. त्याच्या नजरेतलं आमंत्रण तिला हुरहूर लावत होते. त्यातला अर्थ तिला कळत नव्हता. पण मन तिकडं ओढ घेत होते. आवलीच्या घरी विशेष असं काही घडलं नाही. पण तुकारामाचा मोठा भाऊ सावजी संसारातून विरक्त होऊन कुठेतरी निघून जाण्याच्या विचारात होता. बोल्होबा -कनकाईला जरा धक्का बसला. पण आज ना उद्या हे होणारच होतं. ही गोष्ट ते दोघे जाणून होते. सावजीला प्रपंचाची ओढ नव्हती. त्याला विठ्ठल भक्तीचीही फारशी गोडी नव्हती. त्याला आवड होती संन्यस्तपणाची, विरक्तीची. त्याला संन्यासी बनायचं होतं. आध्यात्माची ओढ होती. मुक्तीची आस होती. संसारात त्याचं मन रमत नव्हतं. अनवधानानं पत्नीनं दिलेली परवानगी ग्राह्य मानून त्यानं जाण्याचं ठरवलं होतं. त्याची पत्नी माहेरी जाऊन राहिली होती. तुकारामावर आता दोन्ही दुकानांचा भार पडला होता. घराची पण जबाबदारी होतीच. पत्नीचं आजारपण तर वाढतच चाललं होतं. वैदू, हकीम, वैद्य सगळे झाले होते. पण कुणाचीच मात्रा चालत नव्हती. तिचा आजार बळावत चालला होता. या सगळ्या मनःस्ताप देणाऱ्या घटनांत तुकारामाला आधार होता तो विठ्ठलाच्या भक्तीचा आणि अधनं-मधनं येऊन तुकारामाच्या मनाचा उदासलेला डोह ढवळून काढणाऱ्या आवलीचा. तुकारामाला आवलीचा मनमोकळा स्वभाव आवडला होता. तिच्या वागण्यात एक प्रकारचं प्रांजलपण होतं. आत एक, बाहेर एक असा तिचा स्वभाव नव्हता. सतत हसतमुख असणारा आवलीचा चेहरा तुकारामाला या कंटाळवाण्या परिस्थितीत आधार देत होता. कधी कधी तिच्या फटकळपणाचा त्याला रागही येई. पण त्यातली सत्यता पटल्यावर त्याचा राग निवळे. आवली अशी अधनंमधनं येत होती. असेच दिवस चालले होते. आणि एक दिवस पुण्याहून निरोप आला की, आप्पाजींना मुका नातू झाला. बोल्होबा-कनकाईला अतिशय आनंद झाला. या दिवसाची ते आतुरतेनं वाट बघत होते. आता आवली इकडेच येणार होती

नांदायला कायमची. तुकारामाचा संसार खरं तर दुसरा, पण पहिल्या संसाराची अशी परवड झाल्यामुळे हाच तुकारामाचा खरा संसार ठरणार होता. असा तुकारामाचा खरा संसार आता सुरू होणार होता. या घरात पुन्हा चैतन्य फुलणार होतं. सावजीच्या विरक्तीच्या विचारानं, त्याच्या पत्नीच्या माहेरी जाण्यानं, रखुमाईच्या बळावत जाणाऱ्या आजारपणामुळं घराला एक विचित्र अशी अवकळा आली होती. उदासीनता पसरली होती. आवलीच्या इथंच राहण्यानं हे घर पुन्हा नांदतं होणार होतं. आवली सगळीकडं भिरभिरणार होती. हसणार होती, बागडणार होती. या उदासलेल्या घराला आवलीच्या रूपात जणू चैतन्याची ऊर्जा मिळणार होती. पुण्याहून आलेल्या या निरोपानं तुकारामाच्या घरात जणू आनंद आणला होता.

आवलीच्या घरातही आनंद पसरला होता. पण ओठांवर हसू खेळवणाऱ्या आवलीच्या आईच्या डोळ्यांत अश्रूही तरळत होते. लेकीचं बालपण संपलं होतं. पोरपण सरलं होतं. आता लेक अंतरणार होती, कायमची सासरी नांदायला जाणार होती. आता खोटी भातुकली सरली होती. खरा संसार सुरू होणार होता. रुसवे-फुगवे यांची जागा संपली होती. जबाबदारी येणार होती. हट्ट-रडू संपणार होतं. तिथं कर्तव्यं येणार होती. या साऱ्या भाव-भावनांचा कल्लोळ आवलीच्या आईच्या मनात पिंगा घालत होता. आणि पोर अंतरणार या जाणीवेनं ती सैरभर झाली होती. गुणाबाईची अवस्था याहून वेगळी नव्हती. तीही येता-जाता डोळ्यांला पदर लावत होती. आप्पाजी व्याकुळले होते. आता लाडकी लेक दुरावणार होती. दुसऱ्याची अमानत म्हणून सांभाळलेली ही ठेव, ज्याची त्याला परत करायची होती. पण ही ठेव साधी नव्हती, मर्म बंधातली होती. तिच्यात काळीज गुंतलं होतं आणि गुंता मायेचा होता, तिढ्याचा होता, सोडवणं कठीण होतं, सोडू जावं तर अधिकच गुंता वाढत होता. पण सोडवणं तर भाग होतं.

आप्पाजींनी देहूला सांगावा धाडला. चार दिवसांनी आवलीची पाठवणी करतोय. आणि सारं देहू गाव जणू आवलीची वाट बघायला लागलं. आवली-तुकारामाचं लग्न देहूकर अजून विसरले नव्हते. त्यातच बोल्होबा वारकरी, धार्मिक, गावच्या समाजकारणात अग्रक्रमाने भाग घेणारे, गावाचं हित जपणारे म्हणून लाडके, तर तुकाराम ऋजू स्वभावाचा, प्रांजल, प्रामाणिक, लाघवी, संतवृत्तीचा, दुसऱ्याच्या नेहमी उपयोगी पडणारा म्हणून लाडका. यामुळं सारं गावच जणू आवलीची वाट बघत होतं. त्यांच्या लाडक्या तुकारामाचा खरा संसार आता सुरू होणार होता. त्याच्या आयुष्यात आता सुखाचे चार चांगले दिवस येणार होते. पहिल्या पत्नीबरोबर सुरुवातीला वर्ष-दीड वर्षांत जे काही सहजीवन झालं होतं तेवढंच. संताजीच्या म्हणजे मुलाच्या जन्मानंतर ती दुखणाईतच

झाली होती. सर्वांशी हसून, आनंदानं बोलणारा तुकाराम अंतर्यामी दुःखी होता. असमाधानी होता. इतक्या गुणी मुलाच्या आयुष्याची अशी वाताहत होत असलेली बघून देहूकरांना वाईट वाटे. पण आवलीशी तुकारामाचा दुसरा विवाह झाला आणि देहूकरांना हायसं वाटलं. त्यांच्या लाडक्या तुकारामाच्या आयुष्यात सुखाचे चार चांगले दिवस येणार होते.

आवलीची निघण्याची सगळी तयारी झाली. तिच्या निघण्याचा दिवसही उजाडला. तो दिवस लवकर उजाडू नये अशी विनवणी आवलीची आई करत होती, पण तरी तो दिवस उजाडलाच. आवलीच्या जाण्याची सिद्धता झाली. तुकारामाचा भाऊ कान्होजी आवलीला नेण्यासाठी आला होता. आप्पाजींनी याही वेळी आवलीबरोबर भरभरून दिलं होतं. पुन्हा सगळा आहेर दिला होता. कान्होजीसुद्धा येताना आप्पाजीं-कडील सगळ्यांना आहेर घेऊन आला होता. आहेर-माहेर झाले. आणि आवली निघाली. बैलगाड्या बांधून, सजवून तयार होत्या. यावेळी इतर आहेराबरोबर आप्पाजींनी तिची लाडकी पाडी मंगळाईसुद्धा दिली होती. आवलीचं मंगळाईवर फार प्रेम होतं. आणि मंगळाईलाही आवली नसली तर चैन पडायचं नाही. म्हणूनच आप्पाजींनी अशी व्यवस्था केली होती. अशा रीतीनं मोठ्या थाटामाटात आवली तुकारामाच्या घरी नांदायला गेली. तुकारामाचं विस्कटलेलं आयुष्य सावरायला, तुकारामाचा मोडलेला संसाराचा डाव पुन्हा मांडायला, तुकारामाचं उद्ध्वस्त जीवन पुन्हा नटवायला.

बोल्होबा-कनकाई तर आवलीची वाट बघत होतेच. पण सहजीवनाला आसुसलेलं तुकारामाचं मनही आवलीची वाट बघत होतं. लग्न झाल्यावर या ना त्या कारणानं दोन-तीन वेळा आवली देहूला येऊन गेली होती. आणि जाताना मागे ठेवून गेली होती तिचं उत्साहानं भरलेलं, चैतन्यानं रसरसलेलं अस्तित्व. त्या अस्तित्वाला लाघवाची किनार होती, मुक्त हास्याची झिलई होती आणि नवखेपणाची, बुजरेपणाची लाजरी झालर होती. आवली येण्याचं नक्की झालं, तसं तुकारामाच्या चेहऱ्यावर हास्य उमललं. कुणीतरी आपलं म्हणावं असं माणूस येतंय ही भावनाच त्याच्या रुक्ष, एकाकी झालेल्या मनाला उमेद देणारी ठरली. आवली येणार हे कळल्यापासनं तुकारामाला आयुष्याचा अर्थ पुन्हा नव्यानं समजून घ्यावासा वाटू लागला. पत्नीच्या सततच्या वाढत जाणाऱ्या दुखण्यामुळं त्रासलेला, एकाकी पडलेला तुकाराम आता एकटा राहणार नव्हता, सुखाबरोबरच दुःखातही भागीदार असणारी, समाधानाबरोबरच संकटाशीही सामना करायला सहकार्य करणारी आवली आता त्याच्याबरोबर असणार होती. कदाचित तिच्या येण्यानं, तिच्या असण्यानं तुकारामाच्या उदासलेल्या जीवनाला नवा अर्थ प्राप्त होणार होता. तिच्याबरोबरच्या सहजीवनातून कदाचित एक वेगळाच

तुकाराम घडणार होता. घडविला जाणार होता. नक्की यातलं काय होणार होतं ते एक नियतीच जाणत होती. पण चांगलं होण्याची आशा धरणं, चांगलं झाल्याची स्वप्नं बघणं आणि चांगलं होण्यासाठी प्रयत्न करणं हे तरी आपल्याच हातात असतं. तुकाराम मनोमन तेच करत होता.

येणार येणार म्हणता म्हणता आवली आली सुद्धा. कनकाईनं आवलीवरून भाकर तुकडा ओवाळून टाकला. तिच्या डोळ्यांतून वात्सल्य ओसंडून वाहत होतं आणि त्याबरोबर आनंदाश्रूसुद्धा. आवलीला त्या तिच्या डोळ्यात दिसली तिची आई आणि त्या वाहणाऱ्या अश्रूत दिसली गुणाबाई. आवली घराबाहेर पडताना इतके दिवस अडवून धरलेला, उसन्या अवसानात झाकून ठेवलेला त्या दोघींचा बांध फुटला होता. आवलीची आई आवलीला पोटाशी धरून ढसढसा रडली होती. आवलीला तिनं घट्ट मिठीत घेतलं होतं. जणू आपल्या लाडक्या लेकीला ती आपल्या हृदयात, आपल्या मनाच्या जाणीवेत साठवत होती. तर डोळ्यांतून पाण्याच्या धारा लागलेल्या असताना ही गुणाबाई पापणी न हलवता आवलीच्या चेहऱ्याकडं एकटक बघत होती. जणू आवलीचं लाघवी रूप ती आपल्या डोळ्यांत साठवत होती. आवलीची लाडकी छबी, तिच्या बालपणापासूनच्या आठवणींच्या कुपीत भरून ठेवत होती. ती व्याकुळता, तीच माया, तेच वात्सल्य, तोच कर्तव्यपूर्तीचा आनंद आणि तीच प्रतीक्षा आवलीला कनकाईच्या डोळ्यांत दिसली होती आणि आपण सासरी आलोय म्हणजे घराच्या भिंती आणि माणसांचे चेहरे बदललेत, बाकी काही नाही. भिंतीमध्ये असलेली आपुलकी आणि चेहऱ्यामागची माया तीच अगदी माहेरच्या घरासारखी आहे, हेच त्यावेळी आवलीला उमगलं. हाच विश्वास कनकाईच्या एका दृष्टिक्षेपात आवलीला मिळाला आणि याच विश्वासानं आवलीला दिलासा दिला, आधार दिला. तुकारामाचा विस्कटलेला संसार सावरण्यासाठी जणू तिला हजार हत्तींचं बळ आलं. याच बळाच्या, याच विश्वासाच्या जोरावर आवलीनं मोठ्या आत्मविश्वासानं आंबिले-मोरे यांच्या वाड्यात प्रवेश केला. तुकारामाच्या जीवनात पहिलं पाऊल टाकलं.

कनकाईनं भाकर तुकडा ओवाळून टाकून आवलीला मोठ्या सन्मानानं घरात घेतलं. लक्ष्मीचं रूप आणि सरस्वतीची बुद्धी घेऊन आवली आली होती याची खात्री कनकाईला होती. आणि आपल्या मुलाचा मोडलेला संसार ती पुन्हा उभा करेल याचाही विश्वास होता. आता जणू ती निश्चिंत झाली होती. तुकारामाला आवलीच्या स्वाधीन करून ती आता विठ्ठल चिंतनात समाधानानं मग्न होणार होती. आवलीच्या कार्य-कुशल आणि दृढ विश्वासानं भरलेल्या हातात तिचा तुकाराम सुखरूप, सुरक्षित, आणि सुखात राहणार होता. कनकाईला

तरी यापेक्षा आणखी काय हवं होतं? तिची आंतरिक इच्छा अशीच होती. बाकी सगळं त्या पांडुरंगाच्या हातात होतं. आवलीवरून भाकरीचा तुकडा ओवाळून टाकताना अशाच भावनांची असंख्य आंदोलनं कनकाईच्या मनात येऊन गेली. आवलीनं गृहप्रवेश केला. लक्ष्मीचं रूप घेऊन जणू सरस्वतीच घरात आली. बोल्होबांच्या मनात याहून वेगळे विचार नव्हते. आवलीची हुशारी, चुणचुणीतपणा, तिची चौकसबुद्धी, तिच्यावरचे संस्कार, तिचा कामसूपणा, तिची चपलता सारं सारं बोल्होबांना माहीत होतं. त्यांनी पाहिलं होतं, अनुभवलं होतं. आणि तावून सुलाखून ते सारं आता त्यांच्या घरी अवतरलं होतं. आवलीतले नेतृत्व गुण त्यांनी पाहिले होते. तिचं चातुर्य जोखलं होतं आणि म्हणूनच तिला तुकारामासाठी मागितलं होतं. एक मनाजोगतं दान त्यांच्या पदरात पडलं होतं.

आवली नांदायला आली आणि तुकारामालाही वाटलं आपल्या जीवनाला पूर्णता आली. दोघांचा सुखाचा संसार सुरू झाला. घरातील कुळधर्म-कुळाचार, रीत-रिवाज, चाल-चलणूक, काम-धाम आवलीनं पटपट आत्मसात केलं. ती होतीच तशी चतुर. माहेरी भातुकली मांडून खोटा खोटा संसार मांडून, खोटा खोटा स्वयंपाक करणारी आवली, आता चुलवणापुढं बसून खरा स्वयंपाक करू लागली. चूल-पोतेरं, सडा-संमार्जन, गोठ्याची झाडलोट, धारा-चारा, घरच्यांचं सगळं हवं नको बघण्यात तिचा दिवस कसा जायचा ते कळायचं नाही. तुकारामांशी गाठ पडायची ती एकदम रात्री. दिवसभर पोक्तपणे वावरणारी, जबाबदारीची, कर्तव्याची, सेवेची झूल पांघरून घरचं कामकाज कर्तव्यदक्षतेनं सांभाळणारी आवली रात्री मात्र पुन्हा अवखळ, अल्लड व्हायची. तुकारामाच्या मायेनं पुन्हा लहान व्हायची. पती म्हणून प्रेम करणारा, आर्जवं करणारा तुकाराम ती रुसल्यावर तिची समजूत काढायचा तेव्हा तिला आप्पाजींसारखाच वाटायचा. मग ती आणखीच लहान व्हायची. रुसायची, फुगायची तुकारामाकडनं आणखीन लाड, कोड-कौतुक करून घ्यायची. उमलायची, खुलायची, फुलायची. असेच दिवस चालले होते.

तुकारामाला आता जगण्याचा उत्साह वाटू लागला होता. दुकानाकडे त्याचं संपूर्ण लक्ष होतं. आवली घरातला सगळा कारभार कनकाईच्या मार्गदर्शनाखाली नीटपणे, समर्थपणे सांभाळत होती. बोल्होबा आता निश्चिंत झाले होते. पुन्हा एकवार विठ्ठलाच्या नामस्मरणात आणि गावच्या समाजकारणात त्यांनी स्वतःला झोकून दिलं होतं. आपल्या अंगभूत कर्तृत्वानं आणि चुणचुणीतपणामुळं आवली सगळ्यांच्या कौतुकाला पात्र ठरत होती. अलीकडं कनकाईचं तर तिच्याविना पानच हलेना झालं होतं.

"जिजा धारा काढल्यास का? जिजा चूल-पोतेरं केलंस का? जिजा भात

वैलावर ठेवलास का? जिजा जोंधळे दळलेस का? जिजा दूध प्यालीस का? जिजा न्याहरी केलीस का? जिजा चल जेवायला बसू या. जिजा मंगळाईला चारा टाकून ये, जिजा संताजीला दूध दे.''

एक ना दोन. कनकाई तोंडानं अखंड जिजाचं नाव घ्यायची. जणू जिजाशिवाय घरात कुणी नाहीच. पण आवलीला कनकाई तेवढीच जिजा म्हणायची. बाकी बोल्होबा सूनबाई म्हणायचे. आणि तुकाराम 'आवले!' तुकारामाच्या तोंडची 'आवले' ही हाक ऐकू आली की आवली मोहरायची. तिला फार आवडायची त्यानं मारलेली हाक 'आवले', त्याचा आवाज ऐकता क्षणी जणू तिचं सर्वांग प्रतिसाद द्यायला आतुर व्हायचं.

बोल्होबांच्या घरी कामाला असलेली सई आता आवलीची सखी बनली होती. तिचं आणि आवलीचं छान जमायचं. तिच्या मदतीनं आवली सगळी कामं भराभरा आवरायची आणि मग दोघीजणी परसदारी छापापाणी, सागरगोटे खेळायच्या. मग अगदी बोल्होबा, तुकाराम जेवायला यायच्या वेळेपर्यंत हा खेळ रंगायचा. त्याची चाहूल लागली की, खेळ बंद. या सईच्या बाबतीत एकदा एक प्रसंग घडला. पण त्या प्रसंगानं आवलीचं चातुर्य, शहाणपणा पुन्हा एकवार सिद्ध झाला. झालं होतं असं –

या सईचं लगीन झालं होतं. तशी ती न्हात्या-धुत्या वयाची असेल. पण नाकी-डोळी ठसठशीत असलेली सई रंगानं मात्र काळी होती. तिचा नवरा माणकू तिला या काळ्या रंगाबद्दल येता-जाता चिडवायचा, फटकारायचा. त्याला ही काळी बायको मुळीच आवडायची नाही. पण सई रंगानं काळी असली, तरी गुणानं फार चांगली होती. कामसू होती. स्वभावानं गरीब होती. 'तिच्या गुणांकडं बघ, रंगाकडं बघू नको' असं माणकूला सगळ्या माणसांनी, अगदी त्याच्या आई-वडिलांनीही खूप समजावलं, पण त्याच्या मनातनं तिचं काळेपण जात नव्हतं. त्या दिवशी तर कहरच झाला. काहीतरी भांडणं झालं आणि 'मला असली काळी बायको नको' म्हणून माणकू भांडतच बसला. कुणाचं काही केल्या ऐकेना. खरं तर माणकू देवभोळा. विठ्ठलभक्त. एवढ्या तरुण वयातही त्याची विठ्ठलावर फार श्रद्धा. विठ्ठलाची भजनं गोड गळ्यानं, तल्लीनतेनं गायचा. कामसू, मेहनती, प्रामाणिक असा हा माणकू गावकऱ्यांचा तसा लाडका होता. बोल्होबाचा तर त्याच्यावर विशेष जीव, खास लोभ होता. पण 'ही काळी बायको मला नको' हा त्याचा हेका गावकऱ्यांनाही पटायचा नाही. तशातच सईचं त्याच्याशी लगीन करून दिल्यावर सईचे आई-वडील आणि भाऊ साथीच्या रोगात एका पाठोपाठ एक बळी पडलेले. आता सईला दुसरं मायेचं माणूस कुणीच नव्हतं. आता माणकूचं घर हेच तिचं आधाराचं, विसाव्याचं ठिकाण होतं. आता माणकूच काळी

बायको नको म्हणून बसल्यावर त्या पोरीनं सईनं, जायचं तरी कुठं? जगायचं तरी कसं? बरं, माणकूच्या आई-वडिलांचीही सईबद्दल काही तक्रार नव्हती. माणकूचा संसार, घरचं कामकाज ती नीट नेटकं करायची. शिवाय बोल्होबांच्या घरी काम करून थोडासा का होईना संसाराला हातभार लावायची. पण माणकूलाच ती नको होती. आता हा तिढा सुटायचा कसा? सगळ्यांना घोर पडला होता. माणकूची समजूत पटता पटत नव्हती. अगदी बोल्होबा-कनकाईसकट सगळ्यांनी हात टेकले होते. सईच्या डोळ्यांचं पाणी खळत नव्हतं. आवलीच्या गळ्यात पडून ती ढसाढसा रडली. का कुणास ठाऊक, आपल्या या समस्येवर आवलीच उपाय काढू शकेल असा तिला विश्वास वाटत होता. आवलीलाही काही सुचत नव्हतं. सई तशी सगळ्यांचीच लाडकी होती. आवलीच्या मनात विचारांचं वादळ उठलं होतं. सई तर येता जाता आवलीला मदतीची साद घालत होती. शेवटी आवलीनं निर्णय घेतला. तिनं हळूच कनकाईला विचारलं –

"मी काही करता येतं का ते बघू का? माणकूदादाला चार गोष्टी सांगेन म्हणते."

कनकाईचा आपल्या लाडक्या सुनेच्या शहापणावर विश्वास होता. तिनं तात्काळ संमती दिली आणि बोल्होबांशी बोलून त्यांचीही संमती मिळवून दिली. बोल्होबांनी संमती दिल्यावर आवलीनं बोल्होबांना वाकून नमस्कार केला आणि म्हणाली,

"माणकूला मी दोन गोष्टी बोलून बघू का? आपली परवानगी असेल तर?"

बोल्होबा प्रसन्न हसले. कौतुकानं म्हणाले,

"जरूर करा, सूनबाई जरूर प्रयत्न करा. त्या पोरीचं सईचं, कुणीकडनं तरी कल्याण झालं म्हणजे झालं."

"आपली क्षमा मागून मी आणखी एक मागणं मागते. माणकूसमोर मी आपल्याला काही सांगेन, काही सुचवेन. आपण कृपया त्या गोष्टीला खोटाखोटा का होईना पण तत्काळ होकार द्यावात." आवलीनं मर्यादाशीलतेनं सांगितलं.

बोल्होबांनी त्यालाही होकार भरला. मग आवलीनं माणकूला बोलावणं पाठवलं. माणकू आला तो मोठ्या घुश्यातच. तो मोठ्या तोऱ्यात होता. इतक्या मोठंमोठ्या माणसांनी सांगून मला पटलं नाही, मी ऐकलं नाही आणि ही काल आलेली पोर, धाकल्या वहिनी असल्या म्हणून काय झालं? काल आलेली पोरच आहे ती, तिचं मी काय ऐकणार? आणि ती काय मला पटवून देणार? असा भाव माणकूच्या चेहऱ्यावर होता. माणकू आला आणि जोत्यावर बसला. बोल्होबा, कनकाई, सई सगळीच होती. डोईवरचा पदर सावरीत आवली

माजघराच्या चौकटीत उभी होती. माणकू आला. आवलीनं बोल्होबांकडे एक नम्र कटाक्ष टाकला –

"बोला सूनबाई, या सईच्या आणि माणकूच्या बाबतीत आपण काय करायचं? सई तुमची मैतरीण आहे, म्हणून तुम्हाला विचारतोय. बोला ऽ काय करू या?"

असं म्हणत बोल्होबांनी नकळत सगळी सूत्रं आवलीच्या हातात दिली. आवलीनं पुन्हा एकवार डोईवरचा पदर सावरला. आणि माणकूला विचारलं,

"माणकूदादा, मग सईसारखी काळी बायको तुम्हाला नकोय ना? ती कितीही गुणी असली तरी ती काळी आहे म्हणून तुम्हाला आवडत नाही, खरं ना?"

माणकूनं होकारार्थी मान हलवली.

"मग मला खरं खरं कारण सांगा ती तुम्हाला का आवडत नाही?" आवलीनं पुन्हा प्रश्न केला.

"ती काळी हाय, म्हणजे तिचा रंग काळा हाय म्हणून ती मला आवडत नाही." माणकूनं मनातली खळखळ स्पष्टपणे सांगितली.

"बरोबर. म्हणजे तिचा काळा रंग तुम्हाला आवडत नाही? बरोबर?" आवलीचा प्रश्न.

"व्हयं अगदी बरोबर." माणकूनं उत्तर दिलं.

"होय ना? मग कुठलाच काळा रंग तुम्हाला आवडत नसेल? खरं ना? अगदी कुठलाच काळा रंग?" आवलीनं हळूच विचारलं.

"व्हयं धाकल्या वहिनी, काळ्या रंगाचं मला काय बी आवडत न्हायी. अगदी काळी म्हैससुद्धा. मग काळी बायको कशी मला आवडणार?" माणकूनं उत्तर देत प्रतिप्रश्न केला.

"बरोबर आहे माणकूदादा तुमचं, तुम्हाला काळ्या रंगाचं काहीच आवडत नाही, नाही का? मग बाबा ऽ"

बोल्होबांना उद्देशून आवली म्हणाली, "मग बाबा माणकूदादांना पांडुरंगाच्या मंदिरातही येऊ देऊ नका. विठ्ठलाचं दर्शन घेऊ देऊ नका. विठ्ठलाची भजनं गाण्यावरही बंदी घाला. तिथं मंदिरात बसू देऊ नका. तिथलं त्याचं झाडलोटीचं कामही आपण बंद करावं बाबा, आपण कराल ना एवढं?"

आवलीचा रोख बोल्होबांच्या लक्षात आला. तिच्या हुशारीचं त्यांना कौतुक वाटलं.

"बरोबर आहे सूनबाई तुमचं. विठोबा काळा आहे. तेव्हा तोही माणकूला आवडत नसणार, तेव्हा त्या काळ्या विठोबाच्या मंदिरात माणकूनं जाऊ नये.

त्या काळ्या विठोबाची भजनं गाऊ नयेत. तिथली झाडलोटही करू नये. त्याला काळा रंग आवडत नाही, तेव्हा त्यानं त्या काळ्या विठोबाचं दर्शनही घेऊ नये. मी पंच मंडळींना सांगून तशी व्यवस्था करवतो''

बोल्हांबांच्या प्रत्येक वाक्यासरशी माणकू ढेपाळायला लागला. शेवटी तर तो रडायलाच लागला. धाडकन बोल्होबांच्या पायावर कोसळला. आपल्या तोंडात मारून घेत म्हणाला –

''चुकलो धनी चुकलो. काळा रंग वाईट नसतो हे कळलं मला. माझी सई गुणानं पांढरी आहे. उजवी आहे हे मी लक्षातच घेतलं नाही. मी वरवरच्या रंगाला भुललो. चोखोबांचा अभंग मी नुसताच गात होतो, 'पण काय भुललासी वरलीया रंगा?' हे मी विसरलोच. मला माफी करा, माझी चुकी झाली, माझे डोळे उघडले. मला सईबरोबर सुखाचा संसार करायचा आहे. आणि विठ्ठलाची सेवापण करायची आहे. मी चुकलो, मी चुकलो धनी, मला माफी करा.''

असं म्हणून माणकू धाय मोकलून रडायला लागला. बोल्होबांच्या चेहऱ्यावर हास्य पसरलं. आवलीच्या चेहऱ्यावर आनंद, तर कनकाईच्या चेहऱ्यावर कौतुक. आणि सईच्या चेहऱ्यावर तर समाधान. आणि त्याच बरोबर जिंकल्याची भावना. तिनं आवलीवर टाकलेला विश्वास सार्थ ठरल्याची.

पायावर पडलेल्या माणकूला बोल्होबांनी दंडाला धरून उठवलं.

''माणकू उठ. अरे माणसाचं रंगरूप त्याच्या हातात नसतं, पण गुण तरी त्याच्या हातात असतात. देवानं आपल्या पदरात घातलेलं दान आनंदानं स्वीकारावं, ऊतू नये, मातू नये. माणकू, सई मोठ्या गुणाची पोर आहे. तुझा संसार नेटका आणि सुखाचा करील. माणकू आपण वारकरी. वारकऱ्यानं ऐकायचं एक, गायचं दुसरं आणि वागायचं तिसरं असं करू नये. ऊठ आणि घरी जा. त्या पांडुरंगाला शरण जा. आणि सुखाचा संसार करा.''

बोल्होबांनी माणकूची समजूत घातली. आणि सईला साडी-चोळी देऊन तिची पाठवणी केली. सुखाच्या संसारात सई गेली खरी, पण जाण्याआधी कनकाईच्या पाया पडली. आणि आवलीला तिनं जी गळामिठी घातली ती कितीतरी वेळ दोघीजणी स्फुंदत होत्या. सई गेली, पण दुसरे दिवशी कामावर येते असं सांगूनच. एका गुणी पोरीचा संसार मार्गी लागला होता. माणकू आणि सई गेल्यावर बोल्होबा कनकाईला म्हणाले –

''बरं का? तुमच्या या सुनेची दृष्ट काढा. पोरीनं आज कमाल केली. आप्पाजींची लेक आणि आमची सून शोभली खरी.''

आणि खरोखरीच कनकाईनं आवलीची दृष्ट काढली. बोल्होबा-कनकाईनं केलेल्या या कोड-कौतुकाचं आवलीला मोठं अप्रूप वाटलं. आता तिचं मन

तुकारामाची वाट बघू लागलं, कधी एकदा त्याला ही घटना सांगतोय आपण आणि त्यांच्या डोळ्यांत उमटलेलं आपलं कौतुक पाहतोय असं आवलीला झालं होतं.

पांडुरंगालाही या गोष्टीचा विलक्षण आनंद झाला होता. तुकारामाचा संसार एक हाती सांभाळण्याला आवली समर्थ आहे याचीच साक्ष या प्रसंगानं दिली होती. एकीकडं या आनंदात मश्गूल असतानाच पांडुरंगाच्या मनात काहीसा विषाद होता. त्याचं कारण पांडुरंगालाही कळत नव्हतं. पण कुठेतरी बोच लागायला सुरुवात झाली होती. रुक्मिणी मात्र पांडुरंगाच्या क्षणात आनंदानं तर क्षणात विषादानं भरलेला चेहरा न्याहाळत होती. तिचं ते न्याहाळणं बघून पांडुरंग क्षणात सावरला. चेहऱ्यावर उमटलेल्या विषादाच्या भावना पुसून टाकून त्यानं चेहरा हसरा केला. आणि मिष्कील स्वरात रुक्मिणीला विचारलं –

"तुम्हालाही काळा रंग न आवडून तुम्ही माझ्याशी विवाह केला नसतात तर काय झालं असतं?"

पण हा प्रश्न विचारात असताना, आपल्या काळ्या रंगाचा आवलीनं खुबीनं करून घेतलेला वापर या गोष्टीकडं त्याचं दुर्लक्ष झालेलं नव्हतं. एकीकडं त्याला आवलीचं कौतुक वाटत होतं, तर दुसरीकडं धास्तीही. ही धास्ती कसली याचा त्याला बोध होत नव्हता. आपल्या मनात नक्की काय आणि का चाललंय? नक्की काय भावना आपल्या मनात आहे या प्रश्नाचं उत्तर त्या कर कटेवर ठेवून विटेवर उभ्या असलेल्या सावळ्या विठ्ठलालाही सापडत नव्हतं. आवली हे त्याच्या दृष्टीनंही एक कोडंच होतं हेच खरं.

दहा

आवली-तुकारामचा असा सुखाचा संसार सुरू झाला. आणि आपल्या जीवनाची इतिकर्तव्यता झाली असे मानून बोल्होबांनी आपला देह ठेवला. धार्मिक वृत्तीच्या, संत प्रवृत्तीच्या बोल्होबांना मृत्यूही शांतपणे आला. एका रात्री ते विठ्ठलाचे नामस्मरण करून निजले ते सकाळी उठलेच नाहीत. घरातल्या सगळ्यांना दुःखाच्या सागरात लोटून बोल्होबा कायमचे निघून गेले. आयुष्यभर विठ्ठल भक्तीत रममाण झालेल्या या सत्पुरुषाला त्या विठू माऊलीनं आपल्याजवळ बोलावून घेतलं. आवलीबरोबर विवाह केल्यामुळे पुन्हा जीवन सुंदर भासू लागलेल्या तुकारामाला फार मोठा धक्का बसला. त्याचं पोरपण एकदमच संपून गेलं. अजून आयुष्याचं संपूर्ण गणित समजायचं होतं. बेरीज वजाबाकी उमजायची होती, अशा नकळत्या वयात तुकारामावर फार मोठा आघात झाला होता. आवलीला तर खूपच धक्का बसला होता. तुकारामाशी परिचय होण्याआधी ती बोल्होबांशी परिचित होती. तुकारामाशी लग्न झाल्यावर माहेर सोडून ती सासरी आली तरी बोल्होबांच्या आपुलकीनं, अनौपचारिक जिव्हाळ्याने तिला तुकारामाच्या घरात एवढा परकेपणा जाणवला नाही. बोल्होबांच्या रूपात तिला दुसरे आप्पाजीच मिळाले होते.

खरं तर तुकाराम-आवलीच्या लग्नाआधी तुकारामाच्या घरात एक प्रकारची उदासीनता पसरलेली होती. कनकाईची थकलेली गात्रं, रुक्मिणीचं वाढत जाणारं आजारपण, सावजीचा विरक्तीकडं असलेला ओढा आणि त्यामुळे त्याच्या पत्नीला आलेली विरसता. या सगळ्यामुळे तुकारामाच्या घरावर एक प्रकारे अवकळा पसरलेली होती. वातावरणात एक मरगळ होती. रांधणं-वाढणं-काम-धंदा इ. नित्याचे व्यवहार चालू होते. पण त्यात उत्साह नव्हता. आवली तुकारामाच्या आयुष्यात आली आणि येताना तिनं जणू संजीवनी आणली. मरगळलेलं घर तिच्या उन्मलित स्पर्शानं उमललं, दरवळलं, मोहरलं आणि

सावरलंसुद्धा. तिच्या पदस्पर्शानं तुकारामाच्या घराला नव्या आशेचा अंकुर फुटला. तिच्या पायरवानं एका नव्या सुखाची रुणझुण ऐकू येऊ लागली. आणि याच भावनेनं आनंदात मश्गूल होऊन बोल्होबांनी देह ठेवला. त्यांचं सोनं झालं, पण पाठीमागे राहिलेल्यांच्यावर दु:खाचा डोंगर कोसळला. तुकाराम पोरका झाला, आवली सैरभर झाली, तर कनकाईची जणू शुद्ध हरपली. आता तिलाही आपला परतीचा मार्ग दिसू लागला. आणि काही दिवसांत तीही आपल्या धन्याच्या वाटेनं निघून गेली. आवलीला तेव्हा हवं-नको झालं होतं. या दुखऱ्या दिवसांत जेव्हा आवलीला मानसिक आणि शारीरिक आधाराची आत्यंतिक गरज होती तेव्हाच कनकाईनं या जगाचा निरोप घेतला. तुकारामाचं वय तेव्हा अवघं २४-२५ तर या हिशोबानं आवलीचं वय असेल १४-१५. या पोर वयात असे सगळे आधार एका पाठोपाठ एक निघून गेले. कदाचित या खात्रीनं की आवली स्वयंभू आहे. ती सगळं सांभाळेल. कदाचित या विश्वासानं, की आपल्या तुकारामाचं भवितव्य आवलीच्या हातात सुरक्षित आहे. आवली या विश्वासाला पात्र होती. पण तो सार्थ ठरवायला ईश्वरानं संधी द्यायला हवी होती. आणि ते सर्वस्वी त्या पांडुरंगाच्या हातात होतं. पण बोल्होबा-कनकाईच्या लागोपाठ जाण्यानं तुकाराम-आवली खरोखरंच निराधार झाली. पोरकी झाली. अनाथ झाली. आणि त्याचबरोबर प्रौढही. त्यांचं पोरपण एकदम संपून गेले. आवलीला तर ते फार फार जाणवलं. बोल्होबांना आवलीचं अतिशय कौतुक, तर कनकाईची या गुणी सुनेवर अतिशय माया. ही दोघंही गेली आणि आवली या कौतुकाला आणि मायेला पारखी झाली. तिला आलेलं पोरकेपण तिला एकदम प्रौढ करून गेलं. तिचं बालपणच जणू त्या दोघांच्या मृत्यूनं संपलं. तुकारामाची अवस्था याहून वेगळी नव्हती. पण त्याला आधार द्यायला आवली होती. परंतु आवलीला आधार कोण देणार? तुकाराम आई-वडिलांच्या दु:खात एवढा बुडाला होता की, आवलीलाही आधाराची गरज आहे हे तो विसरूनच गेला जणू. साहजिकच होतं म्हणा ते. आई-वडिलांचा पाठोपाठ झालेला मृत्यू, त्याच्यातल्या शहाणपणाला, समंजसपणालाही पोरकं करून गेला होता. आवली मात्र पुन्हा उभी राहिली. स्वयंभूपणे. स्वत:च स्वत:ला खंबीर बनवत. स्वत:च स्वत:ची समजूत काढत. ती आपणच आपला आधार बनली. लवकर सावरली. सारे आघात पचवून, सोसून झुंजीला पुन्हा उभं राहण्याची शक्ती स्त्रीमध्ये असते म्हणूनच तिला आदिशक्ती म्हणत असतील का?

बोल्होबा-कनकाईच्या जाण्यानं तुकारामाला तर आधारच गेल्यासारखं वाटलं, पण आवलीलाही एक विलक्षण पोकळी जाणवायला लागली. काळ हेच त्यावरचं औषध होतं. आणि ते लागूही पडलं. घरचं काम-काज, गुरा-ढोरांचं करण्यात आवलीचा दिवस जाऊ लागला. आवली हळूहळू दु:खातनं सावरली. तुकारामही

सावरला. दैनंदिन व्यवहार नेटकेपणानं करण्याकडं आता त्याचं लक्ष लागून राहिलं. काळ दु:ख विसरण्यासाठी लेपही देतो. तसंच झालं. आवलीनं एका गोंडस कन्येला जन्म दिला. तुकारामानं तिचं नाव ठेवलं 'काशी'. काशीच्या वेळी त्या वेळच्या रीतीरिवाजाप्रमाणं आवली माहेरी प्रसूत झाली. आणि ती देहूला परतली ते मातृत्वाचं आगळं तेज घेऊनच. आधीच लखलखणारी आवली आता आणखीच लखलखीत दिसायला लागली. आवली काशीला घेऊन आली. काशीच्या दुडुदुडु धावणाऱ्या पावलांनी त्या घरात पुन्हा आनंद पसरला. तिच्या कोड-कौतुकात बोल्होबा-कनकाईच्या मृत्यूच्या दु:खाची धार थोडीशी बोथट झाली. काळानं लेप दिला तो असा. काशीला वर्ष सरतंय न सरतंय तोच आवलीला पुन्हा मातृत्वाची चाहूल लागली. आणि काशीच्या पाठोपाठ 'महादेव'चा जन्म झाला. या दोन पोरांच्या बाळलीलांत आणि संताजीच्या कोडकौतुकांत तुकारामाचं घर चांगलंच सावरलं. पण त्या कर कटेवर ठेवून विटेवर उभ्या असलेल्या पांडुरंगाच्या मनात काही भलतंच होतं. कदाचित तुकारामाचं प्रपंचात रमणंच त्याला मान्य नव्हतं. असे थोडे सुखाचे दिवस येतायत न येतायत तोच तो, तुकाराम-आवली वर असे काही आघात करायचा की, त्यांनी कोसळलंच पाहिजे. तुकारामाचा थोरला भाऊ सावजी आधीच संसारातून विरक्त होऊ पाहत होता. त्यातच त्याची पत्नी, तुकारामाची थोरली भावजय निधन पावली. आधीच सावजीला तीर्थाटनाची ओढ, त्यात पत्नीही गेली म्हटल्यावर सावजी तीर्थटनाला जातो म्हणून सांगून घर सोडून निघून गेला आणि आता मात्र तुकाराम-आवली खरोखरच पोरकी झाली. आई-वडील गेले. थोरला भाऊ परागंदा झाला. थोरली भावजय निवर्तली. सगळी वडील माणसं अशी एका पाठोपाठ एक अशी निघून गेली. ज्यांनी आधार द्यायचा तेच निराधार करून निघून गेले. ज्यांच्या छत्राखाली जगायचं त्यांचंच कृपाछत्र नाहीसं झालं ज्यांचं बोट धरून चालायचं तेच बोट सोडून निघून गेले. तुकाराम भ्रमला. त्याचं कशातही लक्ष लागेना. विठ्ठल भक्तीची आवड त्याला आधीपासून होतीच. पण या सततच्या आघातानं विठ्ठलभक्तीची ओढ त्याला लागू लागली. झालेल्या आघातातून सावरायला या वेळेला आवलीलाही बराच वेळ लागला. एका पाठोपाठ एक असे झालेले हे दु:खाचे आघात तिच्या पोरपणावर विलक्षण जखमा करून गेले. आणि त्यातही दुर्दैवाचा भाग असा होता की नव्या जखमेबरोबरच पहिल्या जखमेचीही खपली निघत होती. असे अजून किती घाव झेलायचे होते हे त्या विठ्ठलाला माहीत. आणि अशा अजून किती जखमा अंगावर ठसठसत ठेवायच्या होत्या हेही त्या विठ्ठलालाच माहीत. पण अलीकडं आवलीला पुन्हा त्या काळ्या विठ्ठलाचा राग येऊ लागला होता.

इतक्या धार्मिक वृत्तीचे बोल्होबा, ज्यांनी जन्मभर विठ्ठल भक्तीची मिरास

बाळगली, त्या बोल्होबांना सुखाचे चार चांगले दिवस त्या विठोबानं बघू दिले नाहीत. उपभोगू दिले नाहीत. ज्या आंबिले-मोरे घराण्यानं केवळ आणि केवळ विठ्ठल भक्तीच केली. त्या घराण्यावर एका मागोमाग एक असे इतके आघात करताना त्या विठ्ठलाला काहीच वाटलं नसेल? राहून राहून आवलीच्या मनात हे प्रश्न उभे राहयचे आणि त्यांची उत्तरं न मिळाल्यानं तिला त्या विठोबाचा अधिकच राग यायचा. पण आवलीच्या रागाची विठोबाला तरी कुठं पर्वा होती. त्यानं आघात करायचं चालूच ठेवलं होतं. इतक्या दु:खाच्या प्रसंगानं तुकारामाचं मन थाऱ्यावर राहीना. त्याचं दुकानात लक्ष लागेना. व्यवहारात लक्ष लागेना. व्यापारात खोट यायला लागली. दुकानात नुकसान होऊ लागलं या सगळ्या गोष्टीमुळं आवली अस्वस्थ व्हायची. तिनं परोपरीनं तुकारामाला समजावलं. त्याच्या मागं खंबीरपणे उभी राहिली. त्याला या निराशेच्या गर्तेतून बाहेर काढण्याचा तिनं जणू चंग बांधला. परोपरीनं ती राबू लागली. घरचं, पोरांचं, गुरा-ढोरांचं करून ती दुकानातही जाऊ लागली. पण तुकारामाला ते रुचेना. तेव्हा तिनं दुसरी युक्ती केली. घरच्या गाई-गुरांचं दूध काढून तिनं सईमार्फत बाजारात धाडायला सुरुवात केली. त्यातून चार पैसे येऊ लागले. घराचं स्वास्थ्य किंचित सावरलं, पण या पाठोपाठच्या आघातानं सगळ्यांचीच मनं विस्कटली होती. कुणाचंच कुणाकडं लक्ष नव्हतं. याचा परिणाम झालाच. किंचितसं दुर्लक्ष झाल्याचं निमित्त झालं आणि रुक्मिणीचा आजार बळावला. पैशाला पुन्हा पाय फुटले. पण यश आलं नाही. एके दिवशी मृत्यूनं त्या दुर्दैवी जिवाच्या यातना संपवल्या. संताजीला आवलीच्या ओटीत टाकून ती दुर्दैवी स्त्री पंचतत्वात विलीन झाली. हा मृत्यू तसा अपेक्षित होता. पण तो ज्या पद्धतीनं आला त्यानं आवलीची झोप उडवली. तिचं विकोपाला गेलेलं दुखणं एक दिवस तिचा घास घेणार हे निश्चित होते. आणि तसेच झालं. एक दिवस तिने तुकारामाच्या मांडीवर प्राण सोडला. आपल्या नवऱ्याला आवलीसारखी चांगली बायको मिळाली आहे, ती त्याचा संसार सुखाचा करील या विश्वासानं तुकारामाला आणि संताजीला आवलीवर सोपवून ती माऊली मृत्यू पावली. काय काय स्वप्नं पाहिली असतील तिनं? सुखी संसाराची, गोकुळासारख्या घराची, तुकारामासारखा सालस पती मिळाला, त्याच्याबरोबरच्या सहजीवनाची. त्यातच पहिला मुलगा झाला. किती आनंदली असेल ती? त्याच्या कोड-कौतुकाबरोबरच स्वत:च्याही कोड-कौतुकात न्हाली असेल ती काही काळ तरी. पण ईश्वरइच्छेपुढे कुणाचं काय चालणार? तिच्या सगळ्या स्वप्नांवर पाणी फिरलं आणि आपल्या लाडक्या लेकाला, संताजीला आणि तुकारामाला मागं टाकून ती महायात्रेला निघून गेली. तिचं जाणं माहीत होतं, पण तरी ते आवलीला फार जाणवलं.

माजघराच्या एका भिंतीशी आसन्नमरण अवस्थेत पडून राहिलेला तो अस्थिपंजर देह आवलीच्या दिवसभराच्या कामकाजाचा एक निःशब्द सोबती होता. भले तिचं अस्तित्व संजीवन नव्हतं पण अस्तित्व तरी होतं. ती जाणार आहे या कटू सत्याचा स्वीकार करूनही आवलीला ते जाणवत होतं. अंथरुणावरचं तिचं असणं, आवलीच्या हालचालींकडे कधी मलूलपणे, कधी रागानं, कधी मायेनं, तर कधी कौतुकानं पाहणारे तिचे डोळे याची आवलीला सवय झाली होती. त्यातच तिच्या विकारामुळं तिला आलेला भयाण मृत्यू... त्या शेवटच्या क्षणी तिला लागलेली विलक्षण धाप, तिच्या घशातून येणारा तो भयंकर आवाज, श्वास कोंडल्यामुळे तिची होणारी धडपड, मदत मागणारे तिचे असहाय्य, बटबटीत डोळे, मृत्यूची ती भयानकता आणि शेवटी एक आचका देऊन तिनं टाकलेली मान, त्या वेळचे उघडे राहिलेले तिचे डोळे, त्यातली भेसूरता, आवलीला हे सारं अति भयानक वाटलं. इतकं की, त्यानंतरच्या कित्येक रात्री ती झोपू शकली नाही.

लग्नाआधी कथेकरी बुवांच्या कीर्तनात तिनं कितीदा तरी ऐकलं होतं की, मृत्यू हा सुंदर असतो, सगळ्या यातनांतून मुक्त करणारा असतो. पण रुक्मिणीचा मृत्यू पाहिल्यावर आवलीला ते सगळं खोटं वाटू लागलं नक्की काय खरं? हे की ते? मृत्यूनं दाखवलेलं हे भयानक सत्य खरं की कथेकरी बुवांनी सांगितलेला सुंदर मृत्यू खरा? आवलीच्या मनात या विचारांची आवर्तनं उठली आणि त्यांची उत्तरं तिला मिळेनात. पण रुक्मिणीचा मृत्यू मात्र तिला विसरताही येईना. त्यातच तिची कुणी समजूत काढायचा, तिला सावरायचा, दिलासा द्यायचा प्रश्नच नव्हता. कारण ज्यानं हे सगळं करायचं तो पाठोपाठच्या आघातानं स्वतःच घायाळ झाला होता. स्वतःच्याच दुःखात इतका बुडाला होता की, आवली आपल्याकडे आधाराचा हात मागतेय याचंही त्याला भान नव्हतं. मग जाणीव कुठून असायला? तिन्ही मुलांना पोटाशी धरून आवलीनं ही भीती, ही भयानकता लोखंडाचे चणे पचवावेत तशी पचवली. व्यापार-उदीमातलं तुकारामाचं लक्ष उडालेलं होतं. आवली मात्र पुन्हा नियतीशी लढायला सिद्ध झाली. संकटांचा अंधार निपटून काढायला सिद्ध झाली एखाद्या दीपशीखेसारखी.

तिच्या चैतन्यदायी अस्तित्वाच्या झंझावातानं तुकारामाच्या घराला पुन्हा एकवार वेढून टाकलं. सगळ्या जवळच्या माणसांच्या मृत्यूचे आघात पचवून आवलीच्या समर्थ सोबतीनं तुकाराम पुन्हा एकवार उभा राहू पाहू लागला. त्यानं पुन्हा व्यापारात लक्ष घातलं. आपलं विस्कटलेलं अवसान आवलीच्या मजबूत हाताच्या मदतीनं गोळा करून एकवटून तुकाराम पुन्हा दुकानदारीत हातपाय हालवू लागला. काही कमाई करू लागला. स्वतःला सावरत सावरत आपली

गेलेली पत-प्रतिष्ठा पुन्हा सावरू लागला. त्यासाठी धडपडू लागला. जखमी मनावर कर्तव्याचा, जबाबदारीचा लेप लावून दोघंही पुन्हा उभं राहण्याचा प्रयत्न करू लागली. पण, कदाचित नियतीला मात्र हे मंजूर नव्हतं. तिला मंजूर नव्हतं आवलीचं लढणं. तिला मंजूर नव्हतं तुकारामाचं सावरणं. कदाचित तिला मंजूरच नव्हतं आवली-तुकारामाचा संसार चार चौघांसारखा होणं. आवली-तुकारामाला छळूनही ती पुरती बधत नाहीत, पुरती ढेपाळत नाहीत, कोसळत नाहीत हे बघून नियतीनं एक नवा डाव मांडला. महाभयानक डाव. सर्वस्वाचा विनाश करणारा, सर्वस्वाची धूळधाण करणारा, सारं-सारं मातीमोल करणारा डाव. आणि या डावाचे फासे तिनं यावेळी तुकारामाच्या घरापुरते मर्यादित ठेवले नाहीत. ते साऱ्या महाराष्ट्रभर फेकले. सगळ्या मराठी मुलखात टाकले. याचा परिणाम? 'महाभयंकर दुष्काळ' आवली-तुकारामाचा छळवाद तिला कमी वाटला की काय म्हणून तिनं साऱ्या मराठी मुलखाचा छळ मांडला. साऱ्या सृष्टीचाच शेवट होतो की काय अशी परीस्थिती मराठी मुलखात निर्माण झाली. जमीन ओसाड पडली. गावंच्या गावं बळी पडली. गुरं-ढोरं अन्न पाण्यावाचून तडफडत मेली. गोकुळासारखी नांदणारी गावं स्मशानं बनली. लोकंही अन्न-पाण्यावाचून तडफडू लागले. गावंच्यागावं भकास दिसायला लागली. आणि या विनाशकारी दुष्काळानं तुकाराम-आवलीवर आणखी घाव घातले. तुकाराम-रुक्मिणीचा मुलगा संताजी या दुष्काळाचा बळी ठरला. गाव ओसाड पडल्यामुळं तुकारामाच्या धंद्याचीही वाताहात झाली. गोठा ओस पडला. गाई-गुरं तडफडून मेली. दुकानाची वासलात लागली. व्यापार बंद पडला. घरातला धान्याचा कण न् कण संपला. ज्यांना सुपानं दिलं त्यांच्याकडंच पसाभर मागायची वेळ आली. आणि या आघातानं सालस स्वभावाचा, पापभिरू तुकाराम पार कोलमडून गेला. त्याची जीवनावरची इच्छाच संपली. संसाराची अशी दुर्दशा झाल्यावर त्याला त्यात राम वाटेना. मुळात तुकारामाचा स्वभाव सरळ, पापभिरू, संघर्षापासून चार हात दूर राहणारा. पाठोपाठ झालेल्या या नियतीच्या तडाख्यानं आणि मृत्यूच्या तांडवानं तो भुईसपाटच झाला. या परिस्थिती विरुद्धही झुंज द्यावी, यातूनही काही वाट काढावी असं त्याला वाटेचना. नव्हे त्याला तसं करण्याचं धाडसच होईना. आणि मग यातून त्याला एकच आधार वाटू लागला. विठ्ठलाचा. दिवस रात्र विठ्ठलाला साकडं घालण्याशिवाय त्याला दुसरं काही सुचेना. तो त्याशिवाय काहीच करेना. विठ्ठलाचे नाव घ्यावं, त्याच्यावर अभंग रचावेत त्याचंच कीर्तन गावं. त्यातच रममाण व्हावं, त्याचं कीर्तन, प्रवचन करताना. त्यांच गुणवर्णन गाताना, त्यातच तल्लीन होऊन, बेभानपणे नाचावं, यातच त्याला गोडी वाटू लागली. नको तो संसार, नको ती संकटांची मालिका, नको ते नियतीचे आयात

आणि जन्ममृत्यूचा फेरा. अशा विचाराने झपाटलेला तुकाराम जसा विठ्ठलाच्या जवळजवळ जाऊ लागला तसा संसारापासून, आवलीपासून, पोराबाळांपासून लांब लांब जाऊ लागला. विठ्ठलाचे भजन-कीर्तन करण्यातच धन्यता मानणारा तुकाराम, तुकारामबुवा, तुकाराममहाराज या संबोधनांपर्यंत कधी पोचला ते त्यालाही कळलं नाही. आवलीला तर नाहीच नाही. संसाराकडं पाठ फिरवून तुकाराम विठ्ठलाकडं समर्पित होऊ लागता आणि पुरुषासारखा पुरुष असूनही असे हात-पाय गाळून बसलेल्या तुकारामाला बघून इथंच... इथंच आवलीच्या मनात तुकारामाविषयीच्या संतापाची पहिली ठिणगी पडली.

तुकारामावर, त्याच्या घरातल्या सगळ्या माणसांच्यावर अतोनात प्रेम करणारी, त्यांच्या सुखासाठी अहोरात्र झटणारी आवली, माहेरची एवढी श्रीमंत, सासरही त्याच तोलामोलाचं मिळालेलं. यामुळं थोडीशी हट्टी, दुराग्रही पण हुशार आवली, परिस्थितीपुढं नमतं घेणं तिला अजिबात मंजूर नव्हतं. मग परिस्थितीमुळं पळ काढणं तर दूरच परिस्थितीवर मात करण्यासाठी माणसानं प्रयत्न करायचे सोडून परिस्थितीला शरण जाणं तिला नामंजूर होतं. स्वत:वरचा विश्वास गमावलेली, प्रयत्नांवरची निष्ठा गमावलेली भ्याड माणसंच असं करतात, असं तिचं ठाम मत होतं आणि स्वत: प्रयत्न न करता परिस्थितीला शरण जाऊन परमेश्वराचा धावा करत बसणाऱ्यांची तर तिला आत्यंतिक चीड होती. तिचे वडील आप्पाजींचीही विठ्ठलावर श्रद्धा होती. पण व्यापारात आलेल्या मोठमोठ्या प्रसंगातून त्यांनी प्रयत्नपूर्वक मार्ग काढलेला तिनं पाहिला होता. अनेक वेळा व्यापारासाठी फिरताना दरोडेखोरांच्या टोळीतून स्वत:ला सुखरूप सोडवून परत आलेले आप्पाजी तिनं पाहिले होते. परमेश्वरसुद्धा प्रयत्न करणाऱ्यांच्या पाठीशी उभा राहतो, अशी आप्पाजींची तिला शिकवण होती. आणि आवलीचा त्यावर ठाम विश्वास होता. लग्न झाल्यावरही याच विश्वासाच्या बळावर तिनं सासरच्यांना जिंकलं होतं, एवढंच नव्हे तर झालेला प्रत्येक आघात पचवून ती पुन्हा झुंजायला सिद्ध झाली होती. इतकी वाईट परिस्थिती आल्यावरही दुष्काळातून वाचलेल्या मंगळाईचं दूध काढून ते चार घरी विकून, शेणी विकून ती पोरांच्या तोंडात चार घास घालत होती. दोन भाकरी आणि कालवण बाजूला ठेवून तुकारामाची वाट बघत होती. पण परिस्थितीशी तिचा झगडा तिनं सोडला नव्हता. त्यातच तिला तिसऱ्यांदा दिवस गेले होते.

आणि याचमुळं तुकारामाच्या अशा हार जाण्याचा, देवाला साकडं घालत बसण्याचा, आलेल्या संकटाशी दोन हात करायचे सोडून, त्याकडे पाठ फिरवून देवावर हवाला ठेवून राहाण्याचा तिला राग येत होता. तिच्यातली प्रेमळ पत्नी तुकारामावर जिवापाड प्रेम करत होती. राबून, कष्टून त्याच्या पोटा-पाण्याची

व्यवस्था करत होती. तर तिच्यातली झुंजार आवली त्याच्या या थंडपणाला, नाकर्तेपणाला बोल लावत होती. कान उघाडणी करत होती. वेळप्रसंगी कठोर बोलून त्याच्यातला पुरुषार्थ जिवंत करण्याचा, त्याच्यात संघर्षाचे स्फुल्लिंग पेटवण्याचा प्रयत्न करीत होती. संसाराचा असा दुहेरी गोफ विणत आवली दिवस कंठत होती. तुकारामाविषयी तिची आस्था, त्याला जागं करण्याची तिची तळमळ, तशाही परीस्थितीत नवऱ्याच्या आणि मुलांच्या तोंडात चार घास पडावेत म्हणून चाललेली तिची धडपड, यातल्या कशालाच येत नसलेलं यश बघून होत असलेला तिचा कोंडमारा, त्यातच तुकारामाचं त्या विठ्ठलाच्या नादाला लागणं, त्यापायी मुलांकडं, संसाराकडं, आवलीकडं होणारं दुर्लक्ष आणि हे सगळं बघून या झुंजार आवलीची होणारी घुसमट या आवर्त-प्रत्यावर्ताच्या विलक्षण वादळात सापडली होती आवली.

आवलीची चाललेली धडपड बघून त्या कर कटेवर ठेवून विटेवर उभ्या असलेल्या पांडुरंगालाही तिचं विलक्षण कौतुक वाटत होतं. आणि तिची अतिशय कीवही येत होती. दयाही येत होती. हरप्रकारे धडपड करून तिनं तुकारामाला जागं करण्याचा, त्याला परिस्थितीशी सामना करायला तयार करण्याचा प्रयत्न केला होता. पण पाठोपाठ आलेले हे आघात तुकाराम पचवू शकला नव्हता. तो शरीरानं नाही, पण मनानं पुरता कोसळला. असा कोसळला की परत सावरणं शक्य नाही. आणि त्यानं सावरावं, पुन्हा उभं राहावं दैव-दैव म्हणत, देव-देव करत बसू नये, त्या देवाच्या, त्या विठ्ठलाच्या नामस्मरणापेक्षा प्रयत्नांची कास धरावी यासाठी आवली पुन्हा पुन्हा प्रयत्न करत होती. हरप्रकारे त्याला समजावून सांगत होती. वेळ प्रसंगी रागवत होती, कठोर बोलत होती, पण मनानं खचलेला तुकाराम आता पुन्हा उभा राहणं शक्य नव्हतं. विठ्ठलाच्या नामस्मरणात त्यानं स्वत:ला वाहून घेतलं नसतं तर कदाचित तो प्रयत्नांकडे झुकलाही असता. पण ते व्हायचं नव्हतं आणि त्या सावळ्या विठ्ठलाला ते होऊही द्यायचे नव्हते. म्हणूनच आवलीची कीव वाटूनही, दया येऊनही तो तिच्या प्रयत्नांना यश येऊ देत नव्हता. कारण तुकाराम पुन्हा प्रापंचिक संघर्षाला सिद्ध झाला असता, तर विठ्ठलापासून दुरावला असता. केवळ वाड-वडिलांपासून चालत आलेली परंपरा म्हणून त्यानं विठ्ठलाची भक्ती केली असती, पण विठ्ठलाला ते नको होतं. म्हणून तर तुकारामाला तो प्रापंचिक संघर्षात पडू देत नव्हता. आपल्या रूपा-गुणांनी अशी काही मोहिनी त्यानं तुकारामावर घातली होती की, त्या मोहपाशातून तुकाराम बाहेर पडूच शकणार नव्हता. आणि तुकारामाला आपलंसं करण्यासाठी तर कोणताही आरोप घ्यायला विठ्ठल तयार होता. मग त्यापायी आवलीचे शिव्या-शाप, तिनं केलेले आरोप, त्याचा काळ तोंड्या

म्हणून केलेला उल्लेख, त्याचं उद्धारलेलं कुळ, हे सारं सारं तो हसतमुखानं सहन करत होता. नव्हे त्याला ते सहन करणं भाग होतं. कारण आवलीच्या प्रपंचातला सुख-दुःखाचा भागीदार, तिच्या जीवन संघर्षातला तिचा जोडीदार, तिच्या आयुष्यातला शारीरिक-मानसिक आधार, तिच्या आयुष्याचं सुखनिधान सारं-सारं त्या तुकारामावर एकवटलं होतं आणि तेच या विठ्ठलापायी तिला दुरावलं होतं. त्यामुळं तिच्या शिव्या या ओव्या म्हणून स्वीकारण्याशिवाय विठ्ठलाजवळ दुसरा पर्यायच नव्हता. कारण तो कर कटेवर ठेवून विटेवर उभा असलेला सावळा विठ्ठल आवलीचा अपराधी होता. आणि म्हणूनच आपल्याला शिव्या शाप देण्याचा पूर्ण अधिकार त्यानं आवलीला दिला होता. आपण केवळ आपल्यासाठी तुकारामाला आवलीपासून ओढून आणलं, ओढून घेतलं ही अपराधीपणाची भावना मनात ठेवूनच त्या विठ्ठलाला आता तुकारामाच्या भल्या-बुऱ्याचा विचार करायचा होता. आणि त्या निष्पाप स्त्रीचे शिव्या-शाप घेऊन तुकारामाला आपलंसं करण्याचा विठ्ठलाचा एवढा हट्ट का? या प्रश्नाचं उत्तर रुक्मिणीला सापडत नव्हतं. प्रत्येकजण वेगवेगळ्या प्रश्नाच्या आवर्तात सापडला होता पण उत्तरं कुणालाच सापडत नव्हती.

अकरा

परिस्थितीशी झुंज घेत घेत, संसारासाठी खस्ता काढत, आवलीची एक हाती लढाई चालूच होती. तुकारामाच्या थंडपणाचा, संसाराविषयीच्या उदासीनतेचा तिला राग येत होता. त्या रागाचं रूपांतर संतापात होत होतं. आणि त्या संतापाचा विस्फोट तिच्या तोंडावाटे होत होता. तिच्या जहाल शद्बांनी ती तुकारामाला डिवचत होती. विठ्ठलाला चिडवत होती. पण या दोघांपैकी कुणीच तिला दाद देत नव्हतं म्हणून आवली आणखीच संतापत होती. पण भौतिक संसाराची कास सोडलेले तुकाराम मात्र शांतपणे विठ्ठलाशी संवाद साधत होते. त्याच्या नामस्मरणात गुंगले होते. त्याच्या कीर्तनात दंगले होते. त्याच्या गुणवर्णनात रंगले होते. अभंग लिहिण्याचा, त्यात तासन्तास गुंतून बसण्याचा एक नवा छंद त्यांनी स्वतःला लावून घेतला होता. त्यांच्या पोळलेल्या, तापलेल्या मनाला या छंदातून थंडावा मिळत होता. मनाला झालेल्या जखमांवर जणू गुलाबपाण्याचा शिडकावा होत होता. चंदनाचा लेप दिला जात होता. विठ्ठलाची अशी सेवा करण्यात तुकाराम असे मश्गूल होते. पण आवलीच्या जिवाची मात्र काहिली काहिली होत होती. बायकोच्या, लहान लहान मुलांच्या पोटा-पाण्याची कोणतीही चिंता, काळजी न करता, त्यांच्या भुकेची, गरजांची कोणतीही आस्था न बाळगता त्या विठ्ठलाचे नाव घेत निष्क्रियपणे बसून राहिलेल्या तुकारामांना बघून आवलीच्या जिवाचा संताप संताप होत होता आणि त्याहीपेक्षा राग येत होता तो त्या विठ्ठलाचा. असं वाटत होतं की एखादा दगड घ्यावा आणि घालावा त्या विठ्ठलाच्या डोक्यात. देव म्हणवणाऱ्या त्या दगडाला आपल्या भक्तांच्या पोराबाळांची जर काळजी नसेल तर तो देव कसला? पण आवलीच्या या संतापाचा ना तुकारामांवर परिणाम होत होता ना विठ्ठलावर. तिचा कोंडमारा, तिची घुसमट, तिचं वात्सल्य, तिची संसार दक्षता, तिचं पती प्रेम आणि तिचा संताप कुणा-कुणाला दिसू नये हे आवलीचं दुर्दैव होतं दुसरं काय?

आजची सकाळच तशी वाईट उगवली होती. आज घरात खायला, शिजवायला काही नव्हतं. पोरांच्या पोटाला काय घालायचं याची चिंता आवलीला लागली होती. गेले कित्येक महिने दुकान बंदच होतं. घरातली भांडी-कुंडी, सोनं-चांदी यांना कधीच पाय फुटले होते. कुणी मोडीच्या दुकानात, तर कुणी सोनाराच्या-सावकाराच्या पेढीवर प्रस्थान ठेवलं होतं. नंतर कित्येक दिवस, आवलीनं चिडचिड केली की, तुकाराम कुठूनसं धान्य आणून देत. आवलीनं जंग जंग पछाडूनही हे धान्य ते कुठून आणि कसं आणतायत हे त्यांनी सांगितलं नव्हतं. शेवटी आवलीनंच नाद सोडला होता. पोरांच्या पोटात चार घास जाताहेत ना? एवढंच पुरे, असं म्हणून ती गप्प बसत होती. सामान मुकाटपणे घरात ठेवून तुकाराम मंदिराचा रस्ता धरत होते. पोरांच्या पोटात चार घास ढकलून आवली त्यांची वाट बघत बसायची. थकलेली गात्रं, डोळे पेंगुळायचे पण तुकाराम यायचे नाहीत. मग फडक्यात भाकरी बांधून घेऊन आवलीच त्यांना शोधत जायची. विठ्ठलाच्या नामस्मरणात देहभान हरवलेले तुकाराम तिला कुठेतरी सापडायचे. मग त्यांना समाधीतून जागं करून दोन घास खाऊ घातले की, आवलीला बरं वाटायचं. हा तर रोजचाच परिपाठ झाला होता. पण आज? आजची गोष्ट वेगळी होती. आज पोरांच्या तोंडात घालायला काहीच नव्हतं. जातं कोरडं होतं, चूल थंड होती, निखारा शांत होता. पोरं गुमसुम होती, पण आवलीचं काळीज? ते आईचं काळीज. पोरांची उतरलेली, सुकलेली तोंडं, त्यांचे पेंगुळलेले डोळे, खपाटीला गेलेली पोटं, तिला पाहवत नव्हती. तिच्या काळजाच्या चिंध्या होत होत्या. संताप-संताप होत होता. स्वतःचा आणि तुकारामांचाही. 'कसलं हे बापाचं काळीज? घरात अन्नाचा कण नाही. पोराच्या तोंडात घालायला एक घास नाही. चुलीला सरपण नाही. आणि हा बाप म्हणवणारा तिकडं देवळात बसलाय टाळ कुटत. देवाचं नाव घेत. चार टाळ कुटे जमवून यांना राहवतं तरी कसं असं? देवाचं नाव घ्यायला सुचत तरी कसं?' आवलीचा जीव तीळ तीळ तुटत होता. 'काय करू? कसं करू?' तिची नुसती धडपड चालली होती. शेवटी तिला राहावलं नाही. वाड्याच्या जोत्यावर बसून ती रडू लागली. मनातला सारा ताप-संताप अश्रूवाटे डोळ्यांतून वाहू लागला.

असा किती वेळ गेला कुणास ठाऊक? धान्याच्या पोत्यांची रास रचून ठेवल्यामुळं कधीकाळी भरगच्च असणारी पडवी आता रिकामी होती. एकेक करत घरातले दागिने, सोनं-चांदी-चांदीची भांडी सराफाच्या पेढीवर गेली होती. हंडे, कळश्या, मोठ-मोठी पितळी पातेली-इतर भांडीकुंडी बाजारात गेली होती. दिवाणखान्यातल्या वस्तू, झुंबरं, बैठका, आसनं इ. वस्तूंनीही सावकाराच्या घराशी घरोबा केला होता. एक मंगळी सोडली तर गुरांचा गोठा रिकामा होता. त्या चौसोपी वाड्यात, रिकाम्या खोल्या, रिकाम्या भिंती आणि अंधाराचं साम्राज्य यात आवली

आणि काशी, म्हाद्या आणि तान्ही गंगा यांना घेऊन कशीबशी दिवस कंठत होती. अशी परिस्थिती किती दिवस सहन करणार? आवलीच्या डोळ्यांतून वाहणाऱ्या अश्रूंच्या धारा थांबायलाच तयार नव्हत्या. आणि त्यांना थांबवणारं तरी कोण होतं? आणि विचारपूस करणारं तरी कोण होतं? तिला आठवतं होतं आपलं समृद्ध माहेर आणि गोकुळासारखं आपलं सासर. काय होतं आणि काय झालं होतं? हा फक्त नियतीचा आघात, नशिबाचा फेरा असता तर तिनं तेही हसतमुखानं स्वीकारलं असतं. त्या विरूद्ध झुंज द्यायला उभी ठाकली असती. आनंदानं दोन हात करून त्यावर मात केली असती. आताही ती झुंज देतच होती. पण त्या झुंजीत तिला तिच्या सहचराची साथ नव्हती. तो तर नियतीच्या या घावांनी घायाळ होऊन निष्काम होऊन बसला होता. प्रयत्न-वादाची कास सोडून हतबल होऊन बसला होता. समस्यांना सामोरे जाऊन त्या सोडवण्यातला पुरुषार्थ विसरून ईश्वराला शरण जाऊन असहाय्य झाला होता. आवलीला याचच वाईट वाटत होतं. त्याला आपण बदलवू शकत नाही हे अपयश तिला बोचत होतं. त्याची धार अश्रू बनून डोळ्यांतून ओघळत होती. आपल्या प्रयत्नांना येणारं अपयश तिच्या झुंजार मनाला सहन होत नव्हतं आणि अनेक प्रयत्न करूनही त्यावर उपाय सापडत नव्हता. इलाज सापडत नव्हता.

या विचारात गढून गेलेली आवली अचानक ऐकू आलेल्या कोलाहलानं भानावर आली. तिनं पाहिलं त्यांच्या वाड्याच्या दाराशी गर्दी जमली होती. डोईवरचा पदर सावरत आवली जोत्यावरनं उठली. दरवाजाच्या आडोशाला उभं राहून तिनं विचारलं–

"काय जी? कोण पाहिजे?"

तिच्या या प्रश्नाला उत्तर मात्र विचित्रच मिळालं. बाहेरच्या गर्दीत एक श्रीमंत दिसणारा माणूस होता. तो जरासा पुढं झाला आणि मोठ्या ताठ्यानं म्हणाला –

"मी लालजी सावकार. तुमचा हा वाडा माझ्याकडं गहाण पडलाय त्याचा ताबा घ्यायला आलोय."

त्याचं ते बोलणं ऐकून आपल्या कानात कोणीतरी तापलेल्या शिशाचा रस ओतत आहे असं आवलीला वाटलं. तरी ती धीर करून, जराशी पुढं होऊन म्हणाली

"मला यातलं काहीच माहीत नाही, धनी आता घरात नाहीत. तुम्ही ते आल्यावर या"

पण 'नंतर ये' म्हटल्यावर मुकाट्यानं जायला तो भिकारी, ऋणको नव्हता. तो धनको-सावकार होता. आवलीच्या या विनवणीचा त्याच्यावर कसला परिणाम होणार? त्यानं आपल्या बरोबर आलेल्या लोकांना सांगितलं –

"तुकारामबुवा येईपर्यंत आपल्याला थांबायला वेळ नाही. वाड्यात काय किडूक-मिडूक सामान असेल ते बाहेर काढा. वाड्यातली माणसं बाहेर काढा आणि वाड्याचा ताबा घ्या."

ती माणसं पुढं सरसावली. तोवर गर्दीतून कुणीतरी बोललं, "तुकारामबुवा आले. तुकारामबुवा आले."

आवलीनं हळूच डोकावून पाहिलं. खरंच! तुकाराम येताना दिसत होते. तिला वाटलं 'आता काळजी मिटली. धनी आले, आता ते सावकाराला उत्तर देतील, आपल्या आणि पोरांच्या डोक्यावरचं हे हक्काचं छप्पर, हा आपला, आपल्या पूर्वजांचा, वाड-वडिलांचा वाडा तरी ते सावकारापासून वाचवतील.' या विचारानं आवलीला बरं वाटलं.

तुकारामबुवा वाड्याजवळ आले. दाराशी गर्दी बघून त्यांनी विचारलं, "देवा काय झालं? माझी आवली, माझी पोरं बरी आहेत ना?"

आवलीला ते ऐकून त्याही परिस्थितीत धन्य वाटलं. कुणीतरी सांगितलं "बायका पोरं बरी आहेत, पण सावकार वाड्याचा ताबा घ्यायला आलेत."

"पांडुरंग... पांडुरंग... त्या पांडुरंगाची इच्छा असेल तसं होईल."

असं म्हणत तुकारामबुवा सावकाराच्या जवळ गेले, त्यांनी सावकाराला नमस्कार केला. सावकार म्हणाले –

"तुकारामबुवा, तुम्ही वेळोवेळी घेतलेली कर्ज, केलेली उचल हे गेल्या चार-पाच वर्षांतलं मिळून सगळं या वाड्याच्या बदल्यात घेतलं होतं. आता ती रक्कम या वाड्याच्या किंमती एवढी झाली आहे. तेव्हा मी या वाड्याचा ताबा घ्यायला आलो आहे. कृपा करून आपल्या वाड्यातलं आपलं सामान व कुटुंब घेऊन आपण वाडा आमच्या ताब्यात द्यावा."

तुकारामबुवांनी सावकारांना पुन्हा एकवार नमस्कार केला आणि 'पांडुरंग पांडुरंग' म्हणत ते वाड्याच्या आत आले. आवली वाड्याच्या दाराशीच आतल्या अंगाला उभी होती. तिनं तुकारामबुवांना आलेलं पाहिलं आणि ती झपाट्यानं त्यांच्याजवळ गेली. म्हणाली, "धनी, अहो तो सावकार आपला वाडा मागतोय. आपल्या पोरांच्या डोक्यावरचं छप्पर, आपली हक्काची जागा मागतोय त्याला सांगा, आम्ही वाडा देणार नाही म्हणून हा वाडा आमचा आहे आमचा."

आवलीच्या मनातल्या संतापाचा उद्रेक तिच्या शद्बाशद्बांतून बाहेर पडत होता. पण तिच्या या संतापाचा बुवांच्यावर काहीच परिणाम झाला नाही. ते शांतच राहिले. त्यांचा तो शांतपणा बघून आवली आणखीच चिडली. तुकारामबुवांचे खांदे धरून त्यांना गदागदा हलवून ती पुन्हा ओरडली –

"धनी, अहो ऐकताय ना? तो सावकार आपल्याला, आपल्या मुलांना उघड्यावर

टाकायला आलाय. आपल्या डोक्यावरचं, आपल्या हक्काचं छप्पर काढून घेतोय. तुम्ही त्याला आडवा, त्याला थांबवा, काहीतरी बोला धनी, काहीतरी करा.''

आवलीचं हे ओरडणं ऐकूनही तुकारामबुवा स्तब्धच होते. काही वेळानं ते म्हणाले –

''आवले, तुझ्या ज्या काही बारीकसारीक वस्तू आहेत त्या घेऊन, पोरांना घेऊन तू बाहेर पड. हा वाडा सावकारांना द्यायचा आहे.''

तुकारामबुवांचे ते बोल ऐकून आवलीचा आपल्या कानांवर विश्वासच बसेना. आपली बायका-पोरं उघड्यावर पडणार आहेत, आपला वाड-वडिलार्जित वाडा सावकाराच्या घशात जाणार आहे, या गोष्टीचं यांना काहीच वाटत नाही? माणसानं स्थितप्रज्ञ असावं तरी किती? आवलीचा धीर सुटला आणि संयमही संपला. तिच्यातली पत्नी बाजूला राहून जागी झाली आई आणि ती तुकारामबुवांच्यावर कडाडली –

''धनी, अहो काय बोलताय? हा सावकार आपल्याला घराबाहेर काढतोय. उघड्यावर टाकतोय. आपल्या पोरांच्या डोक्यावरचं छप्पर जातंय धनी, तुम्ही काहीतरी करा, काहीतरी बोला. तुमच्या अशा वागण्यानं माझी पोरं उघड्यावर पडतील हो धनी. असं करू नका. माझं घर वाचवा, धनी माझ्या पोरांचं छप्पर वाचवा.''

आवलीनं आकांत मांडला. तिला शांत करत तुकारामबुवा म्हणाले, ''आवले, शांत हो, असं वाईट वाटून घेऊ नकोस. या वाड्यातलं आपलं अन्नोदक संपलंय म्हणूनच आपण बाहेर पडायला हवं. अगं, तू कशाला काळजी करतेस? ही सगळी पांडुरंगाची मर्जी आहे. त्याच्या मनात येईल तसंच होणार आणि आपली काळजी घ्यायला तो समर्थ आहे की पांडुरंग पांडुरंग पांडुरंग!''

तुकारामबुवांचे हे बोल ऐकताच आवली उसळलीच –

''अहो, धनी काय बाप हायसा की कोण? कोण कुठला पांडुरंग? तो कशाला आमची काळजी घील? हितं प्रत्यक्ष पोरांचा बाप पोरांची काळजी करेना आणि तो पांडुरंग कशाला करेल? त्यानं कमरेवरचं हात काढले तर तो काहीतरी करणार? ते काही नाही, मी आणि माझी मुलं या वाड्याच्या बाहेर पडणार नाही. आमचा जीव गेला तरी पडणार नाही.''

आवलीला दुःखही आवरत नव्हतं आणि संतापही. पण तुकारामबुवा मात्र शांतच होते. त्यांनी पुन्हा आवलीची समजूत काढली – ''आवले, अग वेळोवेळी सावकारांकडून आपण पैशाची उचल केली आहे. मग आपण त्या पैशाची परतफेड करायला नको का? अग त्यांनी आपल्याला मदत केलीय मग आपण कृतघ्न होऊन कसं चालेल? चल, चल लवकर, तुझं किडूक-मिडूक काय असेल ते घे. तुझी

पोरं घे आणि बाहेर पड. पांडुरंगाच्या मंदिरात जाऊन बस. अग त्याला आपली काळजी आहे. त्याच्यावर राग धरू नको. चल लवकर.''

आवलीनं खूप आकांडतांडव केलं. खूप संताप करून घेतला. पण तुकारामबुवांची ना स्थितप्रज्ञता ढळली, ना ते निश्चयापासून ढळले. शेवटी आवलीचं काहीच चाललं नाही. आपल्या संसारातली उरलीसुरली गाडगी मडकी घेऊन, आपली पोरं घेऊन ती डोळे पुसत बाहेर पडली. ज्या वाड्यात आपण गृहलक्ष्मी म्हणून माप ओलांडून आलो, जिथं आपण सुखी संसाराची स्वप्नं बघितली, आणि जिथं नियतीचे घाव सोसले तो वाडा सोडून जाताना आवलीला भरून येत होतं. उमाळ्यावर उमाळे येत होते. आवलीची ही अवस्था होती. तिला वाटलं आपल्यापेक्षा तुकारामबुवा घायाळ झाले असतील, पण ते एखाद्या पर्वताप्रमाणे स्थितप्रज्ञ होते. अचल होते. अविचल होते. त्यांच्या चेहऱ्यावर दुःखाचा लवलेशही नव्हता. खरं म्हणजे त्यांचा जन्मही तिथला, बालपण सगळं तिथं गेलेलं, सुख-दुःखाच्या अनंत आठवणी त्या वाड्याशी निगडित होत्या. पण तुकारामबुवा अविचल होते. त्यांनी सावकारांना हात जोडले आणि आवली-मुलांसह ते वाड्याच्या बाहेर पडले. आवलीचं पाऊल तिथनं निघत नव्हतं. तिच्या पायात जणू मणामणाच्या बेड्या पडल्या होत्या. आता पुढं काय हा प्रश्न तिला छळत होता. निराशेच्या निखाऱ्यावरून चालताना पायाला चटके जाणवत नव्हते. पण उरात आग पेटली होती आणि त्या आगीत आवलीचा समजूतदारपणा, तिची सोशिकता, सहनशीलवृत्ती, साऱ्याचं भस्म होत होतं. सारं जळून जात होतं. आता तिच्या आयुष्यात होतं फक्त वैराण वाळवंटातून चालणं. भयानक वणव्यात होरपळणं. इतके दिवस संघर्ष हा होताच. त्यातही तिचं विसाव्याचं निधान, तिचं घर तिच्या थकल्या जिवाला आसरा द्यायला समर्थ होतं. तिच्या मनातल्या कोपऱ्यातही कुठंतरी तुकारामबुवांचा मानसिक आधार या झगड्यात तिची साथ करत होता. पण आता चित्र एकदम पालटलं होतं. आता तिचा लढा एकाकी होता. एकटीचा होता. आता नव्हतं विसाव्याचं स्थान, नव्हतं हक्काचं निधान आणि आताच्या या प्रसंगातलं तुकारामबुवांचं स्थितप्रज्ञत्वाचं, तटस्थपणाचं वागणं बघितल्यावर तर यापुढं आपल्या नशिबात काय लिहून ठेवलंय त्याची एक झलकच जणू आवलीला अनुभवायला मिळाली होती. आता झुंज एकटीची होती आणि परिस्थिती पालटली, वाडाही सोडायला लागला या दुःखापेक्षा ही जखम फार मोठी होती. या जखमेची वेदनाही मोठी होती आणि आता जन्मभर ही जखम वाहती राहणार होती. भळाभळा वाहणार होती.

आपल्या तीन पोरांना घेऊन तुकारामबुवांच्या पाठोपाठ आवली चालली होती. चालली होती कसली फरफटत जात होती. मनात ठुसठुसणारी वेदना, आणि गालावर ओघळणारे दुःखाचे अश्रू घेऊन. पण तुकारामबुवांच्या चेहऱ्यावर ना

विषादाच्या रेषा होत्या ना चिंतांचं जाळं! 'पांडुरंग पांडुरंग' म्हणत ते विठ्ठलाच्या मंदिराकडे चालले होते. त्यांच्या मनात प्रश्न नव्हतेच. पण उत्तरं मात्र जणू त्या पांडुरंगाकडं तयार होती. ते निश्चिंत होते. प्रसन्न होते. जणू मोहाचे एकेक पाश गळत असल्याचा आनंद त्यांच्या चेहऱ्यावर होता. आवली मात्र त्यांच्या मागं फरफटत चालली होती. आता यापुढच्या आयुष्यात आपल्या नशिबी फक्त फरफटच असणार आहे, या भयानक सत्याची प्रचितीच जणू तिला येत होती. आपल्या नशिबाची ही फरफट, ही वणवण आता चुकणार नाही. पण महादेव, काशी, गंगा या तीन तान्ह्या पोरांच्या नशिबी तरी काय आहे कुणास ठाऊक? अजून ती लहान आहेत तर त्यांचं बालपण असं करपून चाललंय. त्यात या पोरांच्या नशिबी असा जगावेगळा बाप आलाय. त्यांचं पुढं कसं होणार आणि आपलं तरी पुढं कसं होणारं? तुकारामबुवांच्या मागोमाग पाय ओढत चाललेल्या आवलीच्या मनात विचारांची असंख्य वादळं होती, प्रश्नांचे अनेक भोवरे होते. पण त्यातल्या एकाचंही उत्तर तिच्याजवळ नव्हतं. बरोबर तीन लहान लेकरं आणि चौथ्याची चाहूल लागलेली. असा हा उन्हातून, फुफाट्यातून चाललेला प्रवास शेवटी विठ्ठल मंदिराजवळ संपला. मंदिर दिसू लागताच तुकारामबुवा जणू सारं विसरले. विसरले की आपण आपल्या कुटुंबासमवेत बेघर झालो आहोत. विसरले की आपली बायको, आपली मुलं उघड्यावर पडणार आहेत. मंदिरात प्रवेश करतानाचा त्यांचा उत्साह आणि आनंद तर अवर्णनीय होता. जणू ते स्वत:च्या हक्काच्या, धनधान्यांनी समृद्ध असलेल्या घरात पाहुण्यांचं स्वागत करीत होते. विठ्ठल मंदिरात प्रवेश करतानाचा त्यांचा आविर्भाव बघून आवलीला असं वाटलं, की आता बहुतेक करून रुक्मिणीच बाहेर येणार आणि या आलेल्या अनाहूत पाहुण्यांची विचारपूस करणार. पण आवलीला आणि मुलांना त्या विठ्ठल मंदिरात आणल्यावर मात्र तुकारामबुवा आत्यंतिक आनंदले होते, आवली मंदिरात आली खरी, पण तिचं धुमसणारं मन अजूनही शांत झालं नव्हतं. डोईवरचा सरकलेला पदर नीटनेटका करून तिनं समोर पाहिलं. विठ्ठलाची कर कटेवर ठेवून विटेवर उभी असलेली हसरी मूर्ती तिच्या दृष्टीस पडली. त्या मूर्तीच्या चेहऱ्यावरचं ते हास्य बघितल्यावर आवलीच्या तळपायाची आग मस्तकाला गेली. तो विठ्ठल हसतोय तो आपल्याला खिजवण्यासाठीच. 'आलीस की नाही शेवटी माझ्या आश्रयाला' असं म्हणून हसतोय असंच तिला वाटलं आणि आतापर्यंत धुमसत असलेल्या तिच्या संतापाचा उद्रेक झाला, –

"हास, हास तू मेल्या, माझ्या संसाराचा विस्कोट करून तू इथं विटेवर उभा राहून हसतोयस? माझे शाप लागतील तुला. तुझा पण विस्कोट होईल. माझ्या भोळ्या नवऱ्याला नादी लावलंस तू, त्याच्या सरळ मनावर गारूड केलंस तू. तुला काय वाटलं आवली गप्प बसेल? ती बाईमाणूस ती काय करणार? पण मी तुला

सोडणार नाही. तुला शेकटानं शेकटून काढल्याबिगर मी राहणार नाही. माझे, माझ्या लेकरांचे शाप तुला लागतील. तुझं तळपट होईल. बघंच तू. मला आणि माझ्या लेकरांना उघड्यावर यावं लागलं तुझ्यामुळं. माझ्या नवऱ्याचं संसारातलं लक्ष उडालं तुझ्यामुळं. काळतोंड्या, तुझ्या भक्तांची अशी वणवण करतोस आणि भक्तांचा पाठीराखा म्हणून मिरवतोस? लाज वाटत नाही तुला? आत्ताच नाही, मी तुझं हे गारूड लहानपणापासून बघत आलेय. पण माझ्यावर तुझी जादू चालायची नाही. मी इथं तुझ्या देवळात राहाणार नाही. उघड्यावर राहीन, रस्त्यावर बसून राहीन, पण हितं तुझ्या छताखाली राहणार नाही. माझं छत-छप्पर तू काढून घेतलंस ना? आता मला मुकाट छप्पर दे. नाहीतर तुझं काही खरं नाही.'

लाह्या फुटाव्यात तशी आवली ताडताड बोलत होती. मंदिराच्या गाभाऱ्यातून आवलीसाठी पाणी आणायला गेलेल्या तुकारामबुवांनी आवलीचं हे वाक्ताडनं ऐकलं,

"आवले, आवले, अग काय हे? त्याला कशाला बोल लावते आहेस? तो काय करणार? हे आपलं प्रारब्ध आहे. ते आपण भोगलंच पाहिजे. त्याला बोलू नको."

तुकारामबुवांनी विठ्ठलाची बाजू घेतली.

तशी आवली खवळली.

"त्याला बोलू नको तर कुणाला बोलू? तुम्हाला? तुम्हाला बोलून काही उपयोग आहे? पोरं जन्माला घातली तर त्यांची जबाबदारी घ्यायला नको का? त्यांचं भलंबुरं बघायला नको? तुम्ही बाप आहात. तुम्ही नाही बघणार तर कोण बघणार? हा काळतोंड्या? तो काय बघतोय? त्यानं कमरेवरचा हात काढला तर काय तरी काम करेल तो. माझी पोरं उघड्यावर पडलीत. याचं काय जातंय? याचं छप्पर शाबूत हाय ना? धनी, मी तुम्हाला निक्षून सांगते, या काळतोंड्या विठ्याच्या मंदिरात मी राहाणार नाही, नाही म्हणजे नाही"

आवलीचा संताप शांत होत नव्हता. तुकाराम मात्र निश्चल शांत होते. त्यांनी कळशीतनं आणलेलं पाणी गडव्यात ओतलं. आवलीपुढं धरलं. मायेनं म्हणाले,–

"हे घे. पी जरा थंड पाणी. बरं वाटेल."

त्यांच्या त्या मायेच्या स्वरानं आवलीला जरा थंडावा आला. तिनं त्यांच्या हातातून गडवा घेतला आणि गटागटा पाणी प्याली. तिला खरंच बरं वाटलं. पोरांचं भान आलं. पोरं कधीच इकडं तिकडं पळून खेळायला लागली होती. पाणी प्यायल्यावर आवली तिथंच टेकली. तुकारामबुवा तिच्या जवळ बसले. समजुतीच्या स्वरात म्हणाले,

"आवले, तुझा राग मी समजू शकतो. पण त्याच्यावर भरोसा ठेव. तो सारं

काही नीट करेल. अग त्याला आपली काळजी आहे. पण आपली व्यवस्था करायला त्याला तरी थोडा वेळ द्यायला नको का? आणि हे बघ आवले, हे त्या विठ्ठलाचं मंदिर आहे. इथं फक्त त्याची सत्ता चालते. ना सावकाराची, ना आणखी कुणाची. तू इथं शांतपणे बैस. उगीच जिवाची तगमग करू नकोस. मी बघतो, काहीतरी व्यवस्था करतो हं.''

आवलीच्या मस्तकावर मायेनं थोपटून तुकारामबुवा उठले. त्यांनी मस्तकावर हात ठेवला मात्र, त्यांच्या त्या स्निग्ध, प्रेमळ स्पर्शाने, आवलीची तगमग एकदम शांत झाली. तुकारामबुवांच्या आश्वासक स्वरांवर विश्वास टाकून आवली शांत, श्रांत, क्लांत बसून राहिली.

तुकारामबुवांच्या पाठोपाठ आवलीला मंदिरात आलेली बघितली आणि त्या विठ्ठलाच्या चेहऱ्यावर हास्य उमटले. कृष्ण अवतारातला त्याचा खोडसाळपणा जणू पुन्हा उफाळून आला. आता हे हास्य असंच चेहऱ्यावर ठेवायचं. आवलीला चिडवणारं, खिजवणारं आणि ती चिडली की मनसोक्त बोलणी खायची, शिव्या खायच्या, आणि मगच शांत व्हायचं असं पांडुरंगानं ठरवलं. आणि तसंच झालं. मंदिरात प्रवेश केल्यावर विठ्ठलाच्या चेहऱ्याकडं लक्ष जाताच आवलीचा संताप अनावर झाला. त्याचं ते खोडकर हास्य बघून तिचा संयम सुटला आणि तिनं तोंड सोडलं. विठ्ठलाचा, त्याच्या काळ्या रंगाचा, त्याच्या भक्तांचा पाठीराखा या बिरुदाचा तिनं मनसोक्त उद्धार केला. आपल्या नवऱ्याला नादाला लावल्याबद्दल त्याची चांगली खरडपट्टी काढली. आपल्या संसाराच्या या विस्कोटाला त्यालाच पूर्णतः जबाबदार धरला आणि त्याच्यावर शिव्यांचा भडिमार केला. चेहऱ्यावर तेच हास्य कायम ठेवून विठ्ठल शांतपणे सगळं ऐकत होता. आणि आवलीच्या प्रत्येक शद्बासरशी रूक्मिणी चकित होत होती. तिला आवलीची दया येत होती. तिचा संसार विस्कटण्याला आपला नवरा जबाबदार आहे हे ऐकून तिला धक्का बसला. आणि विठ्ठलाचा रागही आला. पण तिच्या या शिव्याशापाचं विठ्ठलाला काहीच वाटत नव्हतं हे बघून रुक्मिणीला नवल वाटलं. हा त्यानं काय खेळ मांडलाय हे रुक्मिणीला कळत नव्हतं. तिलाच काय पण ते तुकारामांनाही कळलेलं नव्हतं आणि आवलीला तर नाहीच नाही.

बारा

तुकारामबुवा आवलीचे नव्हते, पोराबाळांचे नव्हते, पण आख्या गावाचे होते हेच खरं! तुकारामबुवांचा वाडा सावकारानं काढून घेतला ही बातमी गावात वाऱ्यासारखी पसरली. आणि आख्खा गाव विठ्ठल मंदिराकडं धावला. आपल्या अमृतवाणीनं, गोड अभंगानं, रसाळ कीर्तनानं आणि नि:स्पृह वागण्यानं तुकारामबुवा गावाचे लाडके बनले होते. मंदिरात बेवारशासारखी बसलेली तुकारामबुवांची पत्नी आणि मुलं बघून सारा गाव मदतीला धावला. कुणी कपडे दिले, कुणी भांडी, कुणी धान्य तर कुणी भाजीपाला, कुणी पाणी, तर कुणी जळण. खरं तर हे देणारे हातही फार समृद्ध होते असं नाही, पण त्यांच्याकडं मनाची समृद्धी होती. अगदी ओतप्रोत होती. हे एवढं सामान गोळा झालं मंदिराच्या आवारात. आता हे ठेवायचं कुठं हा प्रश्नच होता. तोही माणकूनं सोडवला. माणकू सईचा नवरा. बोल्होबांच्या घरी काम करणारी सई. माणकूची दोन घरं होती. एक गावात आणि दुसरं गावकुसाबाहेर. गावातल्या घरात माणकू,सई, माणकूचे आईवडील आणि माणकूची दोन पोरं अशी एकत्र राहात होती. गावकुसाबाहेरचं घर रिकामंच होतं. वावर नसल्यामुळं त्याची काहीशी पडझड झाली होती. पण तसं ते बरचसं शाबूत होतं. तुकारामबुवांनी तिथं राहावं असं माणकूनं सुचवलं. गावकऱ्यांनीही ते उचलून धरलं आणि बघता बघता मंदिराच्या आवारात जमा झालेलं सगळं सामान माणकूच्या त्या घरात लागलंसुद्धा.

गावकऱ्यांचं हे प्रेम आवली विस्फारल्या नजरेनं बघत होती, तर तुकारामबुवा विठ्ठलाच्या मूर्तीसमोर नामस्मरण करीत बसले होते. आपल्या मागं आपल्या संसाराचं काय चाललंय याचं त्यांना भान नव्हतं. आवली मात्र देहभान हरपून गावकऱ्यांची पळापळ बघत होती. मध्येच तिची नजर विठ्ठलाच्या मूर्तीकडं गेली. त्या मूर्तीच्या चेहऱ्यावर तेच हास्य विलसत होते. आवलीला पुन्हा राग आला,

"काळ्या, तुला काय वाटलं, हे सगळं तुझ्यामुळं झालंय? ही सगळी तुझी

कृपा आहे? अरे गतकाळ्या, हे माझ्या नवऱ्याचं कर्तृत्व आहे. माझ्या सासू-सासऱ्यांची पुण्याई आहे. माझ्या नवऱ्यावरचं गावाचं हे प्रेम आहे. भले माझ्या नवऱ्यानं माझा संसार केला नसेल, पण त्यांनी सगळ्या गावाचा संसार केलाय. माझ्या पोराबाळांची, माझी काळजी केली नसेल पण साऱ्या गावाची काळजी केलीय. त्याचंच हे फळ आहे. तू नको करू. तू काय हे सगळं करणार? तोंड बघ. नुसतं कमरेवर हात ठेवून उभं राहण्याशिवाय तुला येतंय काय? माझा नवरा आधीच खुळा त्यात तुझ्या या असल्या हसण्यानं आणीच खुळावलाय. तू बस हसत त्याला घेऊन. मला पोरांच्या तोंडात चार घास घालायचे आहेत. मुडदा, हसतोय नुसता, माकडासारखा''

असं पुटपुटत आवली उठली. तिनं पोरांना हाक मारली आणि पोरांना हाताशी धरून ती तिच्या नव्या घराकडं निघाली. ती वाट चालताना तिचं मन एकीकडं दु:खानं, अपमानानं व्यथित झालं होतं तर दुसरीकडं आनंदानं, समाधानानं भरून पावलं होतं. व्यथित अशासाठी की कालपर्यंत ज्यांना सुपानं दिलं होतं त्यांच्याकडनं ओंजळीनं मागायची वेळ आली होती. जी सई बोल्होबांच्या घरी राबत होती तिच्याच घरी आश्रयाला जाऊन राहायची वेळ बोल्होबांच्या सुनेवर आली होती. ज्या गावकऱ्यांवर आंबिले-मोरे कुटुंबाचे अनंत उपकार होते, त्याच गावकऱ्यांच्या उपकाराखाली जगायची वेळ आली होती. हा अपमानाचा डंख आवलीच्या मनाला विषाप्रमाणं छळत होता.

तर दुसरीकडे समाधान अशासाठी की आपला सगळा प्रपंच वाऱ्यावर सोडून आपल्या अभंगांतून, कीर्तनातून तुकारामबुवांनी ज्या गावकऱ्यांना रिझवलं होतं, शहाणपण शिकवलं होतं तेच गावकरी कृतज्ञता म्हणून मदतीला धावून आले होते. इतकंच नव्हे तर सामानसुमान आणून देताना प्रत्येकाच्या तोंडात तुकारामबुवांचेच अभंग होते. प्रत्येक घडीला 'तुका म्हणे'चे पालूपद होते. प्रत्येक कृतीला 'तुका म्हणे'ची जोड होती. आपला नवरा किती मोठा आहे याचा साक्षात्कारच जणू आवलीला त्यातून होत होता. नसेना का त्यांचं संसारात लक्ष, नसेना का पोराबाळांची ओढ, पण आज प्रत्येक गावकऱ्याच्या तोंडात त्यांचं नाव होतं. आवलीला त्याक्षणी तुकारामबुवांबद्दल विलक्षण अभिमान वाटला. अतीव माया वाटली. त्यांच्याविषयीच्या प्रेमाचा एक वेगळाच उमाळा तिच्या हृदयात दाटून आला. या संमिश्र भावनांतून वाट काढत आवली तिच्या नव्या घरी आली.

घरात काम हूं म्हणून वाट बघत होतं. गावकऱ्यांनी ढीगभर सामान दिलं होतं. ते सगळं जागच्या जागी लावायला हवं होतं. त्या आधी घराची थोडीशी, नाही बरीचशी डागडुजी करायला हवी होती. भिंती, जमीन लिंपून बिळं, भोकं, भेगा, पोपडे बुजवायला हवी होती. मंगळाईचा गोठा करायला हवा होता. पण त्याआधी

पोरांच्या पोटात अन्नाचा घास जायला हवा होता. माणकूच्या त्या घरात चूल होती, पण वापरात नसल्यामुळं मोडली होती. आवलीनं तीन दगड आणून चूल मांडली. कुणीसं जळण दिलं होतं, शेणीही होत्या. कुणीतरी भाकरीचं पीठ दिलं होतं. काटवट घेऊन तिनं धबाधबा भाकरी थापल्या. त्याच तव्यात त्याच पिठाचं उलीसं कोरड्यास केलं. आणि इकडं तिकडं बागडणाऱ्या पोरांना तिनं हाक मारली. आईनं जेवायला बोलावलंय म्हटल्यावर पोरं पळतच आली. तीन खापऱ्या घेऊन तिनं पोरांना वाढलं. आज कितीतरी दिवसानी पोरं भाकरी-कोरड्यास खात होती. पोरांना आधाशासारखं जेवताना बघून तिचे डोळे भरून आले. त्यांची पोटं भरलेली बघून तिच्यातली आई शांतवली. तिनं उरलेल्या दोन-तीन भाकरी फडक्यावर ठेवल्या, त्यावर एवढं कोरड्यास ठेवलं आणि काशीला आणि म्हाद्याला हाक मारली –

"काशी, म्हाद्या, यातलं सामान वेगवेगळं करा. स्वैपाकाचं सामान हितं ठेवा. बाकीचं बाहेर मांडा. मी तुमच्या बाबास्नी भाकरी देऊन येते. गंगाकडं बघा, भांडू नका."

असं सांगून तिच्यातली मायाळू, कर्तव्यदक्ष पत्नी आपल्या नवऱ्याच्या पोटात चार घास जावेत म्हणून पुन्हा फुफाट्यातनं, उपाशी पोटी, निघाली त्याला शोधायला. डोईवर भाकरीची बुट्टी घेऊन आवली मंदिरात पोचली. तुकारामबुवा अजून तिथंच बसले होते. तसेच विठ्ठलाचं नामस्मरण करत. आपल्या मागे काय चाललंय याची त्यांना शुद्धच नव्हती. आवली मंदिरात पोचली. त्या विठ्ठलाच्या मूर्तीच्या चेहऱ्यावर तेच हास्य होतं तसंच. त्याच्याकडं बघत आवलीनं नाक मुरडलं. फणकाऱ्यानं मान उडवली. आणि ती तुकारामबुवांपाशी आली –

"अहो, अहो धनी भाकर आणलीय. घासभर खाऊन घ्या. कालपासनं तुमच्या पोटात काही नाही. उठा, खाऊन घ्या."

आवलीच्या हाकेनं तुकारामबुवा जणू जागे झाले. आपली भांडखोर पण प्रेमळ पत्नी, भाबडी आवली आपल्यासाठी भाकरी घेऊन आली हे बघून त्यांना भडभडून आलं. आपल्याला म्हणते पण तिच्याही पोटात कालपासनं काही नव्हतं हे ते जाणून होते. आपण हिच्यासाठी काही करू शकत नाही याची खंत क्षणभर त्यांना वाटून गेली. तोवर,

"असं काय बघताय भेकरागत? काय कधी बायकोला बघितली नाही काय? आणि आधीच सांगते. मला आता तुमच्याशी बोलायला आणि तुमच्या त्या काळ्याचं कौतुक करायला वेळ नाही आणि ऐकायलाही वेळ नाही. घरात बक्कळ काम पडलंय. सगळं सामान पसरून पडलंय. ते लावायचंय. तुम्ही जेवून घ्या आणि संध्याकाळी घराकडं या. नाहीतर बसाल हितंच टाळ कुटत."

असं बडबडून भाकरीची शिदोरी तुकारामबुवांपुढं काढून ठेवून आवली मंदिरातनं

परतलीसुद्धा.

तुकारामबुवांना भाकरी देऊन आवली त्या घराकडं परतली. तोवर काशीनं आणि म्हाद्यानं सामान वेगवेगळं केलं होतं. त्या सामानात काय नव्हतं? सगळ्या प्रकारचं सामान त्यात होतं. मातीच्या भांड्यापासून पितळेच्या तपेल्यापर्यंत. चिंध्यांपासून ते लुगड्यांपर्यंत, कडब्यापासनं ते धान्यापर्यंत. त्यातल्या प्रत्येक वस्तूत गावकऱ्यांचं प्रेम होतं, माया होती, तुकारामबुवांवरचा लोभ होता. अन् त्यांची आणि त्यांच्या बायका-पोरांची काळजी होती. त्यातलं प्रत्येक सामान काढताना आवलीचे डोळे भरून येत होते. एकीकडं आपल्या नवऱ्याचा आत्यंतिक अभिमान वाटत होता, तर एकीकडं त्याचं इतकं मोठं नाव असून असं गावकऱ्यांच्या मेहरबानीवर जगावं लागतंय याचं दुःख होत होतं. आपल्या डोळ्यांतून वाहणारं पाणी आनंदाचं आहे की दुःखाचं हे तिचं तिला कळत नव्हतं. त्याबद्दल जास्त विचार करण्याचं सोडून तिनं सरळ कामाला सुरुवात केली. घर स्वच्छ सारवून घेतलं. त्या आधी जाळी-जळमटं काढून तिनं ते नीट झाडलं. सारवताना बिळं, भोकं, बुजवली. फटी-भेगा बुजवल्या. पोपडे लिंपले. बाहेरची खोली लख्खं झाल्यावर तिनं त्या सामानातून आलेलं एक घोंगडं आणि वाकळ अंथरली. मग ती आतल्या खोलीकडं वळली.

आतली खोली तिनं तशीच लख्ख, नीटनेटकी केली. भिंतींना आलेले पोपडे, पडलेल्या भेगा, बिळं मुजवली. मग तिनं खपून छानशी चूल बनवली. आधीची जी मोडली होती ती दुरुस्त केली. मग त्या दोन्ही चुली तिनं मातीनं सारवल्या. सामानातनं आलेली भांडी-कुंडी नीट लावली. त्या खोलीत दोन फडताळं होती. त्यांची थोडीशी पडझड झाली होती. ती लिंपून तिनं नीटनेटकी केली. आज खूप दिवसांनी आवलीला स्वयंपाकघरातली ही सगळी कामं करायला मिळाली होती. तिला खूपच उत्साह आला होता. असं वाटत होतं जणू तिनं नवीन संसार थाटला होता. तसं तर अलीकडं यातलं काहीच काम करण्यासारखी परिस्थितीच उरलेली नव्हती. ना स्वयंपाकघरात भांडी-कुंडी होती ना निवडण्यासाठी धन-धान्य. म्हणूनच कामाला वाघ असलेल्या आवलीला आज मनापासून ही सगळी कामं करताना एक वेगळाच आनंद होत होता. वेगळेच समाधान होत होते. म्हणूनच 'हे सगळं लोकांनी उपकार म्हणून दिलं आहे.' ही ठुसठुसणारी वेदना तिनं हृदयाच्या तळात गाडून टाकली होती. किंबहुना त्या वेदनेनं उग्र रूप धारण करू नये म्हणून तर तिनं स्वतःला कामात गाडून घेतलं होतं. दिवसभर आवली त्या कामात बुडून गेली. घर सगळं लागल्यावर तिनं मंगळीची व्यवस्था केली. घराला एक छोटं परसू होतं. तिथं दोन शेवग्याची झाडं होती. त्यांची सावली त्या परसात पडत होती. त्या दोन झाडांच्या बुंध्या-फांद्यांचा आधार घेऊन तिनं

आपलंच एक फाटकं लुगडं बांधलं आणि मंगळीलाही आडोसा केला. त्यातल्याच एका झाडाच्या जाड बुंध्याला तिनं मंगळीला बांधलं. सामानातून आलेला कडबा तिला टाकला. हे नवीन घर मंगळीलाही पसंत पडलेलं दिसलं. तिनं दोन वेळा हंबरून आपली पसंती व्यक्त केली. आणि ती शांतपणे रवंथ करू लागली. सगळी व्यवस्था चोख झाल्याचं बघून आवलीला समाधान वाटलं. पाठीमागचं परसू आता तिनं स्वच्छ करायला घेतलं. रानगवत उगवलं होतं ते काढून कचरा, पालापाचोळा गोळा करून तिनं भरून टाकला. परसू स्वच्छ झालं. आता तिथं ती बिया टाकणार होती. पोरांच्या भाजीची व्यवस्था करणार होती.

संध्याकाळी सूर्य मावळल्यावर तुकारामबुवा घरी आले. त्या पडझड झालेल्या घराचा, खोपटाचा अक्षरशः कायापालट झाला होता. आवलीच्या कामसूपणाचं, गृहकृत्यदक्षतेचं त्यांना कौतुक वाटलं. ते घरात आले. मुंडासं काढून त्यांनी खुंटीला टांगलं. एकतारी आणि चिपळ्या बाजूला ठेवल्या. बाराबंदीचे बंद ते सोडत होते. तेवढ्यात काशी आणि म्हाद्या पळत आले. त्यांनी तुकारामबुवांच्या कमरेला मिठी मारली. त्यांच्या चेहऱ्यावरून आनंद ओसंडून वाहात होता.

“बाबा, बाबा आम्ही आज लई जेवलो. आईनं गरमागरम भाकर आणि कोरड्यास केलं होतं. आम्ही लई म्हणजे लई जेवलो. तुमच्यासाठीपण लई ठेवलंय. पर बाबा आई आज दिसभर जेवलीच न्हायी. नुसतं कामच करीत व्हती. आम्ही म्हटलं तर म्हणाली, तुमचं बाबा आल्यावर जेवीन.”

त्या पोरांचे हे बोल ऐकून तुकारामबुवांना गहिवरून आलं. पोरांच्या डोक्यावरून मायेनं हात फिरवत ते आतल्या खोलीकडं वळले. आत आवली आवरासावर करत होती.

“आवले!” त्यांनी हाक मारली.

“आलासा? सोडलं वाटतं त्या काळ्यानं? एकटंच आलासा की ते टाळकुटे दोस्त हायेत बरोबर?”

आवलीनं ठिसकारून विचारलं.

“आवले मला तुझा हाच गुण आवडत नाही बघ. अग येता जाता त्या विठ्ठलाला का तू नावं ठेवतेस? त्यानं तुझं काय घोडं मारलंय? त्याला कशाला बोलतेस?”

तुकारामबुवा शांतपणे म्हणाले.

“तुम्ही येता जाता त्याचं नाव घेता तसं मी येता जाता त्याला नावं ठेवते. आणि तो काय माझं घोडं मारणार? आधी त्यासाठी माझ्याकडं घोडं पाहिजे आणि असलंच तर माझ्या घोड्याला हात लावायला त्या काळतोंड्याचा बा यायला पाहिजे. ते ऱ्हाऊ दे. आता हातपाय धुवा. आणि जेवायला या. काल रात्रीपासनं पोटात काय नाही आणि दुपारी मी दिलेली भाकरी तुमी खाल्ली

नसेलच. वाटून टाकली असेल.”

आवलीचं हे बोलणं ऐकून तुकारामबुवांना नवल वाटलं. ती आपल्याला नीट ओळखून आहे या विचारानं त्यांना हसू आलं. त्यांचं हसणं बघून आवली चिडलीच.

“आता हसायला काय झालं? का त्या काळ्यासमोर बसून तुम्ही पण नुसतं हसायला शिकलात? त्याला एक काय कामधंदा नाही. तुम्हाला पण करू देत नाही. चला आता जेवायला.”

तुकारामबुवांनी हातपाय धुतले आणि ते जेवायला बसले. समोर बसून त्यांना पोटभर वाढल्यावर आवलीचा जीव सुपाएवढा झाला. खरंतर तिनंही कालपासनं काही खाल्लं नव्हतं. पण तुकारामबुवा पोटभर जेवलेले बघून जणू तिचं पोट भरलं. पण तुकारामबुवांना याची कल्पना होती. त्यांनी बळेबळेच आवलीला जेवायला लावलं आज कितीतरी दिवसांनी असं पोटभर जेवण कोणत्याही दडपणाशिवाय ते दोघं एकत्र जेवत होते. दुःखातही लहानसे का होईना पण असे सुखाचे क्षण आले होते आणि आवलीला पुन्हा झुंजण्यासाठी संजीवनी द्यायला ते पुरेसे होते आणि आवश्यकही.

आवली दिवसभर दमली होती. झोपी गेली. पण तुकारामबुवांना चैन नव्हतं. जिवाला स्वस्थता नव्हती. एक वेगळीच ओढ, एक वेगळीच आस लागली होती. काय ते कळत नव्हतं. पण जे काही होतं ते चैन पडू देत नव्हतं. काहीतरी करायला हवं होतं पण काय करायचं ते कळत नव्हतं. कशाचा तरी शोध घ्यायचा होता पण काय शोधायचं ते कळत नव्हतं. त्यांनी क्षणभर शांत झोपलेल्या आवलीकडं पाहिलं. मनाशी काहीतरी निश्चय केला आणि विठ्ठलाचं नामस्मरण करत तेही निद्रेच्या आधीन झाले. वरकरणी त्यांना शांत झोप लागली असली तरी त्यांचं मन अस्वस्थ होतं. मनात अनेक प्रश्नांची आवर्तनं येत होती. पण उत्तर एकाचंही सापडत नव्हतं? ते शोधायचं कसं याचीही दिशा सापडत नव्हती, मार्ग दिसत नव्हता. पण तो शोधायचाच असा निश्चय त्यांच्या निद्रिस्त मनानंही घेतला असावा. कारण नंतर त्यांना अगदी शांत झोप लागली.

आवलीला पहाटे जाग आली. अंथरुणात उठून बसून तिनं शेजारी पाहिलं. मुलं अजून झोपली होती. आवलीलाही वाटलं अजून थोडावेळ झोपावं. कालच्या कामानं अंग कचकचत होतं. इतक्यात तिचं लक्ष मुलांच्या पलीकडल्या तुकारामबुवांच्या अंथरुणाकडं गेलं. ते अंथरुण रिकामं होतं. आवलीला कळेना की तुकारामबुवा कुठं गेले? तिला वाटलं बहुधा परसदारी गेले असतील. पण तिथंही चाहूल लागेना. अनवधानानं तिनं खुंटीकडं पाहिलं. तिथं पागोटं नव्हतं. बाजूला जोत्यावर एकतारी आणि चिपळ्याही नव्हत्या. “आता एवढ्या सकाळचं, अजून

उजडायचं आहे आणि हे कुठं गेले? कुठं गेले असतील?''

आवलीनं स्वत:लाच प्रश्न केला. आणि ''गेले असतील त्या विठ्याच्या मंदिरात'' असं स्वत:च उत्तरं देऊन ती आळस झटकून उठली. अंगणापासून परसदारापर्यंत तिनं सगळं लोटून घेतलं. अंगणात सडा घातला. रांगोळीची बोटं ओढली. मग परसदारी चूल पेटवली. त्यावर पोरांच्या आंघोळीसाठी तपेलीत पाणी ठेवलं. मग ती मंगळाईच्या गोठ्यात गेली. शेण गोळा करून पालापाचोळा एकत्र करून ठेवला. मंगळाईला खायला ठेवून तिची धार काढली. मग ती स्वयंपाकघरात आली. येताना परसदाराच्या चुलवणातून तिनं वैल आणला. मग स्वयंपाकघरातली चूल पेटवली. त्यावर दुधाचं सतेलं ठेवलं. मग जातं लख्खं पुसून घेतलं आणि सुपात जोंधळे घेऊन ती दळायला बसली. तिच्या अनुनासिक स्वरातून आपोआप ओवी पाझरायला लागली, जात्यातून पीठ सांडावं तसं,

माझ्या माहेरला बाई । दह्या दुधाची पुरवाई ।।
माझी मायेची बाई । माझी मंगळाई ।।
माझं मायेचं माहेर । सोन्या-मोत्याचं झुंबर
माझं मायेचं छप्पर । रूप्याच्या कौलाई ।।

जातं भराभरा फिरत होतं. त्याला घास भराभर मिळत होता. आणि शुभ्र पांढरं पीठ बाहेर सांडत होतं. आवलीच्या नितळ, प्रांजल मनासारखं तिच्या स्वच्छ निर्मळ विचारांसारखं. तिच्या धवल, उज्ज्वल चारित्र्यासारखं.

आवलीच्या आवाजानं मुलं उठली, आवलीनं त्यांचं भराभरा आवरलं. मग आपलं आंघोळपाणी आटोपलं. आणि ती भाकरीला बसली. आवलीचा भाकरी करण्यात हातखंडा होता. गोल-गोल, पातळ, पांढऱ्या शुभ्र भाकरी काटवटात थापून ती तव्यावर टाकत होती. ती भाजेपर्यंत दुसरी भाकरी काटवटात तयार असे. तव्यावरची भाकरी भाजली, की ती काढून चुलीतला वैल बाहेर ओढून तिथं शेकायला लावायची. भाकरी टम्म फुगत असे. अशा टम्म फुगलेल्या भाकरी भराभरा बुट्टीत पडत. भाकरी झाल्यावर त्याच तव्यात तिनं कुरडूची भाजी परतली. परसदारी पुष्कळ उगवली होती. तिच्या भाकरी झाल्या. पोरांना जेवायला वाढून ती धुण्याकडं वळली. धबधबा बडवून तिनं धुणं धुऊन टाकलं. सूर्य मध्यान्हीला आला. आवलीचं सगळं काम झालं. पण अजून तुकारामबुवांचा पत्ता नव्हता. तिला काळजी वाटायला लागली. तिनं म्हाद्याला विठ्ठलाच्या मंदिरात पिटाळलं,

''म्हाद्या, अरं पोरा जा, जरा त्या विठ्याच्या मंदिरात बाबा बसलेत का बघून ये. अरे, सकाळपासनं कुठं गेलेत कुणास ठाऊक? जा जरा बघून ये बाबा. आणि तिथं असतील तर लगोलग घरी घेऊन ये आणि नसतील तर सोपानकाकाकडं बघून

ये. जा पोरा जा.''

आवलीनं सांगितलं तशी महादेव पळत गेला. आणि थोड्या वेळानं परत आलासुद्धा. पण तुकारामबुवा मंदिरातही नव्हते आणि सोपानकाकाकडंही नव्हते. मग आता हे कुठं गेले? आवलीला काही सुचेना. ती स्वत: उठली. तरातरा बाहेर पडली. त्यांच्या नेहमीच्या दोस्त मंडळींच्याकडं जाऊन बघून आली. पण तुकारामबुवा तिथंही नव्हते. आवलीला काय करावं सुचेना. ती सैरभैर हिंडत राहिली. शेवटी हिंडता हिंडता ती गावठाणाबाहेर आली. तिथं तिला भेटली आक्कामावशी-माणकूची आई. आवलीला असं हिंडताना बघून तिनं कारण विचारलं. आवलीनं सांगताच ती म्हणाली –

''अगं बुवांना मी सकाळी सकाळी डोंगरावर जाताना बघितलं. भामनाथाच्या डोंगरावर.''

''भामनाथाच्या डोंगरावर? तिथं आणि कशाला गेलेत? आता काय म्हणावं या कर्माला? पोटात अन्न नाही, पाणी नाही. आता इतके दिवस त्या विठ्याच्या मंदिरात बसत होते. आता काय येडबीड लागलं की काय डोंगरावर जाऊन बसायला? तिथं डोंगरावर वाघ, सिंह आहेत म्हणे. आता काय करू मी?''

असं पुटपुटत आवली घरी परतली. घरी आल्यावर लगालगा तिनं एक फडकं घेतलं. त्यावर भाकरी ठेवल्या, त्यावर कुरडूची भाजी ठेवली. एवढा मिरचीचा ठेचा घेतला. दोन-चार कांदे घेतले. लोटकीत दूध घेतलं. पाण्याचा गडवा घेतला. आणि हे सगळं बांधून घेऊन ती तरातरा घराच्या बाहेर पडली. जाताना काशीला घराकडं आणि पोरांच्याकडं लक्ष ठेवायला सांगून ती भराभरा चालायला लागली. ऊन मी म्हणत होतं. सकाळपासून दमलेली, डोईवर भाकरीची बुट्टी घेऊन तापलेल्या फुफाट्यावर अनवाणी चालणारी आवली... डोंगरावर जाऊन बसलेल्या आपल्या उपाशी नवऱ्याला काट्या-कुट्यातून अनवाणी चालत जेवण घेऊन जाणारी आवली... कुठल्याही सावित्रीपेक्षा कमी नव्हती. गाव संपलं. पुढची वाट अवघड होती. रानवेली, काटेकुटे, दगडधोंडे यातून चालायचं होतं. पुढं चढ होता. वरनं जीवघेणं ऊन होतं. पण आवली थांबली नाही. पायाखालची वाट अनोळखी होती. काटे-कुटे-फुफाट्याची होती. पण आवलीला त्याची चिंता नव्हती. तिच्या मनाला, शरीराला, पावलाला एकच ओढ होती. तुकारामबुवांना जेवण पोचवायची. एकच आस होती त्यांना लवकरात लवकर अन्न देण्याची. भामनाथच्या डोंगराचा तो चढ चढताना आवलीची दमछाक होत होती. पण झपाटल्यासारखी आवली चालत होती. तिचं लक्ष डोंगरमाथ्याकडं होतं. आता डोंगराचा माथा दिसायला लागला होता.

अचानक आवलीच्या तोंडून एक आर्त, हलकीशी किंकाळी उठली. ती

चालायची थांबली. पायाला काहीतरी टोचलं होतं. वेदना मस्तकापर्यंत गेली. तिनं झाडाचा आधार घेतला. डोईवरची भाकरीची बुट्टी उतरून खाली ठेवली. आणि पाऊल उचलून पाहिलं. एक मोठा बाभळीचा काटा टाचेत घुसला होता, अगदी खोलपर्यंत. आवलीनं तो काटा काढायचा खूप प्रयत्न केला. पण तो इतका विचित्र घुसला होता, की त्या काट्याला नुसता स्पर्श झाला तरी वेदनेचा कल्लोळ उठत होता. जीवघेणा सल देत होता तो काटा. आवलीनं खूपच प्रयत्न केले. तरीही तो निघेना. आणि अजून प्रयत्न करायला आवलीकडं वेळ नव्हता. तिचा धनी तिथं उपाशी होता. पहाटेपासून त्याच्या पोटात पाण्याचा थेंबही नव्हता अन्न तर दूरच. हा विचार मनात आला आणि आवली काटा विसरली. वेदना विसरली. भळभळणारी जखम विसरली. तो जीवघेणा सल विसरली आणि काटा तसाच पायात ठेवून आवली तशीच उठली. बुट्टीतली भाकरी जोपर्यंत तुकारामबुवांच्या तोंडात पडणार नव्हती तोपर्यंत आवली थांबणार नव्हती. अखेर आवलीला तुकारामबुवा दृष्टीस पडले. भामनाथाच्या डोंगराच्या माथ्यावर एका पिंपळाच्या झाडाखाली ते बसले होते. त्यांचे डोळे मिटलेले होते. एकतारी, चिपळ्या दोन्ही शांत होतं. तुकारामबुवा ध्यानस्थ बसले होते. त्यांच्या भोवती दोन-तीन हरणं खेळत होती. ससे बागडत होते. पक्षी किलबिलत होते. नाचत होते. पण ना तुकारामबुवांना त्याची शुद्ध होती ना त्या प्राणीपक्ष्यांना त्यांच्या अस्तित्वाची जाणीव. ते दृश्य पाहून आवलीला भरून आलं.

इतकी पायपीट केल्याचं सार्थक झालं होतं. तिचे डोळे पाण्याने भरले. क्षणभरच. तेवढ्यात काट्याचा सल मस्तकात गेला आणि आवलीच्या सगळ्या सगळ्या वेदनांना जणू जाग आली. तुकाराबुवांना बघून हायसं वाटलेली, त्यांच्या भोवती बागडणारे पशु-पक्षी बघून अचंबित झालेली आवली त्या वेदनेच्या कल्लोळात वाहून गेली आणि करवादली –

"आता काय म्हणावं या कर्माला? हितं येऊन बसलाय व्हयं? सगळा गाव पालथा घातला की मी! काय हैक म्हणायचं का हुईक? कुठं गेला होतात सकाळपासून? त्या काळ्याच्या मंदिरात पण जाऊन आले. या इथं एवढ्या लांब, डोंगरावर काय म्हणून येऊन बसलाय? पोटात काय अन्न नाही, पाणी नाही? एकटंच येऊन बसलाय? सोबत तरी कुणाला तरी आणायचं? इथं या डोंगरावर, या जंगलात असं एकटंदुकट यायला काय येड-बीड लागलंय का तुम्हाला? जीव उडून गेला माझा."

आवलीची सरबत्ती सुरू झाली. बुवांनी डोळे उघडले. पण ही सरबत्ती थांबवावी कशी ते तुकारामबुवांना कळेना आणि हे आवली बोलत नव्हती तर तिची सर्वांगात ठुसठुसणारी वेदनाच बोलत होती. शेवटी तीच बोलायची

थांबली. दमली असावी बहुतेक. तुकारामबुवा म्हणाले –

"अगं आवले, ऐक जरा. सगळी सृष्टी त्या ईश्वरानं निर्माण केली आहे. ही झाडं, वेली, हे पशू-पक्षी माझे सगे-सोयरे आहेत. या पक्ष्यांचं गायन हा ईश्वरी संकेत आहे. मी इथं आलो आणि ईश्वराचे हे सगळे साक्षात्कार बघून भारावलो. माझी तंद्री कधी लागली, वेळ कसा गेला तेच मला कळलं नाही. मग मी जिकडं बघू लागतो, तिकडं मला तो विठ्ठल दिसायला लागला. सारं जग अवघं विठ्ठलमय भासू लागलं. आणि मी इथंच बसून राहिलो."

तुकारामबुवा भारावून सांगत होते आणि आवली उसळलीच, "काय कवतिक सांगू नका त्या काळ्याचं मला. गारुडीच हाय तो. तो तुम्हाला वेड लावतोय आणि तुम्ही वेडे होता. आपण बसलाय त्या रखुमाईला संग घेऊन आणि तुम्हाला मात्र बायका-पोरं सोडायला लावलीन्. नाटक्या मेला. ते जाऊ दे, आधी ही भाकरी खाऊन घ्या."

असं म्हणत आवलीनं बुट्टी खाली ठेवली, पाय जरासा टेकवला आणि पुन्हा त्या काट्यानं सल दिला.

"आ ई ग ऽ ऽ" आवली कण्हली.

तसं तुकारामबुवांनी विचारलं, "आवले, काय झालं? काही दुखतंय का?"

तुकारामबुवांनी अतीव प्रेमानं हे विचारलेलं ऐकताच आवली गहिवरली. तिच्या डोळ्यांतून घळाघळा अश्रू वाहू लागले. काय नव्हतं त्या अश्रूंत? सकाळच्या कामाचा सगळा शीण, उन्हात केलेली वणवण, काट्या-फुफाट्यानं भरलेली ती अनोळखी वाट, ती तुडवताना झालेला त्रास, तुकारामाबुवांच्या काळजीनं कुरतडलं जाणारं मन, त्यांना शोधताना झालेला मनःस्ताप, त्या काळ्या विठोबा विषयीचा संताप आणि टाचेत घुसलेल्या बाभळीच्या काट्याचा सल ...सारं सारं त्या अश्रूंतून आवलीच्या गालांवर ओघळायला लागलं. आणि बघता बघता आवली हमसून रडायला लागली, एखाद्या लहान मुलीसारखी. तुकारामबुवांनी तिचे अश्रू पुसले. निःशद्बपणे ते आवलीच्या मस्तकावर थोपटत राहिले. आवेग ओसरल्यावर आवलीनं पाय दाखवला. टाचेभोवतालचा भाग टरारून सुजला होता. आणि तो तिरपा घुसलेला बाभळीचा काटा अजूनही आवलीच्या टाचेत होता. तुकारामबुवांना त्या क्षणी आवलीची विलक्षण कणव आली. त्यांनी हलकेच आवलीचा पाय एका हातानं पकडला आणि दुसऱ्या हातानं तो काटा अलगद ओढून काढला. तुकारामबुवांच्या बोटात जादू होती की, त्यांच्या वात्सल्यपूर्ण नजरेत होती, की त्यांच्या प्रेमळ स्पर्शात होती कुणास ठाऊक? पण वेदनेचा आगडोंब देणारा तो काटा काढताना आवलीला अजिबात दुखलं नाही. काटा काढल्यावर त्या जखमेतून भळाभळा रक्तही येऊ लागलं पण तुकारामबुवांनी

पलीकडंच उगवलेला दगडी पाला घेतला, हातावर चोळला आणि आवलीच्या टाचेवर दाबला. आवलीच्या वेदना कधीच थांबल्या होत्या. किंचितसा सल होता. पण ती अजून लहान मुलीसारखी मुसमुसतच होती. तसंच मुसमुसत तिनं भाकरीचं गाठोडं सोडलं आणि एकवार आवलीकडं बघून तुकारामबुवांनी भाकरीचा तुकडा मोडला. कुरडूची भाजी त्यात घेतली आणि तो घास त्यांनी आवलीपुढं धरला.

"घे आवले, मला माहिती आहे की, तूसुद्धा सकाळपासून उपाशी आहेस. घे."

त्यांच्या त्या प्रेमानं आवली भारावली, संकोचली आणि लाजलीसुद्धा. 'नको नको' म्हणत, इकडं तिकडं बघत तिनं आ केला. तुकारामबुवांनी तो घास आवलीला भरवला आणि मग ते स्वत: खाऊ लागले. पण आवली? तिची अवस्था फार वेगळी झाली होती. ही अमृताची चव असणारी भाजी-भाकरी आपणच केलेली आहे यावर तिचा विश्वास बसत नव्हता. मगाशी राहिलेला तो काट्याचा सल केव्हाच नाहीसा झाला होता. तिचा चेहरा एकदम खुलला. तिनं डोळे पुसले आणि उत्साहानं, आनंदानं तुकारामबुवांना वाढायला सुरुवात केली. तिची थांबलेली वेदना, अदृश्य झालेला सल बघून तुकारामबुवांनाही बरं वाटलं. हिच्या मनातला त्या विठ्ठलाबद्दलचा सल असाच काढता आला तर? त्यांच्या मनात येऊन गेलं.

तुकाराम-आवलीला घर मिळालं, संसार मिळाला हे बघून रुक्मिणीला बरं वाटलं. पण विठ्ठलाला चिंता वाटू लागली. तुकारामावर संकटांमागून संकटं टाकण्यात आपण चूक तर करत नाही ना, असं त्याला वाटू लागलं. कदाचित या संकटांमधून सावरता-सावरता तो पुन्हा पुन्हा संसारात गुरफटला तर? त्यातच त्या कर कटेवर ठेवून विटेवर उभ्या असलेल्या पांडुरंगाला आवलीची भीती वाटू लागली होती. उद्या ही बाई आपल्याला मारायला कमी करणार नाही याबद्दल त्याची खात्री पटायला लागली होती. म्हणूनही तो विचारात पडला होता. तुकारामांची साधकावस्था जेवढी तीव्र होईल, तेवढी त्यांची सिद्धावस्था लवकर येईल हे त्याला माहीत होतं. पण हे साधावं कसं याची विवंचना त्याला पडली होती आणि एरवी सतत हसणारा, खोडकर दिसणारा, भक्तांच्यावर प्रेम करणारा आपला नवरा आता तुकारामाचं सगळं शिस्तीत लागल्यावरही असा चिंताक्रांत का दिसतोय ते रुक्मिणीला कळत नव्हतं. काल आवली त्याला शिव्या देत असतानाही तो हसत होता, त्याचंही कारण रुक्मिणीला कळलेलं नव्हतं आणि आज आवली इथं नसतानाही तो चिंतेत का आहे हेही तिला उमगत नव्हतं. एकूणच विठ्ठलाचं ते वागणं रुक्मिणीलाही कोड्यात टाकणारं होतं हेच खरं.

तेरा

तुकारामबुवांसह आवली भामनाथाच्या डोंगरावरून घरी आली. त्यांच्या मिळालेल्या त्या घटकाभराच्या सहवासानंही आवली सुखावली होती. उत्तेजित झाली होती. भामनाथाचा डोंगर चढताना झालेली पायपीट, मन:स्ताप, वणवण सगळं विसरली होती. तुकारामबुवांच्या बरोबर डोंगर उतरताना तर ती अखंड बडबडत होती. संसाराची स्वप्नं पुन्हा रंगवत होती. पोरांना मोठं करायच्या गोष्टी करत होती. तिला बघून तुकारामबुवांना प्रश्न पडला,

'खरंच ही आवली मोठी कधी होणारच नाही का? आपल्या मनाला लागलेली तळमळ तिला कधी कळणारच नाही का?' पण त्यांच्या मनातल्या या अस्वस्थ विचारांचा थोडाही पत्ता आवलीला नव्हता. अज्ञानात सुख असतं म्हणतात ते असं!

माणकूच्या घरातला आवलीचा संसार सुरू झाला. मंगळाईच्या दुधामुळं, शेणी, गोवऱ्या यामुळं मुलांच्या तोंडात एक वेळेला तरी भाकरी पडू लागली होती. आणि एक दिवस आक्रित घडलं. झालं असं आवलीनं सकाळी उठून सगळी कामं आवरली. आणि तिनं वाळलेल्या शेणी बुट्टीत भरून घेतल्या. ती बुट्टी उचलून डोईवर घेऊन ती बाहेर पडणार एवढ्यात पोरं आली.

"आई, आई भूक लागलीय! भाकर दे की खायला!" म्हणू लागली.

तशी आवली त्यांना म्हणाली,

"काशी, ही एवढी शेणी सुंदरामावशीकडं देऊन येते. मग ती मला जोंधळे देईल. मग आल्यावर लगेच दळून तुम्हाला भाकरी करून देईन हं. तोवर एका गाडग्यात मूठभर लाह्या आहेत, त्या खावा आणि पाणी प्या. तोवर मी आलेच. शाणी माझी पोरं ती!"

आवलीचं हे बोलणं ऐकून म्हाद्यानं तिला विचारलं,

"आई, सगळ्यांचे बाबा कुटं ना कुटं तरी काम करतात. मग आमचे बाबा का

कामाला जात नाही? ते सारखे देवळात का जातात? आई, रामू, कान्हा, ज्ञानाचे बाबा पोरास्नी किती किती खायला आणतात. पण आमचे बाबा काहीच आणत नाहीत! असं का गं आई?''

म्हाद्याचं ते केविलवाणं बोलणं आवलीच्या मनाला भेगा पाडत गेलं. एवढ्यात काशी म्हणाली,

"आई, तूच काय तरी कामं करून आम्हाला भाकर तुकडा देतीयस. बाबा काहीच का ग करत नाहीत? ते आपल्याकडं लक्षच देत नाहीत. तुझं लुगडं बघ किती फाटलंय? माझे, म्हाद्याचे कपडे बघ किती फाटलेत? तरीपण बाबा लक्ष देत नाहीत. असं का गं?''

पोरांच्या या प्रश्नाला आवलीकडं उत्तर नव्हतं! पण पोरांची काहीतरी समजूत काढणं भाग होतं. डोळ्यांतलं पाणी टिपत आवली म्हणाली,

"अरे पोरांनो, तुमचा बाबा लई मोठा हाय. त्याला सगळ्या गावाची काळजी हाय. त्या काळ्यानं त्याच कामासाठी तुमच्या बाबाला नेमलाय. म्हणून त्यांना आपल्याकडं बघायला सवड नाही. पण मी हाय ना तुमची आई, तुमची काळजी करायला मी हाय ना? मी आता या शेणी सुंदरामावशीला देते आणि तिनं जोंधळे दिले की, लगेच तुम्हाला भाकरी करून देते. जावा, घरात बसा, गंगाकडं बघा. शाहाणी माझी पोरं ती!''

आपल्या समंजस पोरांच्या चेहऱ्यावरून अतीव मायेनं हात फिरवून, त्यांची अलाबला घेत आवलीनं त्यांची समजूत काढली आणि डोईवरची बुट्टी नीट करून ती जायला वळली आणि तिला धक्काच बसला. समोर साक्षात आप्पाजी उभे होते! आप्पाजी, आवलीचे आप्पाजी!

काहीसे थकलेले, किंचित वाकलेले आणि डोळ्यांतून वाहणारं पाणी न पुसता तसंच घळाघळा वाहू देत तसेच घायाळ अवस्थेत उभे असलेले. त्यांना बघितलं आणि पोरांची समजूत काढण्याकरता आवलीनं आणलेलं तिचं उसनं अवसान गळालं. आप्पाजींना बघितलं आणि तुकारामबुवांची पत्नी आवली, मुलांची आई आवली, भांडणारी, करवादणारी आवली, धडपडी, नियतीशी झगडा करणारी, विठ्ठलाला शिव्या देणारी आवली एकदम लहान झाली. डोईवरची गोवऱ्यांची बुट्टी कधी खाली पडली तिलाच कळलं नाही. तीरासारखी आवली आप्पाजींकडे धावली आणि त्यांच्या गळ्यात पडून धाय मोकलून रडू लागली. आवलीचं सगळं अंग गदगदत होतं. हुंदक्यावर हुंदके येत होते. डोळ्यांतल्या पाण्याला खळ नव्हती. आज कितीतरी दिवसांनी, नव्हे वर्षांनी आप्पाजी भेटत होते. ते कधीतरी आवलीला भेटायला येत पण प्रसंगानं. आणि अलीकडे तर दुष्काळानं अवघ्या महाराष्ट्राला ग्रासल्यानंतर, तुकारामबुवांची सारी वाताहत झाल्यानंतर आप्पाजी पहिल्यांदाच

आवलीला भेटत होते. त्यातच बुवांचं नाव पंचक्रोशीत गाजत होतं. त्यांच्या घरीही सगळं काही ठीक असेल असंच त्यांना वाटत होतं. त्यातच मधल्या या दुःखद घडामोडींचा त्यांना नीटसा पत्ता नव्हता. म्हणूनच ते देहूला आल्यावर पहिल्यांदा वाड्याकडं गेले. तिथं गेल्यावर जे काही कळलं त्यामुळं त्यांना प्रचंड धक्का बसला. आणि आवलीचं घर शोधत ते घराजवळ आले. त्या मायलेकरांचं चाललेलं सगळं बोलणं त्यांनी ऐकलं आणि ते ऐकून आप्पाजी मनानं पुरते कोसळलेच.

चंद्रकोरीसारखी तळपणारी आणि विजेसारखी लवणारी आपली लाडाची लेक आवली अशी रया गेलेल्या अवस्थेत बघून त्यांच्या काळजाच्या चिंधड्या झाल्या होत्या. काय होतं आणि काय झालं होतं. होत्याचं नव्हतं झालं होतं हेच खरं! आवलीचं आणि पोरांचं सगळं बोलणं त्यांनी ऐकलं होतं. आपली लाडाची लेक, कोड-कौतुकात वाढलेली आवली अशी चिंध्या नेसून शेणी विकायला जातीय हे ऐकल्यावर त्यांचं काळीज तडफडायला लागलं! त्यांच्या कुशीत शिरून आवली ढसाढसा रडत होती. आणि तिच्या पाठीवरनं हात फिरवून ते फक्त मूकपणे तिचं सांत्वन करीत होते. तिला दिलासा द्यायला त्यांच्याकडं जणू शद्बच नव्हते. आवलीच्या डोळ्यांतून अश्रूंचा जणू लोट वाहात होता. इतके दिवस साचलेलं, कोंडलेलं दुःख प्रपातासारखं कोसळत होतं. तुकारामबुवांच्यासमोर, पोरांच्या समोर सतत आपली असहाय्य अवस्था लपवत, आपलं झुंजार रूप दाखवत नियतीशी झगडणारी आवली अंतर्यामी किती घायाळ होती हेच जणू तो अश्रूंचा प्रपात सांगत होता. आप्पाजींच्या गळ्यांत पडून आवली अतिशय रडली. अशा अवस्थेतलं तिनं कदाचित हे पहिलं आणि शेवटचं रडून घेतलं असावं. तिचं ते रडणं बघून आप्पाजींनाही भीती वाटली. रडता रडताच आपली लेक अशीच विरघळून जाते की काय त्या अश्रूंसारखी, असं त्यांना वाटलं! किती तरी वेळ आवली रडत होती. नुसती रडत होती. शेवटी रडून रडून तिला ग्लानी आली. आप्पाजींनी तिला सावरलं, तिला आधार देऊन ते घरात घेऊन गेले. तिथं तिला त्यांनी टेकून बसवली. तोवर काशीनं पळत जाऊन पाणी आणलं. ते आवलीच्या तोंडावर मारून त्यांनी तिला सावध केली. आवलीनं डोळे उघडले. समोर आप्पाजींना बघून तिला पुन्हा भरून आलं, पण आता आप्पाजींनी थोडा कडकपणा घेतला. आता त्याशिवाय इलाज नव्हता. म्हणाले–

"आवले, पोरी आता अजिबात रडायचं नाही. एकदम शांत हो बघू. हे घे पाणी, पी. जरा बरं वाटेल. आणि आता डोळ्यातनं अजिबात पाणी काढायचं नाही. बरं का रे पोरांनो, अरे माझी आवली अशी मुळुमुळु रडणारी नव्हती, एकदम तेज होती. होय किनई आवले?''

असं विचारून आप्पाजींनी विषय बदलला. वातावरणातला ताण हलका

केला. तशी पोरं खुदकन हसली. ती आप्पाजींजवळ येऊन बसली. आईला इतकं घायाळ होऊन रडताना बघून पोरं कावरीबावरी झाली होती. आप्पाजींनी त्यांना जवळ घेतलं. पोरं हसलेली बघून आवली किंचित हसली. आप्पाजींना बरं वाटलं. पोरांना जवळ घेऊन त्यांनी त्यांच्या पाठीवरनं मायेनं हात फिरवला. बरोबरच्या पिशवीतून आणलेला खाऊ पोरांच्या हातात दिला. चुरमुऱ्याचे लाडू, रव्याचे लाडू, केळी, बत्तासे, दशम्या, पुरणाची पोळी, गोड शिरा, काय काय आणलं होतं त्यांनी! ते सगळं बघून तर पोरांचे डोळेच विस्फारले,

"आजोबा, हे सगळं आमच्यासाठी? सगळं सगळं?" म्हाद्यानं हरकून विचारलं.

"होय रे बाळांनो, तुमच्यासाठीच. एवढंच नाही, तर हे पण तुम्हालाच!" असं म्हणत आप्पाजींनी दुसरी पिशवी खोलली. त्यात तुकारामबुवांसाठी, मुलांसाठी कपडे, आवलीला लुगडं, एक गोधडी असं सगळं सामान होतं. ते सगळं बघून आवलीला पुन्हा हुंदका आला.

"आप्पाजी, माझी पोरं कालपासनं पोटभर जेवलेली नाहीत. कोरड्या भाकरीशिवाय त्यांच्या पोटात काही जात नाही. आप्पाजी, भात खाऊन तर आम्हाला किती दिवस झालेत. आप्पाजी, माझी पोरं गुणाची आहेत, पण त्यांना अंगावर घालायला धड कपडा नाही. पण आप्पाजी त्याबद्दल माझी काही तक्रार नाही. माझा नवरा देवमाणूस आहे. पण तो त्या काळ्याच्या नादाला लागलाय. आणि तो काळ्या त्यांना संसारातलं काही बघू देत नाही."

सांगता सांगता आवलीला पुन्हा हुंदका आला. आवली बोलत असताना आप्पाजींनी घरात सगळीकडं एक नजर टाकली. त्या चाणाक्ष माणसानं एका नजरेत आपल्या लेकीच्या संसाराची दैन्यावस्था ओळखली. ते काही बोलले नाहीत.

"आजोबा, आम्ही हे खाऊ?" काशीनं त्यांची तंद्री मोडली.

"खा बाळांनो, खा. हे सगळं तुमच्यासाठीच आणलंय, खा." आप्पाजींनी काशीकडं पिशवी सोपवली.

"काशे, सगळं नीट काढून ठेव आणि वेगळं वेगळं ठेव." तेवढ्या उत्कट प्रसंगातही आवलीतली गृहिणी जागी होती. काशी ते सगळं उचलून आत घेऊन गेली. म्हाद्या, गंगा तिच्याबरोबर आत गेले. इतक्या प्रकारचा तो खाऊ बघितल्यावर पोरांना काही सुचेना. सगळ्यातलं थोडं थोडं खाल्ल्यावर त्यांची पोटं भरली. आणि मनपण! आप्पाजींनी आणलेले नवीन कपडे घालून आनंदानं निथळत ती पोरं मित्रमंडळींना आपले कपडे दाखवायला बाहेर पळालीसुद्धा. आवली आणि आप्पाजी बोलत बसले. आवलीच्या घरावरची संकटं आप्पाजींना माहिती होती. बोल्होबा-कनकाईचा मृत्यू, रूक्मिणीचं जाणं, संताजीचं मरण, तुकारामबुवांच्या भावजयीचं मरण, भावाचं परागंदा होणं हे सगळं आप्पाजींना ज्ञात होतं. अवघ्या महाराष्ट्रावर

दुष्काळाची छाया होती. त्यात पुणे प्रांतही भरडला गेला होता. पण त्यातूनही काही जण सावरले होते. त्यात आप्पाजींसारखा द्रष्टा व्यापारीही होता. पण या पाठोपाठच्या संकटानं तुकारामबुवांच्या घराची, व्यवसायाची एवढी कमालीची वाताहत झाली असेल याची आप्पाजींना कल्पना नव्हती आणि त्याचबरोबर काहीही झालं तरी त्यातून तरून जाण्याइतकी आपली लेक समर्थ आहे याचा त्यांना विश्वास होता. तशात त्या दुष्काळामुळे आपल्या व्यापाराची विस्कटलेली घडी पुन्हा बसवण्यातही ते गुंतून पडले होते. पण आपल्या धनवान जावयाच्या घरी दारिद्र्य कायमचं राहायला आलं असेल याची त्यांना कल्पना नव्हती. एवढंच नव्हे तर वाडा सावकाराच्या ताब्यात आहे हे कळल्यावरही इथली परिस्थिती इतकी कमालीची बिघडलेली असेल असं त्यांना वाटलं नव्हतं. पण इथली परीस्थिती फारच भयाण होती. त्यातही त्यांची लाडकी लेक आवली त्या परिस्थितीशी एकटीच लढत होती आणि विशेष असं की यातले एक अवाक्षरही बाणेदारपणे तिनं माहेरी कळवलं नव्हतं की कसलीही मदत मागितली नव्हती. कुणाकडनं सांगावाही धाडला नव्हता, कुणापुढं हात वेंगाडले नव्हते, की पदर पसरला नव्हता. घरातली सगळी वडीलधारी मंडळी गेलेली, नवरा हा असा, पदरात चार कच्चा बच्ची आणि सगळीकडं दुष्काळाचा माहोल, पण आवली लढत होती, झगडत होती. हे तिच्यावरचे संस्कार होते, की तिचाच बाणेदारपणा? आप्पाजींना प्रश्न पडला होता. यातून मार्ग काढायला हवा होता. लाडक्या लेकीला असं वाऱ्यावर सोडून चालणार नव्हतं. त्यासाठी जावयाची म्हणजे तुकारामबुवांची गाठ घ्यायला हवी होती. आप्पाजी विचारात इतके गढले, की आवलीनं समोर दूध आणून दिलं तरी त्यांचं लक्ष नव्हतं.

म्हाद्या आणि काशी नवीन कपडे घालून मित्रांच्यात मिरवली आणि त्यांनी थेट विठोबाचं मंदिर गाठलं. तिथं तुकारामबुवा कीर्तन करीत होते. पोरं मंदिरात पोहोचली तर त्यांचं कीर्तन संपत आलं होतं. जमलेले लोक आता जेवायला जायचे होते. बुवांनी कीर्तन संपवलं आणि बुवांच्या पायावर डोकं टेकवून, त्यांच्या कीर्तनाचे, स्वच्छ वाणीचे गोडवे गात लोक घरी गेले. मंदिर रिकामं झालं आणि पोरं पळतच बापाला बिलगली.

"बाबा बाबा आजोबा आलेत. त्यांनी खूप काय काय आणलंय! आणि सगळ्यांना कपडे पण आणलेत. खायला पण चिक्कार आणलंय. चला की घरी. चला की लवकर."

पोरांच्या चेहऱ्यावरनं आनंद नुसता ओसंडून वाहात होता. 'आपण या आनंदाला पारखे आहोत' क्षणभर तुकारामबुवांच्या मनात येऊन गेलं, पण त्यांनी मन आवरलं. पोरांची बडबड चालूच होती. तुकारामबुवांना घरी जाणंच भाग होतं. आप्पाजी आले असावेत. आता पुन्हा प्रश्न-उत्तरं, पुन्हा मागचं सगळं उगाळलं जाणार होतं. पुन्हा

पुन्हा सगळं तेच तेच सांगावं लागणार होतं. बुजवलेल्या जखमांच्या खपल्या निघणार होत्या. विसरलेलं सगळं आठवावं लागणार होतं. आप्पाजी बुजुर्ग होते, आवलीचे वडील होते. तुकारामबुवांचे सासरे होते. चार गोष्टी ऐकाव्या, ऐकून घ्याव्या लागणार होत्या. काही प्रश्नांची उत्तरं द्यावी लागणार होती. काही खुलासे करावे लागणार होते. जे करणं अजिबात त्यांच्या मनात नव्हतं ते सारं करावं लागणार होतं. मंदिरातून घरी येताना मुलांच्या बडबडीकडेही तुकारामबुवांचं लक्ष नव्हतं. त्यांच्या मनात विचारांची असंख्य वादळं उठत होती. 'आवलीनं काय सांगितलं असेल? आप्पाजींचा आपल्याबद्दल काय समज झाला असेल? त्यांनी त्याबद्दल विचारलं तर आपण काय सांगू शकणार आहे? ते विचारात पडले होते. त्यांना घराजवळ आणून सोडून मुलं पुन्हा पळाली. जणू त्यांना इथंपर्यंत आणून सोडणं एवढंच त्यांचं काम होतं. तुकारामबुवा घरात प्रवेश करणार एवढ्यात त्यांना आवलीचा तीव्र स्वर ऐकायला आला. ती बोलत होती –

''नाही नाही आप्पाजी, यात त्यांचा काहीही दोष नाही. एका मागं एक इतकी संकट कोसळली त्यानं ते खचले. त्या काळ्या विठ्यानं त्यांना नादी लावलं. गारूड केलंन मुडद्यानं त्यांच्यावर. आप्पाजी आता सगळा गाव त्यांचा आहे आणि ते सगळ्या गावाचे आहेत. आप्पाजी माझे धनी खूप मोठे आहेत. खूप खूप मोठे,पण त्यांच्या पुढं मी आणि माझी मुलं खूपच लहान आहोत. म्हणूनच ते आमच्यापर्यंत पोहचू शकत नाहीत आणि आम्ही त्यांच्यापर्यंत. यात त्यांचा काय दोष? फक्त वाईट एवढंच वाटतंय आप्पाजी, की ते सगळ्या गावचे आहेत, पण माझे, माझ्या मुलांचे नाहीत. सगळ्या गावाची उस्तवारी करायला त्यांना वेळ आहे. त्या विठ्याची भजनं गायला, कीर्तन करायला त्यांना वेळ आहे. पण आमच्यासाठी त्यांना वेळ नाही. आप्पाजी तुमचा जावई फार मोठा आहे. पण तुमची मुलगी फार लहान आहे हो म्हणून ती एकटी पडलीय. आप्पाजी त्यांच्या डोक्यावर दुनियेच्या संसाराची जबाबदारी आहे. मग माझ्या संसाराची, माझ्या मुलांची जबाबदारी ते कुठं घेणार? मग ती मलाच घेतली पाहिजे. झेलली पाहिजे आणि पेलवली नाही तरी पेलली पाहिजे.''

आवलीचं बोलणं ऐकून आप्पाजींना गहिवरून येत होतं. तिचा प्रत्येक शब्द त्यांच्या काळजावर ओरखडे काढत होता. हीच का ती आवली, गजरा मिळाला नाही म्हणून रुसणारी, जेवताना दही साखर नसेल तर फुरंगटून बसणारी. तेजस, गुलाबाच्या फुलासारखी, टवटवीत आवली. आणि आता त्यांच्यासमोर होती ती रया गेलेली, निस्तेज झालेली, एकाकीपणे नियतीशी झगडून थकलेली, पण नवऱ्यावर आत्यंतिक प्रेम करणारी आणि त्या प्रेमापायी आपल्या विरक्त नवऱ्याला सांभाळणारी, अज्ञानी मनाने का होईना पण आध्यात्म बोलणारी आवली. आप्पाजींना

क्षणभर वाटलं आपली आवली फार फार मोठी झाली, कदाचित तुकारामाबुवांपेक्षाही.

आवलीचं आणि आप्पाजींचं बोलणं ऐकून तुकारामबुवा गहिवरले. आवली म्हणत होती त्यातलं अक्षर न् अक्षर सत्य होतं. हे कळत होतं पण वळत नव्हतं. त्यांनी घरात प्रवेश केला. आप्पाजींना नमस्कार केला. आप्पाजींनी त्यांना मिठीत घेतले. पाठीवर थोपटलं. क्षणभर तुकारामबुवांना बोल्होबांच्या मिठीत असल्याचा भास झाला. दोघंही बसली. आप्पाजी निरखित होते. तुकारामबुवाही काळवंडले होते. वाळले होते. त्यांची चर्याही सुकली होती. पण नजरेतलं तेज वाढलं होतं. ती शांत, स्नेहार्द्र नजर अजून तशीच होती पण त्यात भक्तीचं तेज मिसळलं होतं. त्याक्षणी आप्पाजींना तुकारामाबुवांचे डोळे विठ्ठलाच्या डोळ्याप्रमाणे भासले. काही काळ दोघं बोलत बसली. अचानक आप्पाजींनी विचारलं –

"तुमची परवानगी असेल तर आवलीला आणि मुलांना चार दिवस घेऊन जाईन म्हणतो. खूप दिवसांत आलेली नाही माहेरी, आता येऊ द्या चार दिवस."

त्यांचे बोलणं ऐकून तुकारामबुवा क्षणभर स्तब्ध झाले. मग म्हणाले –

"पांडुरंग, पांडुरंग! ती येत असेल तर जरूर घेऊन जा. माझी काहीच ना नाही. तिलाही जरा बदल होईल. माझी काळजी करू नका. मी राहीन एकटा. एकटा कुठे, माझा पांडुरंग आहे माझ्या सोबतीला. जा तुम्ही तिला घेऊन."

हे ऐकलं आणि आवली उसळलीच. "व्हय आणि ती रुक्मिणी तुम्हाला रांधून जेवायला वाढणार आहे आणि तो विठ्या माझ्या घरची कामं करेल. म्हणे माझा पांडुरंग आहे. म्हणजे दोघांना बरं झालं, रान मोकळं. तुम्हाला टाळ कुटायला आणि त्याला नाचायला. तो तुमच्या सोबतीला आहे म्हणूनच मी जाणार नाहीये. नाहीतर मी परतून येईस्तोवर तुम्हाला जोगड्या बनवल तो आणि आता पोरांना बाबा म्हणून हाक मारायला तरी हायसा, त्याच्या नादानं गोसावी बनलात म्हणजे मी पण जीव देते इंद्रायणीत. आप्पाजी, मी मुळीच येणार नाही तुमच्याबरोबर. अहो त्या काळ्याच्या नादात यांना ना जेवायची शुद्ध असती ना पाणी प्यायची. मी आहे म्हणून सारा गाव शोधून यांच्या पोटाला घालते. मी काही तुमच्याबरोबर येत नाही. तुम्ही जावा."

तिचं ते बोलणं ऐकून आप्पाजींच्या चेहऱ्यावर हसू उमटलं, तर तुकारामबुवा हसत हसत म्हणाले,

"हे मात्र खरं हं आप्पाजी. अहो खरंच तसं होतं, मग बिचारी येते मला शोधत. मग पायात काटे घुसतात, मग रडू येतं, मग भरवावं लागतं. हो की नाही ग आवले?"

तुकारामबुवांनी मिस्कीलपणे विचारलं आणि आवलीला भामनाथाच्या डोंगरावरचा तो प्रसंग आठवला.

"जावा तिकडं." असं म्हणत तिनं एक झक्क मुरका मारला. आणि ती तिथनं

उठून गेली. नंतर कितीतरी वेळ आप्पाजी आणि तुकारामबुवा हसत होते. परिस्थिती कशीही असो, पण या दोघा नवरा-बायकोतलं प्रेम अभंग आहे हे बघून आप्पाजींना आनंद झाला. परिस्थिती पालटता येते. थोडीशी नशिबाची साथ आणि पुष्कळसे प्रयत्न यामुळे परिस्थिती बदलता येते यावर आप्पाजींचा विश्वास होता. आणि हेच त्यांना तुकारामबुवांना समजून द्यायचं होतं. थोडंस खाणं पिणं झाल्यावर दोघं पुन्हा बोलत बसली. तेव्हा आप्पाजींनी विषय काढलाच,

"जावईबापू, तुम्हाला काही चार गोष्टी, वयाच्या, अनुभवाच्या आधारानं आणि अधिकारानं सांगीन म्हणतो. राग मानून घेऊ नका. पण आतापर्यंत जे झालं ते देवाची मर्जी होती. दैवाचा तडाखा होता. आणि त्याच्या मर्जीपुढं कुणाचं काही चालत नाही. पण आता इथून पुढं तरी आपल्या बायकोचं, पोराबाळांचं पोट पाणी बघणं हे तुमचं पहिलं काम आहे. अहो देव असतोच की! तो काय देवळातनं पळून जातोय होय? तुमच्या वडिलांनी विठ्ठलाची भक्ती केलीच की, पण त्यांनी प्रपंचही चांगला केला. जावईबापू माझी आवली गुणी पोर आहे. फटकळ आहे थोडी, पण मनाची निर्मळ आहे. तिला तुमच्याकडनं सोनं-नाण्याची अपेक्षा नाहीय. शेती-वाडीची अपेक्षा नाहीय. पण पोरांच्या पोटात चार घास रोज पडावेत आणि अंग झाकण्यापुरतेतरी कपडे त्यांना मिळावेत एवढीच तिची इच्छा आहे. ती कोंड्याचा मांडा करेल आणि काडी-कडब्यातनं पण संसार करेल. पण जावईबापू, तुम्हीही थोडंसं संसारात लक्ष घाला. आणि मग काय तुम्हाला पांडुरंगाची भक्ती करायची ती करा."

आप्पाजी कळकळीनं बोलत होते. त्यातलं अक्षर अन् अक्षर खरं होतं आणि बरोबरही होतं. तुकारामबुवांनाही ते पटत होतं. शेवटी बोलताना आप्पाजींचा स्वर कातरला. ते गहिवरले. त्यांच्या डोळ्यांत पाणी आले. तसं तुकारामबुवाही गहिवरले. त्यांनी चटकन उठून आप्पाजींचा हात धरला. त्यांचाही गळा भरून आला. ते म्हणाले,

"आप्पाजी, खरं आहे तुमचं! मला ही जबाबदारी टाळून चालणार नाही. ते माझं कर्तव्यच आहे. ते मला झेललंच पाहिजे. आप्पाजी, मी तुम्हाला शब्द देतो की माझ्यापरीनं मी प्रपंच नीटनेटका करायचा जास्तीत जास्त प्रयत्न करीन. फक्त मला काही वेळ द्या. या पोरांच्या मीठ-भाकरीसाठी तरी मी कुठंतरी काम करीन. आप्पाजी मला कळत नाही. सांगणारं, मार्ग दाखवणारं कुणी वडीलधारं माणूस उरलं नाही. मी भरकटलो होतो. पण आता मी स्वत:ला सुधारेन. त्यासाठी नक्की प्रयत्न करेन."

तुकारामाबुवांचं हे बोलणं ऐकून आप्पाजी समाधान पावले, तर हे ऐकून आवलीचा स्वत:च्या कानांवर विश्वास बसेना. तिचा जीव सुपाएवढा झाला. त्या आनंदाच्या भरात काय करू आणि काय नको असं तिला झालं. त्या आनंदात तिनं भाकरीला पाणी लावायचं सोडून वैलावर टाकलं. चर्रर्र वाजल्यावर तिच्या लक्षात

आलं. ती स्वत:शीच खुदकन हसली. त्यानंतर आनंदात जेवणं झाली. आज किती दिवसांनी तुकारामबुवा मुलांच्या बरोबर जेवत होते. त्यात आप्पाजींनी आणलेल्या गोडधोडाची भर पडली होती. आवलीला आजचा दिवस स्वर्गसुखाचा वाटत होता. सहजंच तिचं लक्ष कोनाड्यात ठेवलेल्या विठ्ठलाच्या मूर्तीकडं गेलं. तिनं त्याच्याकडं बघत फणकाऱ्यानं मान झटकली. आणि पुन्हा तिनं जेवण वाढण्यावर आपलं लक्ष केंद्रित केलं.

आवलीच्या घरात चाललेला हा जिव्हाळ्याचा प्रसंग कर कटेवर ठेवून पांडुरंग बघत होता. त्यानं आवलीचं धाय मोकलून रडणं बघितलं, आप्पाजींनी तिची समजूत काढलेली बघितली, आवलीचं तुकारामबुवांवरचं प्रेम बघितलं, तिचं तुकारामबुवांना सावरून घेणं बघितलं. आणि आप्पाजींनी तुकारामांची समजूत काढलेलीही ऐकली. हे सारं पाहताना आणि ऐकताना त्या पांडुरंगाला क्षणोक्षणी आपल्या अपयशाची जाणीव होत होती. आप्पाजींच्या डोळ्यांत आलेलं पाणी आणि तुकारामबुवांना आलेला गहिवर त्यानं बघितला आणि एक क्षण त्याला असं वाटून गेलं, की आपलं वेड तुकारामबुवांना लागावं म्हणून आपण हे जे काही खेळ करतोय ते खरोखरच चुकीचं आहे. हे खेळ आपण थांबवावेत आणि जाऊ द्यावं तुकारामबुवांना त्यांच्या संसारात. पण ते आता शक्य नव्हतं. परतीची एकेक वाट तुकाराम पुसत आले होते. आणि त्यांच्या हातून काही लोकोत्तर कार्य घडायचं असेल तर त्यांनी या संसारात रमून चालणार नव्हतं. आधीच तो आवलीचा अपराधी होता. त्यात तुकारामांच्या या कबुलीजबाबामुळं त्याचं अपराधीपण आणखीच वाढलं होतं. भक्तांचे अनंत अपराध पोटात घालणाऱ्या या परमेश्वराचे अपराध कोण पोटात घालणार? या प्रश्नानं तो विटेवरचा पांडुरंग अस्वस्थ झाला होता. आणि तुकाराम-आवली-आप्पाजी यांचा तो आनंद संवाद बघण्यात रंगून गेलेल्या आणि आनंदून गेलेल्या रूक्मिणीला मात्र पांडुरंगाच्या या अस्वस्थतेचा पत्ताच नव्हता.

चौदा

आप्पाजी गेले. ते जाताना पुन्हा आवली खूपच रडली. तुकारामबुवाही गहिवरले. आवलीला तसं सोडून जाताना तर आप्पाजींच्या काळजात तुटत होतं. पण जाणं भाग होतं. आवलीचा आणि तुकारामबुवांचा निरोप घेऊन आप्पाजी गेलेसुद्धा. जाताना पुन्हा एकदा प्रेमळपणे ते तुकारामबुवांना आठवण करून द्यायला विसरले नाहीत. आप्पाजींनी आणलेला खाऊ, धान्य, कपडे आवलीला आणि मुलांना पुढे कित्येक दिवस पुरले. तुकारामबुवांनीही आता ठरवलं होतं आप्पाजींनी सांगितल्याप्रमाणे आता संसारात लक्ष घालायचं. विठ्ठलाची माफी मागून त्यांनी तो निर्णय पक्का केला.

दुसरे दिवशी आवली उठली तेव्हा तुकारामबुवा उठले होते. त्यांची आंघोळही झाली होती. पण ते मंदिरात जायच्या तयारीत नव्हते. आवली उठलेली बघून ते म्हणाले –

"आवले मी आता बाळाजीकडे जातो. त्याच्याजवळ काम मागतो. तो देईलच. तू आता काळजी करू नकोस. आप्पाजींनी माझे डोळे उघडलेत. आता तुला त्या विठ्ठलाला बोल लावावा लागणार नाही. मी काहीतरी काम करीन आणि मुलांच्या पोटापाण्याची काळजी करीन. आवले कदाचित त्या पांडुरंगाच्या मनातही असेच असेल."

असे म्हणत तुकारामांनी पागोटं घातलं आणि ते निघाले. आवलीचा आनंद गगनात मावेना. आपल्या नवऱ्याची दृष्ट काढावी की काय असं तिच्या मनात आलं. तिनं मनाशी ठरवलंच की संध्याकाळी धान्य घेऊन तुकारामबुवा घरी आले की त्यांची दृष्ट काढायचीच. त्या काळ्या विठ्याची त्यांना दृष्ट लागायची. तो तसलाच आहे. आवलीनं ठरवलंच मनाशी. तिला एक वेगळाच हुरूप आला. तिनं त्या आनंदात भराभरा काम आवरलं. पोरांना उठवलं. त्यांचंही आवरलं आणि तिनं रांधायला घातलं. आज तुकारामबुवा काम मागायला जाणार

होते. गावात त्यांच्याबद्दल विश्वास होता. त्यांच्या प्रामाणिकपणाबद्दल खात्री होती. त्यांना कोणीही काम दिलं असतं. फक्त तो काळ्या आडवा आला नाही म्हणजे झालं. काम करता करता आवलीचे विचार धावत होते आणि पुन्हा पुन्हा तुकाराम आणि पांडुरंग यांच्याजवळ येऊन थांबत होते.

याच विचारात दिवस सरला आणि संध्याकाळ झाली. संध्याकाळी तुकारामबुवा घरी आल्याची चाहूल लागली आणि आवली दरवाजाजवळ धावली. तिला वाटलं होतं त्यांच्या हातात काही भाजीपाला असेल, पडशीत काही धान्य-धुन्य बांधून आणलं असेल. पण तुकारामबुवांचे हात रिकामे होते. खांद्यावर मात्र दोन ऊस होते. आणि ऊसाची मोळी बांधलेली दोरी. दोरीवरनं असं वाटत होतं की, मोळी मोठी असावी. पण आता तर त्यात दोनच ऊस होते. बाबा घरी आलेले बघताच म्हाद्या, काशी, गंगा धावले. तुकारामबुवांनी ते दोन ऊस त्यांच्याकडं दिले. आणि ते आत आले. पायावर पाणी घेऊन ते घोंगड्यावर बसले. आवलीनं गूळ-पाणी आणून दिलं. आणि घोंगड्याच्या कोपऱ्यावर बसून तिनं विचारलं,

"काय काय झालं? मिळालं का काम?"

तिच्या प्रश्नाला तुकारामबुवांनी होकारार्थी मान हालवली. आवलीचा चेहरा उजळला.

"आणि काय हो? बाळाजी मामानं दोनच ऊस दिले होय?"

आवलीनं पुन्हा विचारलं,

"नाही ग, त्यांनी ऊसाची मोळीच दिली होती. पण येता येता पोरांच्यात वाटून कधी संपली ते कळलंच नाही. दोनच ऊस उरले घरी येईपर्यंत." बुवांनी सांगितलं.

"काय? मोळी कधी संपली कळलंच नाही? मग तुम्ही काय करत होता? तुमचं लक्षं कुठं होतं?" आवलीनं पुन्हा विचारलं.

"माझं लक्ष? माझं लक्ष? मी .. मी विठ्ठलाचं भजन गात गात येत होतो. त्यात एवढा गुंगलो होतो की, येता येता पोरांनी मागच्या मागे ऊस कधी काढले कळलंच नाही!"

तुकारामबुवांनी समर्थन दिलं आणि आवलीचा पारा चढला.

"त्या काळ्याचा मुडदा बशिवला. माझ्या पोरांच्या तोंडचा घास काढून घ्यायला टपलाय मेला आणि तुम्ही एवढं कसं भान विसरता त्याची भजनं म्हणताना? ती ऊसाची मोळी घरी आली असती तर माझ्या पोरांनी चार दिवस तरी पोटभर ऊस खाल्ला असता. पण नाही, तुम्ही पडलात हरिश्चंद्राचे अवतार आणि तो काळतोंड्या माझ्या पोरांचा वैरी. दोघांच्या तडाख्यातून माझ्या पोरांच्या तोंडात एखादा घास कौतुकानं, सुखानं पडेल असं काही दिसत नाही. अरे माझ्या कर्मा, कधी या काळ्याचं गारुड कमी व्हायचं कुणास ठाऊक? आई

मंगळाई आता तुझाच आधार आहे ग बाई.''

आवलीनं गहिवर घातला. आपल्या पोरांच्या तोंडचा घास कुणी काढून घेतला या विचारानं तिच्यातली घायाळ आई विद्ध झाली होती. आणि बडबडत होती. तुकारामबुवांना कळत नव्हतं, की एवढं बडबडण्याइतका आपल्या हातून काय मोठा अपराध घडलाय? पण त्यांच्या लक्षात येत नव्हतं की हे भांडण एक घायाळ आई आणि जगावेगळा बेफिकीर बाप यांच्यातलं होतं. हे भांडण एक प्रेमळ आई आणि एक मिश्कील नियती यांच्यातलं होतं. हे भांडण भुकेजलेली निष्पाप पोरं आणि त्यांच्या तोंडचा घास काढून घेणारा कठोर ईश्वर यांच्यातलं होतं. आणि तुकारामबुवा कितीही ज्ञानी आणि समंजस असले तरी या भांडणाचं मर्म समजून घेण्याच्या बाबतीत अनभिज्ञच होते. आपल्या बडबडीचा विशेष काही उपयोग होत नाही म्हटल्यावर आवलीतली पत्नी गप्प बसली. पण आई मात्र धुमसतच राहिली. तरीही त्यातल्या त्यात एक समाधान होतं की, तुकारामबुवांनी काम धरलं होतं. आज नाही तर नाही पण आता पोरांच्या तोंडात रोज अन्नाचा घास पडणार होता. आप्पाजींच्या उपदेशाचा तुकारामबुवांच्यावर चांगलाच परिणाम झाल्याचं दिसत होतं.

''आता आपले दिवस पालटतील. त्या काळ्याचं गारूड मग आपोआपच कमी होईल. त्याचा नाद सुटेल. आणि आपला सुखाचा संसार सुरू होईल. मी माझ्या परीनं बक्कळ कष्ट करीन. मी पण लोकांची दळणं दळून देईन, पाणी भरीन, गोवऱ्या विकीन, दुधाचा रतीब घालीन, चार पैसे मिळतील. पोरांच्या अंगावर धड कापडं येतील. आई मंगळाई, ही सगळी सगळी तुझीच कृपा आहे. माझ्या या वेड्या नवऱ्याला अशीच चांगली बुद्धी दे. त्या काळ्याचं त्याला लागलेलं वेड कमी कर. त्याला आमच्याकडं बघायची, पोरा-बाळांकडं बघायची बुद्धी दे. आई मंगळाई तुझं आमच्याकडं लक्ष असू दे. तुझी खणानारळानं ओटी भरीन.''

आवली मनाशी मांडे खात होती. स्वप्न रंगवत होती. त्या स्वप्नांत तरी काय अपेक्षा होती? काय शेती-वाडीची, का इमले-माडीची? का सोनं-रूप्याची, का ऐष आरामाची? साधी सुधी सरळ आवली आणि तिची साधी-सुधी सरळ स्वप्नं, पण ईश्वर मोठा खेळिया आहे हेच खरं.

दुसरे दिवशी तुकारामबुवा उठले. आन्हिकं आवरली. आणि बाळाजीच्या शेतावर राखणीला गेले. बाळाजी चांगला माणूस होता. त्याचं शेतही चांगलं सुपीक होतं. त्यात धन-धान्य भरपूर येई, पण ते अगदी गावकुसाबाहेर असल्यानं तिथं गुरा-ढोरांचा त्रास फार होता. तुकारामबुवांचा प्रामाणिकपणा सगळं गाव ओळखून होतं. तुकारामबुवा शेताच्या राखणीला आले म्हटल्यावर बाळाजी बिनघोर होता. चोरीला काही जायची भीती नव्हती. तुकारामबुवांसारखा सज्जन,

पापभीरू, माणूस आपल्याला राखोळीला मिळाला म्हणून बाळाजीलाही बरं वाटलं. दोन दिवस असेच बरे गेले. शेतात उभं पीक आलं होतं. कणसं टपोऱ्या दाण्यानं तरारली होती. नजर ठरणार नाही असं पीक यंदा आलं होतं. बाळाजी आनंदात होता. आज तो सकाळी शेतावर गेला. तेव्हा तुकारामबुवा आलेले होते. मचाणावर बसून भजन म्हणत होते. त्यांच्याशी दोन शद्ब बोलून बाळाजी घरी परतला. आज त्याच्या मुलीला जरा बरं नव्हतं. म्हणून तो घरीच थांबला. परत शेतावर गेला नाही. आणि संध्याकाळी त्याच्या शेजारच्या शेताचा मालक लक्ष्मण पळत बाळाजीच्या घरी आला. त्यानं जे सांगितलं ते ऐकून बाळाजीला काय करावं सुचेना. तो तातडीनं शेतावर गेला. शेताची अवस्था बघून त्याचे डोळे भरून आले. जनावरांनी शेतात धुडगूस घातला होता. शेताच्या काही भागाची तर अगदी वाताहत झाली होती. उभं पीक आडवं झालं होतं. कणसं मातीत लोळत होती. चार दिवसांवर कापणी आली होती. पण आता हातात काय आणि किती येणार होतं कुणास ठाऊक? आणि हे सगळं रामायण चाललेलं असताना तुकारामबुवांना मात्र या गोष्टीचा पत्ता नव्हता. ते मचाणावर बसून भजनं गाण्यात गुंग होते. गुरं आली कधी, गेली कधी त्यांना काहीही माहिती नव्हतं. आणि याचाच बाळाजीला संताप आला होता. बाळाजीचं नुकसान झालं होतं. त्यानं ही गोष्ट पंचांसमोर नेली. तुकारामबुवांच्यावर रोष लावण्यात आला आणि बाळाजीचं झालेलं नुकसान तुकाराम-बुवांनी भरून द्यावं असं पंचांनी एकमुखानं निर्णय दिला. कापणी झाल्यावरच कळणार होतं नुकसान किती झालंय ते? तोवर निकाल राखून ठेवण्यात आला. चार दिवसांनी शेतातल्या उरलेल्या पिकाची कापणी करण्यात येणार होती.

ही गोष्ट आवलीला कळली. आणि तिनं एकच आकांत मांडला. आलकट-पालकट घालून ती रडू लागली,

"आता माझ्या या कर्माला मी काय म्हणू? असला कसला हा नवरा? एक काम धड करत नाही. नुसता विठ्ठल विठ्ठल करत बसतोय. माझ्या पोरांच्या पोटाला मी काय घालू? आणि आता ही नुकसानभरपाई कुठनं देणार? आई मंगळाई ऽ असं मी कोणतं पाप केलं होतं म्हणून माझ्यावर ही वेळ आणलीस ग? ऽऽ अरे देवा ऽ ऽ!"

असं म्हणत आवलीनं कोलाहल केला. माणसं जमली. काही जणांना माहीत होतं. ज्यांना माहीत नव्हतं त्यांनाही आवलीच्या ओरडण्यानं समजलं. माहिती झालं. तुकारामबुवांचा मोठेपणा जाणूनसुद्धा लोकं हळहळत होते. आवलीची, तिच्या धडपडण्याची कीव करत होते. पोरांच्याकडं बघून चुकचुकत होते. शेवटी पोटभर, रडून झाल्यावर आवलीला त्याचाच राग यायला लागला. दारासमोर उभं राहून चुकचुकणाऱ्या लोकांच्याच अंगावर ती धावून गेली.

ओरडली –

"चला ऽ चला इथनं. इथं काय तमाशा मांडलाय काय? कोडगे मेले. नुसतं दुसऱ्याची मजा बघायला पाहिजे. चला चालते व्हा. आमचं आम्ही बघून घेऊ. काही नको चुकचुकायला. मी मस्त समर्थ हाय माझ्या नवऱ्याची, संसाराची आणि पोराबाळांची काळजी करायला. तुम्हाला नको घोर पडायला. चला ऽ चालायला लागा. असू दे माझा नवरा येडा, पण तो माझा नवरा आहे, या आवलीचा. मी आणि तो काय ते बघून घेऊ, कुणाला मधे पडायचं कारण नाही. जमले सगळे टोची मारायला. पण जोवर ही आवली जिवंत आहे तोवर माझ्या संसारावर मी कुणालाही टोची मारू देणार नाही, सांगून ठेवते."

आवली तडातडा बोलत होती. तशी तिच्याच ओरडण्यानं जमलेली गर्दी पांगली. मग आवली आत आली. आत म्हाद्या पसारा मांडून बसला होता. त्याला तिनं दोन धपाटे घातले. तसा तो बाहेर पळाला. त्याला बघून काशी हसली. तशी तिलाही दोन धपाटे बसले. आवली रागारागानं एकीकडं बडबडत होती, दुसरीकडं घरकाम करत होती. दिवस कधीच मावळला होता. धसाधसा केलेल्या कामानं आणि जीव तोडून केलेल्या बडबडीनं आवली थकली. पटकूर अंथरून भिंताडाला टेकून बसून राहिली. किती वेळ गेला कुणास ठाऊक? दूरवरून तिला तुकारामबुवा येताना दिसले. तशी तिच्या रागाला पुन्हा धुमारे फुटले. ती आतल्या आत धुमसू लागली. तुकारामबुवा आले. घरात आले आणि आवली उसळलीच.

"आलासा पराक्रम करून? एक काम मिळालं होतं. तेही धड करता आलं नाही. माझ्या पोरांच्या तोंडात दोन घास जातील म्हटलं तर त्यांच्या तोंडातनंच घास काढून दुसऱ्याला द्यायला बसलात तुम्ही. काय म्हणायचं तुम्हाला? अहो बोला की. ती गुरं एवढी बरबादी करस्तोवर तुम्ही काय करत होता? बोला की काय तरी? का दातखीळ बसली तुमची? माझं एक नशीब वणवणलं. पण माझ्या पोरांचंही नशीब तसलंच निघावं? त्यांच्या नशिबाला तुमच्या सारखा बाप यावा? आता हे नुकसान कसं भरून देणार? कशातनं भरून देणार? कोण भरून देणार? कुठनं आणणार एवढा पैसा? काय होणार होतं न् काय झालं? काय करत होता तुम्ही तेव्हा?"

लाह्या फुटाव्यात तशी आवली ताडताड बोलत होती. तिच्या साध्या-सुध्या स्वप्नांचे झालेले तुकडेच जणू ती तुकारामबुवांच्या अंगावर फेकत होती त्यात उरातली आग ओतून. त्यामुळं तुकारामबुवांना चटके बसतील, याची जाण, याचं भान तिला नव्हतं. बोलून बोलून आवली थकली तसे बुवा उठले. त्यांनी तिला पाणी आणून दिलं. तो पाण्याचा गडू तिनं त्यांच्या हातातून घेतला आणि

फेकून दिला. तिची तप्त, धारदार तेज नजर आग ओकत होती. शक्य असतं तर त्या नजरेच्या धगीनं तिनं तुकारामबुवांना जाळून भस्म केलं असतं. पण आवलीच्या उरात पेटलेल्या वणव्याचा, नजरेतून बाहेर पडणाऱ्या ठिणग्यांचा तुकारामबुवांच्यावर फारसा परिणाम होत नव्हता. अपराधी मनानं ते खाली मान घालून बसले होते, पण शांत होते. आवली बोलायची थांबली. तसे ते बोलू लागले,

"आवले, शांत हो! अगं अशी आग पाखडू नकोस. मी मचाणावर बसलो होतो. गुरं शेतात कधी शिरली, मला कळलंच नाही. पांडुरंगाचं नामस्मरण करण्यात मी रंगलो होतो. गुरं कधी येऊन नासधूस करून गेली मला कळलंच नाही. बाळाजीचं मोठं नुकसान झालंय, पण आवले तू काळजी करू नकोस. माझा पांडुरंग माझ्या पाठीशी आहे. तोच मला यातून सोडवेल. पांडुरंग, पांडुरंग!"

तुकारामबुवांचे ते शांतपणे काढलेले उद्‌गार ऐकून आवलीच्या तळपायाची आग मस्तकाला गेली. तिच्या संतापाच्या आगीत तुकारामबुवांच्या उद्‌गारामुळे जणू तेल ओतले गेले.

"हेच ते! हेच! तो काळ्या आणि तुम्ही दोघंही बिनकामाचं हायसा. त्याला कामधंदा नाही म्हणून आणि तुम्हांला सुधरत नाही म्हणून. दोघं मिळून माझ्या संसाराचं वाटोळं करायला बसलात. ते काही नाही आज मी त्या काळ्याचा निकालच लावते. मला तो नीटपणे जगू देत नाही. मी त्याला आता जिता सोडत नाही. माझ्या संसाराचा, माझा, माझ्या पोराबाळांच्या आयुष्याचा विस्कोट केलान् मेल्यानं. लै दिस मी गप्प बसले. त्यानं माझी सगळी माणसं नेली. मी गप्प बसले. त्यानं माझा वाडा नेला. मी गप्प बसले. त्यानं माझी गुरं-ढोरं-शेती-वाडी, दुकान नेलं मी गप्प बसले. त्यानं माझा नवरा माझ्यापासनं तोडला. मी गप्प बसले. पण आता नाही, आता तो माझ्या पोरांच्या तोंडचा घास काढून घ्यायला लागलाय. त्यांच्या पोटात अन्न पडू देईना. आतापर्यंत आवली म्हणून मी गप्प बसले. तिथंच त्याचं फावलं, पण आता आई म्हणून मी गप्प बसणार नाही. एका आईच्या काळजातली आग काय असते हे आता त्याला कळेल. भक्तांचा पाठीराखा म्हणवतो मेला स्वत:ला. माऊली म्हणवतोय मुडदा स्वत:ला. काळतोंड्या मेला. काळ्या, विठ्या तू आता संपलास. आता तू माझ्या हातनं सुटत नाहीस. आता तुला माफी नाही. तू आगीत हात घातलायस. तुझा हातच काय पण तुझं तोंड पोळल्याशिवाय राहणार नाही. आता मी तुला सोडणार नाही. माझ्या नवऱ्याला तू खुळं केलंस. मी लक्ष दिलं नाही. पण आता माझ्या पोरांच्या पोटावर उठलास. मी तुला सोडत नाही. ही आवली काय आहे हे तुला दाखवते, थांब!"

असं म्हणत आवली तिरीमिरीनं उठली. तरातरा आत गेली. कोनाड्यात

ठेवलेली, कर कटेवर ठेवून विटेवर उभी असलेली, ती सावळी मूर्ती तिनं एका झटक्यात उचलली. तशीच तरातरा चालत ती दाराशी गेली. आणि ती काय करतेय हे तुकारामबुवांना कळायच्या आत तिनं ती विठ्ठलाची मूर्ती रस्त्यावर भिरकावली. ती मूर्ती दूरवर जाऊन पडली. त्या पडलेल्या मूर्तीकडं तिरस्कारानं बघत आवली बडबडत राहिली.

"मर मेल्या! पड आता तिथं उकिरड्यात. आता कोण काळं कुत्रंसुद्धा तुला विचारणार नाही. देव देव म्हणून तुझे लाड केले तर तू डोक्यावर चढलास. देव नव्हे तू राक्षस झालास. देव कधी असा असतो होय? आपल्या भक्ताला छळणारा, त्याच्या पोराबाळांच्या तोंडचा घास काढून घेणारा. अरे काळतोंड्या, माझ्या नवऱ्यानं तुझ्यासाठी काय केलं नाही? आँ? मला बघितलं नाही, पोरांना बघितलं नाही, त्यांच्या उपाशी पोटाचा विचार केला नाही की कपड्यालत्त्याचा. सतत तुझं नाव घेत बसला. तू येडं केलंस त्याला, खुळं केलंस. आपल्या नादाला लावलंस. एवढं बास झालं नाही म्हणून तू माझ्या पोरांच्या अन्नावर उठलास. असशील तू देव, पण मी या पोरांची आई हाय हे लक्षात ठेव. आता एकदा तुला उचलून फेकलाय. पुन्हा माझ्या घरात येऊ नको. नाहीतर माझ्यासारखी वाईट कुणी नाही, हेही लक्षात ठेव."

आवलीच्या तोंडात शब्द ठरत नव्हते. आणि उरात संताप मावत नव्हता. पोरंही चिडीचूप बसली होती. आईचं हे रूप त्यांनी कधी बघितलं नव्हतं. प्रेम करणारी, धडपडणारी, पोरांच्या तोंडात दोन घास पडावेत म्हणून जीवाचा आटापीटा करणारी, कष्ट करणारी, बाबांना रागावणारी, विठ्ठलाला बोल लावणारी आई त्यांना माहीत होती. पण आजचं आईचं हे रूप काही वेगळंच होतं. एरवी मायेचा वर्षाव करणारे तिचे डोळे आज आग ओकत होते. एरवी वात्सल्यात भिजलेल्या स्वरातून आज ठिणग्या बाहेर पडत होत्या.

आवलीचं हे रूप बघून तुकारामबुवांनाही काय करावं सुचेना. तिचा राग शांत होईपर्यंत काही बोलणं म्हणजे आगीत तेल ओतण्यासारखं होतं. तुकारामबुवा शांतपणे बसून होते. आवली एवढी संतापलेली त्यांनीही कधी बघितली नव्हती. तिनं विठ्ठलाची मूर्ती फेकल्यावर तर ते हादरलेच. विठ्ठलाची मूर्ती आवलीनं बाहेर फेकली. त्यांच्या काळजात कालवाकालव झाली. डोळ्यांत पाणी उभं राहिलं. आपल्या काळजाचा तुकडाच कुणीतरी बाहेर फेकतंय असं त्यांना झालं, पण त्यांचं समंजस मन त्यांना शांत बसायला सांगत होतं आणि ते तसे बसलेही.

आवली बडबडायची थांबली. विठ्ठलाची मूर्ती उचलून बाहेर फेकल्यावर तिचा राग थोडा शांत झाला. शरीरात आणि मनातही त्राण राहिला नाही. दमून-थकून ती पटकुरावर पडून राहिली. काही काळ तसाच गेला. आवली आता

शांत पडून राहिली. तुकारामबुवा उठले. बाहेर गेले. दूरवर कोपऱ्यात पडलेली विठ्ठलाची ती लाकडी मूर्ती त्यांनी उचलली. आपल्या खांद्यावरच्या सोग्यानं पुसली. तिला छातीशी धरलं आणि ते घरात आले. त्यांनी ती मूर्ती पुन्हा कोनाड्यात होती तशी ठेवली. तिला नमस्कार केला. आपल्या डोळ्यांतून ओघळणारं पाणी पुसलं आणि ते आवलीजवळ गेले. आवली भिंतीकडं तोंड करून पडली होती. तुकारामबुवांनी तिच्या मस्तकावर हात ठेवला. एखाद्या निखाऱ्यासारखं ते तापलं होतं. निःशब्दपणे तुकारामबुवा कितीतरी वेळ तिच्या डोक्यावर थोपटत राहिले. त्यांच्या स्पर्शातल्या स्निग्धतेनं, मायेच्या ओलाव्यानं की संताप कमी झाल्यामुळं कुणास ठाऊक पण आवलीच्या मस्तकातला क्षोभाचा दाह कमी कमी झाला. काही वेळानं ती उठून बसली. आणि तुकारामबुवांच्याकडं बघत फणकाऱ्यानं मान झटकून तिनं डोळे पुसले. तिच्याकडं स्नेहार्द्र नजरेनं बघत तुकारामबुवा म्हणाले,

"आवले, जेवायला वाढतेस? खूप भूक लागलीय गं. सकाळपासून काहीच खाल्लं नाही बघ. चल, ऊठ आपण सगळीच घासभर खाऊन घेऊया. मला माहीत आहे, तूही सकाळपासनं जेवलेली नाहीस, पोरं पण भुकेजलेली आहेत. असं करूया, मी चूल पेटवतो तोवर तू भाकरीचं पीठ मळ."

तुकारामबुवांचं हे बोलणं ऐकून आवली खुदकन् हसली. पदर सावरत म्हणाली,

"व्हय तर? आता तेवढंच करायचं बाकी राहिलंय. चूल पेटवतायत म्हणं? त्या काळ्याची भजनं म्हणण्याइतकं सोपं वाटलं की काय? चला व्हा बाजूला. आत्ता लागोलग वाढते. काशे, चल ग पाण्याच्या लोटक्या भरून घे. चल."

असं म्हणत आवली उठलीसुद्धा. तुकारामबुवांनी सुस्कारा टाकला. आणि लगबगीनं चुलीकडं गेलेल्या आवलीकडं ते बघत बसले. खरंच, आवली एक न उलगडणारं कोडंच होतं, हेच खरं!

आवलीचा आजचा रुद्रावतार बघून तो कर कटेवर ठेवून विटेवर उभा असलेला विठ्ठल खरोखर घाबरला. त्यात आवलीनं ती मूर्ती रस्त्यावर फेकून दिल्यावर तर त्याला काय करावं? कुठं पळावं? सुचेना. 'बरं झालं. तिथं आपली मूर्तीच होती. प्रत्यक्षात आपण असतो तर आवलीनं आपल्याला उचलून फेकायला कमी केलं नसतं.' या विचारानं त्याच्या डोक्यात घर केलं. आपण या पोरीला खरोखरच फार त्रास देतोय, तिच्या सहनशक्तीचा अंत बघतोय असंही त्याला वाटू लागलं. आजचा आवलीचा संताप खरोखरच भयंकर होता. विठ्ठलाला महिषासुरमर्दिनी अष्टभुजेची आठवण झाली. तिने महिषासुराला मारण्यासाठी उग्र रूप धारण केलं होतं. आवलीच्या दृष्टीनं विठ्ठल हाही देव नसून राक्षसच होता. नुसता नव्हे मायावी राक्षस होता. आणि तिच्या मनातला हा गैरसमज

कसा दूर करावा हेच विठ्ठलाला कळत नव्हतं! बरं, इतर काही चांगलं करायला जावं तर आवली त्याचं श्रेय मंगळाईला देत होती. आणि विठ्ठल हा भक्तांचा पाठीराखा आहे ही गोष्ट ती मानायलाच तयार नव्हती. ती गोष्ट तिला कशी पटवावी यासाठीही विठ्ठलाकडं काही मार्ग नव्हता. बरं! यातलं काही रुक्मिणीला विचारावं, सांगावं काही सल्ला घ्यावा तर तीही आवलीचीच बाजू घेणार. कारण विठ्ठल-तुकारामांच्या प्रेमात आवलीची होणारी ससेहोलपट ती बघत होती. त्याबद्दल तिला वाईटही वाटत होतं. आणि विठ्ठलाच्या वागण्याचं नवलही. त्यामुळं रुक्मिणीला काही विचारणं विठ्ठलाला शक्य नव्हतं. आता यातून मार्ग कसा काढायचा, आवलीची समजूत कशी काढायची हे विठ्ठलाला समजत नव्हतं.

पण आवलीच्या आजच्या रुद्रावतारावरून तिची सहनशक्ती आता संपत आलीय याचा अंदाज विठ्ठलाला आला. आता असं काही तरी करायला हवं होतं, त्यामुळं आवलीच्या मनातला विठ्ठलाबद्दलचा गैरसमज दूर होईल. पण काय करावं? विठ्ठल विचारात पडला होता. पण एवढं मात्र नक्की की, आवलीच्या आजच्या रूपानं विठ्ठलही विठ्ठल असून धास्तावला होता. सचिंत झाला होता. चिंतीत झाला होता. त्याच्या चेहऱ्यावरचं ते मिश्किल, खट्याळ हसू किंचित कमी झालं होतं. डोळ्यांतले खोडकर भाव थोडेसे लोप पावून त्यांची जागा, शंकाकुशंकांनी घेतली होती.

विठ्ठल मघाशी एकदम दचकल्याचं रुक्मिणीनं पाहिलं होतं. पण तो एवढा का दचकला हे तिला कळलं नव्हतं. तिनं कारण विचारलं तर नेहमीप्रमाणं मिश्कील हसून, ''माझ्या एका भक्तानं मला धक्का दिला.'' असं सांगून त्यानं वेळ मारून नेली होती. तो काहीतरी लपवतोय असं रुक्मिणीला कळलं, पण तो सांगणार नव्हता हेही तिला माहीत होतं. म्हणून ती गप्प बसली. आणि 'आवलीनं मूर्ती फेकली म्हणून आपल्याला धक्का बसला.' हे विठ्ठल तिला कोणत्या शब्दांत सांगणार होता? म्हणून तोही गप्प बसला. एकूण काय आपापल्या विचारात गढून विठ्ठल-रुक्मिणी दोघंही चूप होते.

पंधरा

तुकारामबुवा अस्वस्थ होते. परवा आवलीनं केलेला तमाशा, आक्रस्ताळेपणा, तिचं विठ्ठलाची मूर्ती फेकणं या सगळ्यामुळं त्यांच्या अस्वस्थतेनं परिसीमा गाठली होती. आधीच विठ्ठल दर्शन देत नाही म्हणून ते अस्वस्थ होते. व्याकूळ होते. त्यात आवलीचं हे वागणं त्यांना जास्तच अस्वस्थ करत होतं. पण ते तिला दोषही देऊ शकत नव्हते. कारण तिच्या भूमिकेतून, एक आई म्हणून, एक पत्नी म्हणून तिचं वागणं बरोबर होतं, रास्त होतं, समर्थनीय होतं आणि म्हणूनच योग्य होतं. तिनं ठेवलेल्या दोषारोपाला तुकारामबुवांकडं उत्तर नव्हतं. तिनं केलेल्या आरोपांचं खंडन करणं त्यांना शक्य नव्हतं. काहीतरी चुकत होतं खरं! पण काय? कुणाचं? आणि कुठं? पण तुकारामबुवा या कारणांसाठी अस्वस्थ नव्हतेच मुळी. त्यांना ओढ लागली होती त्या दिव्यदर्शनाची आणि ती पूर्ण होत नव्हती म्हणून त्यांची तळमळ होती. त्यामुळेच त्यांचा उदासलेला चेहरा, पडलेली नजर, अस्थिर असलेलं चित्त, जेवणात नसलेलं लक्ष बघून बिचाऱ्या आवलीला मात्र वाटत होतं, की आपण परवा जो आक्रस्ताळेपणा केला त्यामुळंच तुकारामबुवा अस्वस्थ आहेत. दु:खी आहेत आणि तिच्या भोळ्या मनाला वाटून गेलं, 'आपण एवढं संतापायला नको होतं. चिडायला नको होतं. करवादायला नको होतं.' आपण तुकारामबुवांना तोंड टाकून बोललो याचा तिला पश्चात्ताप होत होता. पण विठ्ठलाची मूर्ती फेकल्याबद्दल मात्र तिला अजिबात पश्चात्ताप होत नव्हता. तिच्या जिवाला आता वेगळाच घोर लागला होता. दोन दिवसांनी बाळाजीच्या शेतातील पिकाची कापणी होती. आवली बाळाजीच्या घरी जाऊन त्याची भेट घेऊन आली होती. त्याच्या शेतात चार खंडी धान्य येत होते. या वर्षी तुकारामबुवांच्या दुर्लक्षामुळे गुरांनी शेताचा काही भाग उद्ध्वस्त केला होता. आता कापणीनंतर मोजणी होणार होती आणि चार

खंडी धान्य भरलं नाही तर जेवढं कमी भरेल तेवढ्याची भरपाई तुकारामबुवांनी करून द्यायची होती. आवली बाळाजीच्या, त्याच्या बायकोच्या चार-चारदा पाया पडून आली होती. ती माणसं तशी चांगली होती. पण त्यांचाही नाईलाज होता. आता कापणी दोन दिवसांवर आली होती. आवलीच्या जिवाला चैन नव्हतं. रात्रंदिवस तिचा डोळ्याला डोळा लागत नव्हता. तुकारामबुवा मात्र पांडुरंगावर हवाला ठेवून निश्चिंत होते. पांडुरंग आपल्या पाठीशी ठामपणे उभा असणार आहे याबद्दल त्यांना विश्वास वाटत होता. ते आवलीलाही दिलासा देत होते. जराही विचलित नव्हते, शांत होते. स्थिरचित्त होते. ते असे कसे राहू शकतात याचंच आवलीला नवल वाटत होतं. आणि संतापही येत होता. "कुठनं आणायचा होता एवढा पैका? म्हणे विठ्ठल आपल्या पाठीशी आहे. त्याच्यावर हवाला ठेवून शांत राहा. तो काळतोंड्या काय करणार आहे? डोंबल त्याचं! तोंड बघा त्या मुडद्याचं." आवली अतिशय अस्वस्थ झाली होती. "आता काय होणार? कसं होणार? आई मंगळाई, आता तूच तारणार, तूच मारणार! माझं, माझ्या पोरांचं, माझ्या नवऱ्याचं रक्षण कर. आई रक्षण कर." आवली देवीला साकडं घालत होती. देवीला तरी ठाऊक होतं का की काय होणार आहे?

शेवटी तो दिवस उजाडला. तुकारामबुवा विठ्ठल मंदिरात विठ्ठलाच्या मूर्तीसमोर त्याचं नामस्मरण करत बसले होते. आज काय होणार आहे याची चिंता त्यांच्या खिजगणतीतही नव्हती. पण आवलीच्या जिवाची मात्र घालमेल होत होती. बाळाजीच्या शेतातील पिकाची कापणी झाली. खळ्यात कणसांची रास लागली. मळणी झाली. आवली घरातली कामं आवरत होती. हात भराभरा चालत होते. पण मन त्याहीपेक्षा वेगानं धावत होतं. डोळ्यांतलं पाणी त्याच वेगानं गालांवरून ओघळत होतं. या घायाळ मन:स्थितीत तिला काम करवेना. आपलं हुंदक्यानं गदगदणारं शरीर जोत्यावर टेकवत ती बसून राहिली आणि तिला लांबून सोपाना पळत येताना दिसला. तिच्या काळजाचे ठोके वाढले. 'काय सांगतोय हा? आई मंगळाई धाव गं! धाव गं!" सोपाना दारात आला. त्यानं सांगितलं की मोजणी झाली आणि चार खंडी ऐवजी पाच खंडी धान्य भरलं. नेहमीपेक्षा जास्त झालं होतं. आवलीला आनंदाश्रू आवरेनात. मंगळाईनं तिचं ऐकलं होतं. सोपाना सगळी कहाणी सांगत होता. बाळाजीच्या खळ्याभोवती गावकऱ्यांनीही गर्दी केली होती. पाच खंडी धान्य आलेलं पाहून सगळ्यांना नवल वाटलं होतं. काही जण म्हणत होते पांडुरंगानं चमत्कार दाखवला, तर काही जण मात्र म्हणत होते की यंदा पाऊस पाणी इतकं चांगलं झालं होतं, की बाळाजीच्याच काय पण सगळ्यांच्याच शेतात बक्कळ धान्य आलं होतं. कारण काहीही असो. तुकारामबुवांच्यावरचं संकट, अरिष्ट टळलं होतं. आवलीच्या घरावरचं, पोरा-

बाळांच्या अन्नोदकावरचं अरिष्ट टळलं होतं. बाळाजी इतका चांगला की, त्यानं 'वरचं एक खंडी धान्य तुकारामबुवांचं आहे, ते त्यांनी लागेल तसं न्यावं.' असं गावकऱ्यांसमोर जाहीरपणे सांगून टाकलं आणि आवली सुखावली. आई मंगळाईनं पोरांच्या घासाची व्यवस्था केली होती. देवीनं भाकरीची व्यवस्था केली होती. आवली आता जिवाचं रान करून भाजीची व्यवस्था करणार होती. पोरांना, नवऱ्याला पोटभर जेऊ घालण्याचा जणू तिनं एकटीनंच वसा घेतला होता.

तुकारामबुवा संध्याकाळी घरी आले. त्यांना मंदिरातच ही बातमी कळाली होती. साश्रू नयनांनी त्यांनी देवाचे आभार मानले होते. आता तर देवदर्शनाचा त्यांचा ध्यास आणखीनच वाढला. ते घरी आले. आल्या आल्या आवलीचा उजळलेला चेहरा बघून त्यांना आनंद झाला. ते म्हणाले,

"बघ आवले, तू उगीचच काळजी करत होतीस. मी तुला म्हणालो होतो ना की तो पांडुरंग आपल्या पाठीशी आहे. तो आपली काळजी घेईल. त्याच्यावर भरवसा ठेव."

तुकारामबुवांचे शब्द ऐकले आणि आवलीच्या आनंदावर जणू विरजण पडलं. ती उसळलीच,

"वाटलंच मला तुम्ही असं म्हणणार म्हणून. तोंड बघा त्या काळ्याचं. तो काय डोंबल करतोय आमची मदत? तो कमरेवरनं हात काढील आणि विटेवरनं उतरेल तेव्हा आमच्या मदतीला धावणार. हे सगळं माझ्या मंगळाईमुळं झालंय. तिची खूप माया आहे माझ्यावर. तुमच्या त्या विठ्यानं काही केलेलं नाही सांगत. नाहीतर यील मिरवत मी केलंय, मी केलंय म्हणून. कौतुक करून घ्यायला तेवढा पुढं आहे मेला आणि तुम्ही पण बसाल लगेच त्याचं कौतुक करत? माझी मंगळाईच मला पावली. आणि तो बाळाजी देवमाणूस. त्यानं जास्तीचं धान्य आमच्या नावचं म्हणून ठेवून टाकलंन् आणि आताच सांगून ठेवते, खबरदार त्या धान्यातलं धान्य वाटून टाकलंत तर मग माझ्या सारखी वाईट बाई कुणी नाही. पोरांना घेईन आणि जीव देईन नदीत. आधीच सांगते. चला आता उठा, पुरे झालं तुमच्या त्या विठ्याचं कवतिक. जेवायला चला." म्हणत आवलीनं समारोप केला.

तुकारामबुवा हसून गप्प बसले. तिच्या त्या भोळ्या समजुतीला तसंच ठेवून ते जेवायला उठले. त्यांनी परसदारी जाऊन हातपाय धुतले. तोपर्यंत पोरं पळत-पळत आली. बाबा-बाबा म्हणून बिलगली. त्यांच्याशी बोलत तुकारामबुवा आत आले. आवलीनं सगळ्यांना जेवायला वाढलं. पण आवलीच्या लक्षात आलं की तुकारामबुवांचं जेवणात लक्ष नाहीय. तिला कारण कळेना. गेले काही दिवस ती बघत होती. त्यांचं कशातच लक्ष नव्हतं. त्यांची सतत घालमेल होत होती.

त्यांना कसलीतरी ओढ लागली होती. ते सतत कसल्यातरी विचारात गढलेले असत. तंद्रीत असत. त्यांचं ना जेवणात लक्ष असे, ना इतर कशात. आवलीनं त्यांना एक दोनदा विचारूनही बघितलं, पण त्यांनी काहीच उत्तर दिलं नाही. तेव्हा तिनं तो नाद सोडला. नाहीतरी आपला नवरा नादिष्ट आहे, याबद्दल तिची खात्री पटली होतीच.

तुकारामबुवांचं काय चाललंय ते आवलीला कळत नव्हतं. पण तिनं त्याकडं लक्ष द्यायचं सोडून दिलं. तिच्या रोजच्या कामकाजात ती गुंगून गेली. दोन दिवस म्हाद्या जरा कुरकुरत होता. त्याचं नाक गळत होत. डोकं दुखतंय म्हणत होता. आवलीनं भाकरीचं पीठ वैलावर घालून त्याला धुरी दिली, हळद घालून कढत दूध प्यायला दिलं. तव्यावर फडकं गरम करून त्याची छाती-पोट शेकलं. पण त्याला बरं वाटेना. आज तर त्याचं अंग चांगलंच तापलं होतं. गरम झालं होतं. पाखरासारखं इकडं-तिकडं बागडणारं, आई-आई करून आवलीच्या मागं-पुढं करणारं, येता- जाता काशीच्या खोड्या काढणारं, गंगाला सांभाळणारं ते निर्व्याज पोर आज निपचित पडलं होतं. तापानं फणफणलं होतं. आवलीचा जीव उडून गेला. तिला काय करावं सुचेना. त्याच्या कपाळावर पाण्याच्या पट्ट्या ठेवत ती काम करत होती. तिचं आत बाहेर चाललं होतं. काशी म्हाद्याजवळ इवलसं तोंड करून बसली होती, तर गंगाला काहीच कळत नव्हतं. आपला दादा असा का निजलाय याचं तिला कोडं वाटू लागलं होतं. म्हाद्या मधनंच कण्हत होता. 'आई-आई' अशा केविलवाण्या हाका मारत होता. गेले दोन दिवस तो त्यातल्या त्यात बरा होता. पण आज त्याची तब्येत फारच खालावली होती. काल रात्रीपासून त्यानं काही खाल्लंही नव्हतं. आवलीनं पुष्कळ विचारून बघितलं. पण त्याला इच्छाच नव्हती. त्यातून बळजोरी करून काही खायला द्यावं तर ते उलटून पडत होतं. काशी दोन वेळा जाऊन तुकारामबुवांना मंदिरात शोधून आली होती. पण तुकारामबुवा तिथंही नव्हते. शेवटी सोपानकाकाकडं निरोप देऊन काशी परतली. आणि येऊन पुन्हा म्हाद्या जवळ बसली. आवलीचं आता कशातच लक्ष लागेना. तिनं काशीला भिकंभटाकडं पाठवलं. भिकंभट वैद्यकी करत होता. त्याचं तुकारामबुवांबद्दल चांगल मत नव्हतं. पण आता आवलीचा नाईलाज होता. पण भिकंभट आपल्या व्यवसायाला जागला. त्यानं काशीबरोबर मात्रा पाठवली. ती उगाळून चाटवायला सांगितलं. पाणी गरम करून प्यायला सांगितलं. 'उद्या पुन्हा औषधाला ये' म्हणून सांगायला तो विसरला नाही. आवलीला बरं वाटलं. तिनं मनातल्या मनात भिकंभटाला आशीर्वाद दिला. त्याचे आणि देवीचे आभार मानले. 'आता म्हाद्या बरा होईल' तिच्या मनानं घेतलं.

पण दुसराही दिवस तसाच गेला. म्हाद्याचा ताप उतरला नाहीच. आज तर

त्याला डोळे उघडायचीही शुद्ध नव्हती. तुकारामबुवा रात्रीही घरी आले नव्हते. पण त्यांची काळजी करायच्या मन:स्थितीत आवली नव्हती. तिचं सगळं लक्ष तिच्या पोराकडं, म्हाद्याकडं लागलेलं होतं. आज तर तिनं कामंही अर्धवट टाकली होती. कशीबशी मंगळीची धार काढून दोन भाकरी टाकून ठेवल्या होत्या. पोराचं तापलेलं अंग, लाल झालेला चेहरा, त्याची तगमग, त्याचं कण्हणं यामुळे तिला काही म्हणजे काही सुचत नव्हतं. पोराजवळ बसून ती मंगळाईचा धावा करत होती आणि भिकंभटाची मात्रा अधनमधनं त्याला चाटवत होती. एवढंच तिच्या हातात होतं. काय देवीच्या मनात होतं कुणास ठाऊक?

दोन दिवस असेच गेले. तिसऱ्या दिवशी तुकारामबुवा घरी आले. त्यांचा चेहरा प्रफुल्लित झाला होता. त्यावरची अस्वस्थता कुठल्याकुठे पळाली होती. पण ते आले तरी आवलीचं लक्ष नव्हतं. असं कधी झालं नव्हतं. बुवांना नवल वाटलं. ते आत आले. बघतायत तर म्हाद्या निजलेला होता. आवली त्याच्या कपाळावर पाण्याच्या घड्या ठेवत होती. तिच्या डोळ्यांतून पाणी वाहात होतं. वारंवार ती ते पदरानं पुसत होती. म्हाद्याला कुरवाळत होती. बुवांना कळेना काय चाललंय? "काय झालं? आवले तू कां रडतेयस? म्हाद्या असा का निजलाय? त्याला बरं नाही का?" बुवांनी विचारलं.

आणि आवली भानावर आली. त्यांचा आवाज ऐकून जणू तिला भान आलं. प्रसन्नचित्त बुवांना समोर बघून तिच्यातली आई थिजून गेली. 'काय बाप आहे की कोण? पोरगं एवढं आजारी आहे आणि यांना कसला एवढा आनंद झालाय?' आवलीला संताप आवरेना.

"आता आलासा होय? कुठ गेलावता दोन दिवस? माझं पोरगं इथं मरायला टेकलंय. तुम्हाला काही आहे का त्याचं? मी एकली बाई माणूस. पदरात दोन लहान कच्ची बच्ची. कुठं कुठं शोधायचं तुम्हाला? पोरीच्या पायाची चाळण झाली हिंडून हिंडून. पण तुमचा पत्ता लागेल तर शपत. काय बाप हायसा काय वैरी? आणि इथं आमच्या सगळ्यांच्या जिवाला घोर लागलाय आणि तुम्हाला कसला एवढा आनंद झालाय? कुठं गेला होता?"

आवलीनं सरबत्तीच केली.

"आवले, अग ऐक. मला माहीत नाही घरात काय घडलंय ते. मी डोंगराच्याही पलीकडं गेलो होतो. तिथं मला माझे गुरू भेटले. त्यांनी मला ईश्वर प्राप्तीचा मार्ग दाखवला. मला 'रामकृष्ण हरी' हा मंत्र दिला. बाबाजी त्यांचं नाव. आवले, इतके दिवस मी नुसताच भरकटत होतो पण आज मला गुरू उपदेश मिळाला. मार्ग मिळाला. म्हणून मला आनंद झालाय. पण तू आता काळजी करू नकोस. म्हाद्याला बरं वाटेल. नक्की बरं वाटेल."

तुकारामबुवांनी आपल्या आनंदाचं कारण सांगत आवलीला दिलासा दिला. पण तिच्यातलं आईचं मन एवढ्यानं कसं शांतवणार? त्यांच्या या गुरू कौतुकानं भारावून जाण्यासारख्या मन:स्थितीत ती नव्हतीच. "व्हय तर. असं नुसतं बोलून माझ्या पोराला बरं वाटेल? पोरगं एवढं तापानं तडफडतंय आणि बाप हिंडतोय गुरूच्या शोधात." ती पुन्हा करवादली.

"बाबा, बाबा. भिकंभट काकांनी मात्रा दिली म्हाद्याला. बरं वाटेल लवकर असं म्हणाले." काशीनं मध्येच सांगितलं.

तुकारामबुवांना भरून आलं.

"पांडुरंग त्या भिकंभटाचं कल्याण करो."

"व्हय व्हय? तुमचा पांडुरंगच सगळ्यांचं कल्याण करायला बसलाय. एवढा तो कल्याण करणारा असता तर मग कशाला हवं होतं? तुम्ही एवढं रात्रंदिवस त्याचे गोडवे गाता त्यानं तुमचं काय कल्याण केलं होय? तोंड बघा त्याचं. कल्याण करतोय मेला."

आवलीतली आई संतापानं धुमसत होती जणू!

"आवले, अग असं बोलू नये. त्याच्या मर्जीनंच होतंय सगळं. तो पांडुरंगच सगळ्यांचंच कल्याण करतो. आपल्या पोराला तोच बरं करेल बघ. तू काळजी करू नकोस. त्याच्यावर भरवसा ठेव."

पुन्हा पांडुरंगाचा हवाला देऊन निश्चिंत झालेले बघून आवली जणू पिसाळलीच. आधीच म्हाद्याच्या आजाराची चिंता, त्यात दोन, तीन दिवस तुकारामबुवा घरी आलेले नाहीत. कितीही दुर्लक्ष करायचं म्हटलं तरी मनाच्या कुठल्यातरी कोपऱ्यात त्यांची चिंता कुरतडत होतीच. आणि आता आल्यावर पोराची काळजी करायची, त्याच्या औषधपाण्याचं बघायचं सोडून त्या पांडुरंगाचा हवाला देत बसलेत. आवलीतल्या आईच्या रागाचा जणू विस्फोट झाला.

"आता त्या पांड्याला मी सोडत नाही. आता मी बघतेच त्या काळतोंड्याकडं. नाही त्याला चपलीनं मारला तर आवली नाव नाही सांगणार. माझ्या पोराला तोच बरं करेल नाही का? त्याच्याच मर्जीनं सगळं होतंय नाही का? आता मी बघतेच त्याची मर्जी! आता चपलीनं त्याचं ते काळं तोंडच फोडून येते. म्हणजे कायमची कटकट जाईल. त्याचं एकदा तोंड फुटलं की गारूड करणारं त्याचं रूप नाहीसं होईल. आणि लोकांचे संसार सुखाचे होतील. लहानपणापासनं मी बघत आलेय त्याचं गारूड. लहानपणी गुणाबाई, राऊ, मोठेपणी माणकू आणि आता तुम्ही. या काळ्याच्या गारुडाला बळी पडून संसाराचा इस्कोट झालेली ढीग माणसं मी बघितलीत. पण आज त्याच्या गारुडाचा शेवट आहे. तुम्ही त्याचे लाडके आणि तो तुमचा लाडका हाय ना? मग सांगा त्याला, म्हणावं –

'म्हाद्याला बरं केलंस तर तुझं बरं हाय, नाहीतर या चपलाशी गाठ हाय माझ्या. या तुटक्या चपलांशी, सांगा त्याला.'

आवलीच्या संतापाचा उद्रेक झाला होता. तिच्या डोक्यात स्फोटावर स्फोट होत होते. तिनं अंथरुणावर निपचिप पडलेल्या म्हाद्याचं बकोटं धरलं, त्याला ओढत दारापर्यंत नेलं. तिथं बाजूला ठेवलेली सतरा ठिकाणी तुटलेली आपली चप्पल तिनं उचलली आणि ती घराबाहेर पडली. बकोटं धरलेल्या म्हाद्याला खेचत, फरफटत ती रस्त्यावरून तरातरा चालली. एका हातात म्हाद्याचं बकोटं, दुसऱ्या हातात चप्पल, फरफटत जाणारा, कण्हणारा म्हाद्या आणि बेभान होऊन चाललेली आवली. आवलीचा तो अवतार बघून लोकंही अचंबित झाली. काही प्रौढ, वृद्ध मंडळी 'आवले, आवले ऐक.' करत तिच्या मागे निघाली तर ही काय गंमत म्हणत पोरं टोरं मागं धावत होती. तिचा तो अवतार बघून आयाबाया तोंडावर हात घेत होत्या. नवल करत होत्या. आपसात कुजबुजत होत्या. आणि बकोटं धरलेला म्हाद्या, फरफटला जाणारा म्हाद्या, भिकंभटानं मात्रा दिल्यानं किंचित बरं वाटू लागलेला म्हाद्या 'आई आई' करत आक्रोश करत होता. पण आवलीला यातलं काहीच दिसत नव्हतं. काहीच ऐकायला येत नव्हतं. ना तिला रस्त्यावरच्या लोकांचं भान होतं, ना आयाबायांच्या प्रतिक्रियेची जाणीव, ना आपण काय करतोय याची जाण, ना म्हाद्याच्या ओरडण्याची जाग. नवऱ्यानं घेतलेल्या विठ्ठलाच्या वेडापायी एकटीनं सगळे घात-आघात सोसत आलेल्या आवलीच्या कोंडमाऱ्याचा हा उद्रेक होता. आता तिला कुणीच आडवू शकणार नव्हतं. अगदी कुणीसुद्धा.

संतापाच्या त्या तिरीमिरीत आवली विठ्ठलाच्या मंदिरात शिरली. पायऱ्यावरनं म्हाद्याला तसंच तिनं फरफटत नेलं. ती गाभाऱ्यात शिरली. आत तो होता. तोच तो विठ्ठल. सावळं, साजरं रूप घेऊन कर कटेवर ठेवून विटेवर उभा असलेला, आपल्या या सावळ्या रूपाचं सगळ्यांच्यावर गारूड करणारा, चेहऱ्यावर तेच खोडकर हसू घेऊन, वेड लावणारं हसू घेऊन. आवली थेट आत आली. रागारागानं तिनं म्हाद्याला विठ्ठलाच्या मूर्तीच्या पायाशी टाकलं. विठ्ठलाकडं पाहिलं. त्याला तसंच हसताना बघून तिच्या मस्तकात आग पेटली,

"मुडद्या, तू काय लाजलज्जा कोळून प्यालास की काय? काळतोंड्या तुला काय वाटलं तुझ्या या हसण्याचा माझ्यावर परिणाम होईल? पण मला तू अजून ओळखलं नाहीस? आवली म्हणतात मला. नीट बघ, मी नाही तुझ्या या गोंडस रूपाला भुलणार. तुला काय वाटलं? असं हसलास म्हणजे मी तुला माफ करीन? कधीच नाही. तू माझा अपराधी आहेस. माझ्या संसाराचा इस्कोट तुझ्यामुळं झाला. माझा नवरा तुझ्या नादी लागला आणि माझ्या संसाराचं वाटुळं

झालं. तरी मी गप्प बसले. हरतऱ्हेनं तू मला छळलंस, माझ्या मुलांना छळलंस, तरी मी गप्प बसले. तर सोद्या तू सोकावलास. तुला काय वाटलं ही अडाणी बाई माझं काय करणार आहे? आता तर तू माझ्या पोराच्या जिवावर उठलास? मी आता गप्प बसणार नाही. लोकांना वेड लावणाऱ्या, तुझ्या या साजऱ्या रूपाचा चुथडा केल्याशिवाय मी राहणार नाही. बघंच तू आता! हे बघितलंस माझ्या हातात काय आहे ते? चप्पल. आता या तुटक्या चपलांनी मी तुला चेचून काढणार आहे. तुला जमत असेल तर वाचव स्वत:ला.''

अशा संतापाच्या ठिणग्या उडवत आवली पुढं आली. हातातली चप्पल विठ्ठल मूर्तीवर तिनं उगारली आणि आता मूर्तीवर ती वार करणार एवढ्यात तिच्या पायाला मिठी पडली. आणि मागून आवाज आला, -

''आई, आई मला बरं वाटतंय. आता मला बरं वाटतंय, मला बरं वाटतंय आई. लै लै बरं वाटतंय. आई मला भूक लागलीय. घरला चल. चल.''

असं म्हणत विठ्ठलाच्या पायाजवळ टाकलेला म्हाद्या उठून बसला. म्हाद्याचा आवाज ऐकून आवली थबकली. त्याचा आवाज, त्याचं बोलणं ऐकून तिला भान आलं. तिच्या हातातली चप्पल गळून पडली. तिच्यातली जखमी वाघीण लोप पावून त्या ठिकाणी पुन्हा आई जागी झाली. तिनं पटकन म्हाद्याला उचलून घेतलं. पटापटा त्याचे मुके घेतले. त्याच्या कानशिलावरून हात फिरवून कडाकडा बोटं मोडली आणि एकवार विठ्ठलाच्या मूर्तीकडं रागानं बघून, फणकाऱ्यानं मान उडवून म्हाद्याला घेऊन ती मंदिराबाहेर पडली सुद्धा! ती विजेसारखी आली आणि वाऱ्यासारखी गेली. तुफानासारखी आली आणि वादळासारखी गेली. तिच्या पाठोपाठ आलेले गावकरी चर्चा करत तिथंच उभे राहिले.

काहीजणांना आवलीचं हे वागणं चुकीचं वाटलं तर काहीजणांना बरोबर. काहींना हा विठ्ठलाचा चमत्कार वाटला तर काहींना भिकंभटाच्या मात्रेचा परिणाम. काहीही असो पण म्हाद्या बरा झाला हे जास्त महत्त्वाचं होतं. भले तो विठ्ठलाच्या चमत्कारानं असू दे की भिकंभटाच्या मात्रेनं, पण म्हाद्या बरा झाला आणि आवलीच्यातली आई शांत झाली. म्हाद्याला घेऊन ती घरी आली. तुकारामबुवा घरातच बसले होते. आवली तीरासारखी गेलेली त्यांनी पाहिली होती. पण तिच्या पाठोपाठ जाण्याचं धाडस त्यांना झालं नाही. एकीकडं आवलीसारखी आक्रस्ताळी बाई चप्पल घेऊन तिथं गेल्यावर देवाच्या मूर्तीचं काय होणार याची त्यांना चिंता वाटू लागली. तर दुसरीकडे आवलीचा आरडा-ओरडा ऐकून गावकरी काय म्हणतील याचीही चिंता त्यांना लागून राहिली. त्यात म्हाद्याच्या तब्येतीची काळजी होतीच. गुरू भेटल्याचा, गुरू उपदेश मिळाल्याचा आनंद पार मावळला होताच, पण गावकऱ्यांचा काही बोल येतो काय याची ही भीती

त्यांना वाटू लागली. आवली दिवसेंदिवस जास्तच आक्रस्ताळी, संतापी बनत चालली होती. या पाठीमागचं कारण त्यांच्या लक्षात येत होतं. पण कुठंतरी काहीतरी चुकत होतं हे निश्चित. आवलीचा आधीचा मोकळा, प्रेमळ स्वभाव बघितला, आठवला तर ती उगीच असं वागणारी नव्हती. म्हणजे आपलंच काही तरी चुकत असावं. पण या गोष्टीला त्यांचाही नाईलाज होता. सगळं कळत होतं पण वळत नव्हतं. वेडंच असं लागलं होतं की ते जाणं शक्य नव्हतं. आणि आवलीची समजूत पटणंही शक्य नव्हतं. गुंता सुटायच्या ऐवजी अधिकच गुंतत चालला होता.

एका हातात चप्पल आणि दुसऱ्या हातात फरफटणारं पोर घेऊन आवली आली, मंदिरात आली, आणि पांडुरंग धास्तावला. आज काही खैर नव्हती. इतके दिवस शिव्यांचा भडिमार होता, आज चप्पलेचा मार बसणार होता हे नक्की. त्यालाही काय करावं सुचेना. आपल्यावरचं हे किटाळ, हे संकट कसं दूर करावं त्याला कळेना. शेवटी त्यानं आदिमायेचा धावा केला. आदिमाया रुक्मिणी हे सगळं बघत होती. पण आपला नवरा विठ्ठल आणि त्याचे भक्त यांच्यात काहीतरी विचित्र प्रकार नेहमीच चालतात हे तिला माहीत होतं म्हणून तिनं प्रथम दुर्लक्षही केलं. पण जेव्हा विठ्ठलाला चप्पलनं मार खायची वेळ आली आणि तो आदिमायेला शरण गेला, तेव्हा तिनं शरणागताला अभय दिलं. तिनं पाहिलं मुलाच्या जिवाच्या आशंकेनं ती आई धास्तावली आहे, घाबरली आहे. म्हणून तिचा संयम सुटलाय. आणि तिला आवरायचं असेल, भानावर आणायचं असेल तर तिच्या मुलाला बरं वाटलं पाहिजे. तेच पोर तिला आवरू शकत होतं. भिकंभटाची मात्रा लागू पडू लागलीच होती. त्यामुळं आदिमायेचं काम अगदीच सोपं झालं. आणि पोराला बरं वाटलं. पोराला बरं वाटताच आवलीतली आई शांत झाली. ती शांतवली तसं विठ्ठलावरचं संकट टळलं. त्यानंही सुस्कारा टाकला. आज तो थोडक्यात वाचला होता. आपणच डिवचलेल्या एका स्त्रीकडून बचावण्यासाठी त्याला दुसऱ्या स्त्रीचीच मदत घ्यावी लागली होती. कारण एक स्त्रीच दुसऱ्या स्त्रीची वेदना, मनोव्यथा जाणू शकत होती.. कर कटेवर ठेवून विटेवर उभ्या असलेल्या त्या पांडुरंगाला हा धडाच मिळाला होता. मनोमन हे मान्य करून इवलंसं तोंड करून तो चूप बसला.

सोळा

म्हाद्या बरा होऊन हिंडू फिरू लागला आणि आवलीचा जीव थाऱ्यावर आला. तिनं पुन्हा एकदा स्वत:ला कामाला जुंपून घेतलं. नवरा म्हणून या माणसाचा आपल्या संसाराला काही उपयोग नाही हे तिला आता कळून चुकलं. आताशा आपल्या या वेडावलेल्या नवऱ्याची काळजी घेणं, त्याला वेळचे वेळी जेवायला घालणं, मुलाबाळांची काळजी घेणे, संसाराला हातभार लागेल अशी कामं करणे आणि चार पैसे मिळवणं एवढीच तिची दिनचर्या राहिली होती. त्यातल्या त्यात एक बरं झालं होतं. तुकारामबुवांचं नाव अवघ्या पंचक्रोशीत गाजू लागलं होतं. त्यांच्या भजन, कीर्तन, प्रवचनाला पुष्कळ गर्दी होत असे. लोक काही बाही देत. तुकाराम ते सारं तिथल्या तिथं वाटून टाकीत असत. पण ज्यांना या गोष्टीची कल्पना असे ते घरी काहीबाही आणून देत. त्यामुळे प्रत्यक्ष मिळकत काही नसली तरी निदान हाता-तोंडाची तरी गाठ पडे. जोंधळे बाळाजीच्या घरी होतेच. शिवाय आवलीही दिवसभर राबत होतीच. कुणाची दळणं दळून दे, कुणाचं पाणी भरून दे, कुणाला गोवऱ्या दे, कुणाचं धान्य निवडायला जा, दिवस मावळला तरी तिची कामं संपायची नाहीत. पण कामाला भिणारी आवली नव्हतीच. चार घरी काम करून, त्या घरच्या माणसांना धरून राहून आवली प्रपंच ओढत होती. तुकारामबुवा मात्र भजन-कीर्तनात मग्न होते. जगाचा संसार करत होते. आवली एकटीच संसाराच्या खस्ता काढत होती. आता त्यांचा संसार दोन समांतर पातळ्यांवर सुरू होता.

दोन-चार प्रतिष्ठितांच्या घरी काम करताना आवलीच्या कानांवर काही कुजबुज पडत होती. गावात, पारावर, पाणवठ्यावर, काही दबक्या आवाजात कुजबुज सुरू होती. गावातील प्रतिष्ठित ब्राह्मण मंडळी तुकारामबुवांच्यावर नाराज होती. त्यांच्या बद्दल नापसंतीचा सूर गावात उमटत होता. त्याचं कारण

काय आहे हे आवलीला कळत नव्हतं. पण एक दिवस सुंदरामावशी तिला म्हणाली, "आवले, तुकाराम-बुवांना म्हणावं, "देवाचं भजन, कीर्तन करा, गावच्या रामरगाड्यात लक्ष घालू नका म्हणावं. उगाच पाण्यात राहून माशाशी वैर करण्यात काही अर्थ नाही."

आवलीला यातलं काही नीटसं कळलं नाही. पण गावाला पसंत न पडणारं असं काहीतरी तुकारामबुवा करताहेत एवढं तिला कळलं. तिला वाटलं 'आता हे आणखी काय संकट? आताशी कुठं तरी हाता-तोंडाची मिळवणी होत होती. तोवर हे नवीन काय? बरं बुवांना काही विचारावं तर ते नीट काही सांगत नसत किंवा असं काही तरी सांगत ज्यातलं आवलीला काही कळत नसे, त्यामुळं हे काय चाललंय याबद्दल आता कुणाला विचारावं हे तिला कळेना. शेवटी तिला एक नाव सुचलं. तिनं सोपानकाकांना विचारायचं ठरवलं.

"आवले, तुझा नवरा भजन कीर्तन करतो, देवाचं नाव घेतो त्याबद्दल काहीच अडचण नाही. पण अलीकडे त्यानं धर्माच्या व्यवहारात ढवळाढवळ सुरू केलीय. ज्या गोष्टी करायचा अधिकार फक्त ब्राह्मणांना आहे, त्या गोष्टी तो करायला लागलाय. म्हणून गावकरी नाराज आहेत." सोपानकाकांनी आवलीला सांगितलं.

"म्हणजे काय हो सोपानकाका? कसला अधिकार? आणि तो फक्त त्यांना कुणी दिला? आणि त्या गोष्टी आपण का करायच्या नाहीत?" आवलीनं पुन्हा प्रश्न विचारले.

"हे बघ पोरी मला पण काही नीटसं सांगता यायचं नाही. पण धर्मपीठानं काही गोष्टी करण्याचा अधिकार फक्त ब्राह्मण समाजाला दिलाय. तसा धर्मपीठाचा कायदाही आहे. आणि त्या गोष्टी इतरांनी करू नये असा दंडकही आहे. तो कायदा मोडून तुकारामबुवा काही तरी करत आहेत. म्हणून ब्राह्मण वर्ग नाराज आहे त्यांच्यावर." सोपानकाकांनी पुन्हा सांगितलं.

"आता हो सोपानकाका? आता काय होणार?" आवली धास्तावली.

"आता काय? काशीहून कुणीतरी मोठा पंडित येतोय म्हणे याचा न्याय-निवाडा करायला. बघूया काय होतंय ते? पण आवले मला एक गोष्ट समजत नाही, ही मोठी माणसं हुशार, शहाणी, आपण अडाणी, कामकरी. आपण त्यांच्या कायद्यात ढवळाढवळ कशाला करायची? अगं गावात राहायचं तर गावाप्रमाणं वागावं लागतं. गावाच्या विरुद्ध वागून चालत नाही." सोपानकाकांनी निर्वाळा दिला.

आणि आवलीला घोर पडला. आता या नवऱ्याला काय म्हणावं? काय करावं? गावच्या रामरगाड्यात आपल्या नवऱ्यानं कशाला पडावं? कशाला

नसती ब्याद मागं लावून घ्यायची? आधीच घरच्या कटकटीतून सांभाळता सांभाळता पुरेवाट होतेय. त्यात हे आणखी कुणी सांगितलंय. आता काय करावं हे आवलीला कळेना. आज तुकारामबुवा घरी आले की त्यांना विचारायचं, चार गोष्टी सांगायच्या असं तिनं ठरवलं आणि ती सोपानकाकांच्या घरातनं बाहेर पडली.

तुकारामबुवा संध्याकाळी घरी आले. आवली चुलीपुढं भाकरीला बसली होती. पोरं भाकरी कधी होतेय याची वाट बघत समोर बसली होती. चुलीतल्या जाळाचा सोनेरी उजेड आवलीच्या चेहऱ्यावर पडला होता. तुकारामबुवांना त्याक्षणी ती एखाद्या देवकन्येसारखी भासली. बुवा आत आले. पोरांच्या शेजारी बसले. पण आज आवलीनं नेहमीप्रमाणं "आलासा? सोडलं वाटतं त्या काळ्यानं?" असं विचारलं नाही. काहीतरी बिनसलेलं दिसतंय, बुवांनी अंदाज केला. आणि ते मुलांशी बोलू लागले. मुलांची जेवणं झाली. ती पळाली. आवलीच्या भाकरीही झाल्या. तिनं काटवटात हात धुतले. पाणी मारून वैल विझवला. बुवांचं पान वाढलं आणि गुडघ्यावर हनुवटी टेकून बसली काहीही न बोलता. शेवटी न राहवून बुवांनीच विचारलं,

"काय झालं? आज पांडुरंगाची चौकशी करायची नाही का?" आवलीनं फणकाऱ्यानं मान उडवली. म्हणाली, "काय हो? तुम्ही कसला कायदा मोडलात की काय? गावातली माणसं कायबाय बोलत होती. सोपानकाका पण म्हणत होते." आवलीनं मनातली मळमळ बाहेर काढली.

"अच्छा, असं आहे तर? म्हणून तुझा चेहरा उतरलाय होय? आवले तसं काही नाही गं. हा सगळा अडाणीपणा आहे. अगं अडाणी माणसांना शहाणं करायला दुसऱ्याच्या परवानगीची गरज लागत नाही. अगं वेद म्हणजे ज्ञानाचा खजिना आहे. त्यातलं एवढंस घेऊन लोकांच्या अंधारलेल्या जीवनात प्रकाश निर्माण केला तर त्यात कसला आलाय कायदा?" बुवांनी आवलीला समजावलं.

आवलीनं मान डोलावली. खरंतर तिला काहीच कळलं नाही.

"अहो पण त्याबद्दल तुम्हाला शिक्षा झाली तर?" आवलीनं मनातली भीती बोलून दाखवली.

"पांडुरंगाच्या मनांत असेल तसं होईल. तोच आता पाठीराखा आहे." असं म्हणून बुवांनी विषय संपवला. त्यांनी पांडुरंगाचा हवाला दिला खरं पण आवलीच्या जिवाचा घोर काही कमी झाला नाही.

आणि दोनच दिवसांनी गावात बातमी आली. काशीहून रामेश्वर भट म्हणून धर्ममार्तंड आले आहेत याचा न्याय-निवाडा करायला. आणि खरंच एके दिवशी धर्मसभा बसली. तुकारामबुवांना तिथं बोलावलं गेलं. वेदांचं वाचन, अध्ययन आणि अध्यापन करण्याचा अधिकार फक्त ब्राह्मण समाजाला असताना

आणि धर्मपीठाचा तसा कायदा असताना तो कायदा मोडून तुकारामबुवांनी बहुजन समाजाला आपल्या भजन-कीर्तनातून, ओवी-अभंगांतून, वेदातील ज्ञान शिकवलं, समजावलं आणि धर्मपीठाच्या कायद्याचा भंग केलाय असा आरोप त्या धर्मसभेत तुकारामबुवांच्यावर ठेवला गेला. आणि तुकारामबुवांनी तो आरोप मान्य करताच त्यांनी आतापर्यंत लिहिलेलं सगळं नष्ट करायचा आदेश त्यांना दिला गेला. आणि गुरवाला त्या पोथ्या, ते कागद आणण्यासाठी बुवांच्या घरी पाठवलं.

आवली घरी काम करत होती. तिनं आज सारवण काढलं होतं. निम्म सारवून झालं होतं. तोवर गुरव पोथ्या मागायला आला.

"आक्का, अग आवली आक्का, मंदिरात रामेश्वर भट बसलेत आणि त्यांनी तुकारामबुवांनी लिहलेल्या पोथ्या आणि कागद मागितलेत." गुरवानं सांगितलं.

"कशाला रे?" आवलीनं विचारलं!

"पाण्यात टाकायच्यात, रामेश्वर भटांनी सांगितलंय." गुरवानं उत्तर दिलं.

"आग लागो त्या रामेश्वर भटाला. पाटीभर शेण दे जा त्याला. पोथ्या मागतोय मेला. त्या लिहिताना माझ्या नवऱ्यानं ना माझी काळजी केली, ना पोराबाळांची. रगत आटवलंय त्यांनी या पोथ्या लिहण्यासाठी. उपाशी-तापाशी राहून लिहिल्यात त्या आणि म्हणं पाण्यात टाकायच्यात. चल आधी, चालता हो इथून. जातोस का आता ओतू शेणाची पाटी डोक्यावर?"

आवलीचा तो आविर्भाव बघून गुरव घाबरलाच. तो तिथनं पळाला तो थेट धर्मसभेत आला. तुकारामबुवांच्या घरी घडलेला सगळा वृत्तांत त्यानं तिथं कथन केला. तसे धर्मभास्कर संतापले. त्यांनी तुकारामबुवांना आदेश दिला की त्यांनी स्वतः जाऊन पोथ्या आणाव्यात आणि इंद्रायणीत बुडवाव्यात. तो आदेश प्रमाण मानून बुवा उठले आणि घरी आले. त्यांना आलेलं पाहताच आवलीनं गाऱ्हाणं सांगायला सुरुवात केली.

"अहो, तो गुरव आला होता तुमच्या पोथ्या न्यायला. पाण्यात बुडवायच्या आहेत म्हणे. मी शाप दिल्या नाहीत. एवढं रगत आटवून, दिवसरात्र एक करून लिहिलेल्या त्या पोथ्या, काय पाण्यात बुडवायच्यात होय? कोण मेला कुठला रामेश्वर भट, तो कोण मागणार तुमच्या पोथ्या?"

पण तुकारामबुवांनी आवलीला काहीच उत्तर दिलं नाही. त्यांनी मुकाटपणे फडताळाचं दार उघडलं. त्यांचा चेहरा पडला होता. नेहमी वात्सल्याचा वर्षाव करणारे त्यांचे नितळ डोळे आज पाण्यानं भरले होते. हात कापत होते. त्यांनी तशाच कापऱ्या हातानं फडताळ्यातल्या लाल कापडात बांधलेल्या पोथ्या काढल्या.

छातीशी धरल्या. अगदी जवळ, जसं एखादा पिता आपल्या कन्येला सासरी पाठवताना छातीशी धरतो तसं. त्या पोथ्या तशाच छातीशी धरून ते माघारी वळले. आणि घराबाहेर पडलेसुद्धा. आवली अवाक् होऊन बघतच राहिली. तिच्या तोंडातून शब्द फुटेना. तुकारामबुवांना इतकं घायाळ झालेलं तिनं कधी बघितलं नव्हतं. आई-वडील गेले. पत्नी-मुलगा गेले, भावजय गेली, भाऊ निघून गेले, पैसा-आडका, वाडा गेला, पत-प्रतिष्ठा गेली पण मनानं खचूनही त्यांच्या डोळ्यांत कधी पाणी आलं नव्हतं. आवलीला काही सुचेना. "अहो ऽऽ, अहोऽ' ती नुसती हाका मारत राहिली. तिलाही पुढं बोलवेना आणि तिच्या हाका तर तुकारामबुवांपर्यंत जणू पोचतच नव्हत्या. एखाद्या भ्रमिष्ट माणसानं चालावं तसं बुवा पोथ्या घेऊन चालत होते. भारल्यासारखे, भारावल्यासारखे आणि आवलीही त्यांच्या पाठोपाठ चालायला लागली, मंत्रचळल्यासारखी, भारल्यासारखी, काही न बोलता, मूकपणे.

त्या पोथ्या इंद्रायणीत सोडताना तर बुवांना हुंदका आवरेना. आपल्या लाडक्या लेकीच्या अस्थी जणू ते विसर्जित करत होते आणि ते पाहताना आवलीच्या डोळ्यांना तर अश्रूंची धार लागली होती. पोथ्या इंद्रायणीत सोडल्यावर बुवा तिथंच बसले आणि आवलीही आपल्या त्या घायाळ नवऱ्याला सांभाळत तिथंच बसली. त्यांची पत्नी तर ती होतीच पण आता माता बनून बसली आणि आता एक संघर्ष सुरू झाला. तो संघर्ष होता तुकारामबुवांच्या विश्वासाचा, श्रद्धेचा, भक्तीचा आणि समाजाच्या परंपरांचा, पुरोगामीपणाचा, ब्राह्मणशाहीचा. पण या संघर्षात आवली कुठं होती? तिची नुसतीच फरफट चालली होती. ती नुसतीच भरडली जात होती. उदास होऊन इंद्रायणीच्या काठावर बसलेला घायाळ नवरा आणि दुसऱ्या बाजूला तिची भुकेजलेली पोरं, तिचं घर यांच्यात आवलीची मात्र विलक्षण कुतरओढ चाललेली होती. तुकारामबुवा आपल्या विचारात, दुःखात मग्न होते. रामेश्वर भट आपल्या विजयात, गावकरी आपल्या कामात, रिकामी होती फक्त आवली. रिकाम्या मनानं, रिकाम्या पोटानं, रिकाम्या हातानं.

हे काय चाललंय तिला कळतही नव्हतं आणि वळतही नव्हतं, पण काहीतरी विचित्र घडलंय हे तिला दिसत होतं. तुकारामबुवा इंद्रायणीचा काठ सोडून घरी यायला तयार नव्हते. त्यांना घेतल्याशिवाय आवलीला घरी जाता येत नव्हतं. पोरंपण उपाशी पोटानं तिथंच बसली होती. असेच पंधरा-वीस दिवस गेले. पोटात अन्न नाही. विचारांना दिशा नाही, अशा विचित्र स्थितीत शरीराला आणि मनाला ग्लानी आलेल्या अवस्थेत तुकारामबुवा आणि आवली बसले होते. आणि अचानक नदीतून आवाज आला "पोथ्या सापडल्या, पोथ्या

सापडल्या!'' बुवा दचकले. आवली सावध झाली. पाहतात तर गुरवाचं नदीत पोहायला गेलेलं पोरगं पोथ्या हातात घेऊन पाण्याबाहेर येत होतं. त्यानं त्या पोथ्या बुवांकडं आणून दिल्या.

''तिथं झाडाला अडकलेल्या होत्या. तटून राहिल्या होत्या. बघातरी, निस्तं वरचं कापड भिजलंय.'' गुरवाचं ते पोर सांगत होतं.

त्याच्या हातातल्या पोथ्या बघून तुकारामबुवांना भरून येत होतं. तर आवलीची अवस्था भ्रमिष्टासारखी झाली होती. ती घटकेत हसत होती, तर घटकेत रडत होती. कधी भारल्यासारखी पोथ्यांकडं बघत होती तर कधी मंत्रचळ्यागत तुकारामबुवांच्या चेहऱ्याकडं बघत होती. भवताली घडतंय ते स्वप्न की सत्य, भास की आभास, काहीच कळत नव्हतं. पाण्यात बुडालेल्या पोथ्या खरंच मिळाल्यात की आपल्याला तसा भास होतोय या विचारात सापडलेल्या आवलीला घेरी आली.

तिनं डोळे उघडले तर तुकारामबुवांचा स्नेहार्द्र चेहरा तिच्या समोर होता. त्यांचे नितळ डोळे नेहमीप्रमाणे वात्सल्याचा वर्षाव करीत होते. आवली चटकन उठून बसली. तिनं समोर पाहिलं. त्या इंद्रायणीच्या काठावर सगळं गाव लोटलं होतं. समोरच पालखी होती. पालखीत बुवांच्या पोथ्या होत्या. होय त्या बुवांच्याच पोथ्या. आवलीच्या लग्नातला लाल रंगाच्या रेशमी शेल्याच्या तुकड्यात बांधलेल्या. आवलीनं ते शेल्याचं कापड ओळखलं. त्यात पोथ्या होत्या. तिनं मान वळवून तुकारामबुवांकडं पाहिलं.

''धनी, या .. या पोथ्या आपल्याच?'' आवलीनं प्रश्न केला.

आणि बुवांना भडभडून आलं. 'ज्या पोथ्या लिहिताना मी घरदार विसरलो, बायको मुलांना विसरलो, त्या पोथ्या पुन्हा मिळाल्यावर आवलीला इतका आनंद व्हावा? खरंच किती भाबडी आहे ही माझी आवली?' त्यांना वाटून गेलं.

''होय आवले, अग त्या आपल्याच पोथ्या आहेत. इंद्रायणीनं सांभाळून ठेवल्या होत्या जणू. चल, गावकरी त्या पोथ्या पालखीतनं मिरवत नेणार आहेत. तू पण चल.'' तुकारामबुवांनी आवलीला बसतं केलं आणि सांगितलं.

''नको धनी, तुमी जावा. अहो त्या पोथ्या तुम्ही लिहिल्यात. ती तुमची पुण्याई आहे. मी आता घरी जाते आणि जेवण बनवते. किती दिवस तुम्ही उपाशी हायसा. पालखीतनं मिरवून झालं की लगोलग घरी या. पोर बी जेवल्याली नाहीत.'' असं म्हणत ती संसारदक्ष आवली उठलीसुद्धा.

गेले कित्येक दिवस तिच्याही पोटात अन्न नव्हतं, पण त्याची तिला साधी आठवणही नव्हती. आपला नवरा आणि मुलं जेवलेली नाहीत या विचारानं ती

अस्वस्थ झाली होती आणि तिला घाई झाली होती घरी पोचायची, चूल पेटवून जेवण बनवायचं होतं.

तुकारामबुवा लगबगीनं घराकडं निघालेल्या आवलीकडं बघतच राहिले. ‘कुठल्या मातीतून बनली आहे ही? समर्पण एवढी एकच भावना परमेश्वरानं हिच्यात ओतली आहे की काय? पांडुरंगा, तुझी लीला अगाध आहे रे. विलक्षण प्रेम आणि अपरंपार त्याग यातूनच हिला घडवलंय की काय?’ बुवा स्वत:शीच विचार करत होते.

आवली घरी पोचली. घरात ढीगभर कामं पडली होती. तिनं धसाधसा झाडून घेतलं. विहिरीवरनं दुसरं पाणी आणून भरलं. गेले कित्येक दिवस कुणीच नीट जेवलेलं नव्हतं. वरकाम सगळं भराभरा आवरून ती चुलीकडं गेली. ढणाढणा तिनं जाळ लावला. धबाधबा भाकरी केल्या. कोरड्यास केलं. सुंदरा मावशीनं ओंजळभर खपल्या दिल्या होत्या. तिनं जात्यावर भरडल्या आणि त्यात मूठभर गूळ घालून शिजवून तिनं खीर बनवली. आजचा दिवस आनंदाचा होता. तुकारामबुवांचं श्रेष्ठत्व सगळ्यांना कळलं होतं. ते खूप मोठे झाले होते. अर्थात आवली मात्र होती तिथंच होती. तिनं पटपट काम आवरलं. आणि दारापाशी येऊन बुवा आले का बघू लागली. अजून कुणाचाच पत्ता नव्हता. ना तुकारामबुवांचा ना मुलांचा. “सगळीजण पालखीबरोबर गेली वाटतं?” आवलीनं तर्क मांडला. एवढ्यात सोपानकाकांचा मुलगा बाळू पळत येताना तिला दिसला. तो पळत थेट आवलीकडं आला.

“मावशी, मावशी तिथं लई मोठा चमत्कार झाला!” पळाल्यामुळे त्याला धड बोलताही येईना.

“म्हणजे रे? काय झालं सांग लवकर.” आवलीला उत्सुकता वाटली.

“मावशी तो काशीचा भट आलावता तिथं. त्याच्या अंगात आग आग व्हायला लागली म्हणं. तुकाराम काका आणि आमी सगळी तिथंच नदीकाठी हुतो. एवढ्यात तो रामेश्वर भट पळत आला. आ ऽग, अ ऽग असं ओरडत हुता तो.” बाळूनं सांगणं सुरू केलं.

“आणि? मग रे? सांग की मेल्या लवकर.” आवलीनं विचारलं.

“मग काय? तो तुकारामकाकांच्या पाया पडला. मला माफी करा म्हनला. मी चुकलो म्हनला. आनी काय काय लई म्हणत हुता तो.” बाळूनं सांगितलं.

आणि आवलीचे टपोरे डोळे आश्चर्यानं विस्फारले.

“काय सांगतोस काय बाळा? खरं सांगतोस? तो एवढा मोठा माणूस, एवढा पंडित त्यांच्या पाया पडला? मला तर खरंच वाटत नाही?” आवलीला धक्काच बसला.

"मग रे? मग काय झालं"? तिनं पुढं विचारलं.

"मग काय? काकांनी त्यांच्या अंगावरनं हात फिरवला. त्याला नदीच्या पात्रात नेलं. तिथली गार गार ओली माती त्यांच्या अंगाला लावली. त्याला लई बरं वाटलं म्हणं. निस्त 'आ ऽहा ऽहा, आ ऽहा' हा करत होता. मग परत काकांच्या पाया पडला आणि त्या पोथ्या ठेवलेल्या पालखीला खांदा दिला त्यानं.' मावशी समदी लोक काकांच्या नावानं जय-जय म्हणत होती." बाळानं सगळा वृत्तांत सांगितला.

आवलीचा जीव भरून आला. आपल्या नवऱ्याचा तिला अभिमान वाटला. तिच्या डोळ्यांत पाणी साठून आलं. ते आनंदाचं तर होतंच पण क्षणभर आवलीला वाटलं की तुकारामबुवा जेवढे मोठे होतील, तेवढे ते आपल्यापासून दूर जाताहेत. आता-आता आपला हातच काय पण आपला आवाजही त्यांच्यापर्यंत पोहोचू शकणार नाही. पण त्या रामेश्वरभटाची फजिती ऐकून तिला बरं वाटलं.

"तसंच व्हायला पाहिजे होतं त्या मेल्या रामेश्वरभटाला. माझ्या आई मंगळाईची कृपा, दुसरं काय?" असं म्हणत आवलीनं मंगळाईला हात जोडले.

डोळ्यांतलं वाहणारं पाणी टिपत ती आत गेली. हे वाहणारे अश्रू निखळ आनंदाचे होते, की तुकारामबुवांच्या दूर जाण्याच्या कल्पनेनं त्यांना दुःखाची किनार होती हे ते अश्रूच जाणे!

आवली आत आली. तिनं पदर खोचला आणि ती परसदरी गेली. केरसुणी घेऊन गोठा झाडायला लागली. बुवा कितीही मोठे झाले तरी आवली तिथंच राहाणार होती. तुकारामबुवा आकाशाएवढे झाले तरी आवलीला धरणी बनूनच राहावं लागणार होतं. तेच तिचं प्राक्तन होतं आणि संचितही!

तुकारामांची योग्यता गावाला पटली आणि कर कटेवर ठेवून विटेवर उभ्या असणाऱ्या पांडुरंगाचं काम अगदी सोपं झालं. आता त्यांना आवलीपासून दूर करण्याकरता त्याला वेगळे प्रयत्न करावे लागणार नव्हते. भौतिक संसारातून तुकाराम मोकळे होत होते. जेवढे अलिप्त होत होते तेवढे आवली पासून दूर जात होते. विठ्ठलाच्या समीप येत होते. संसाराच्या गर्तेतून बाहेर येत होते, तेवढे श्रेष्ठ भक्ताच्या श्रेणीत जाऊन बसण्याचा सोपान चढत होते. साधकावस्थेतून सिद्धावस्थेकडं येत होते. या गोष्टीचा विठ्ठलाला साहजिकच आनंद झाला होता. हा आनंद तुकारामबुवांना भक्तश्रेष्ठत्वापर्यंत पोचवण्याचा होता की त्यांना आवलीपासून दूर करण्याचा होता? कुणास ठाऊक? शेवटी विठ्ठलही एक पुरुषच होता.

आवलीच्या पोराला बरं वाटलं तेव्हा रुक्मिणीला साहजिकच अतिशय आनंद झाला होता. पण त्यानंतर घडलेल्या घटनांनी तिचंही स्त्रीमन अस्वस्थ

झालं होतं. तुकारामबुवा आवलीपासून दूर जाताहेत हे तिलाही दिसत होतं. पण त्या खेळियानं मांडलेल्या खेळाचा तिलाही अंदाज येत नव्हता. त्याच्या मनातल्या विचारांचा थांग लागत नव्हता. त्याला झालेला आनंद रुक्मिणीला दिसत होता. पण याचबरोबर त्याला आवलीच्या दुःखाची, तिच्या डोळ्यातल्या पाण्याची कदर नसावी याचं तिला नवल वाटत होतं. त्या कटेवर ठेवलेल्या हातानं आणखी काय काय खेळ केला जाणार आहे हे एकटा तोच जाणे, पण आवलीची जिवंतपणी होणारी उपेक्षा तिच्या श्वासाबरोबरच संपणार होती की काय? तो खेळियाच जाणे!

सतरा

तुकारामबुवांचं नाव पंचक्रोशीत गाजू लागलं. ते एकदम मोठे झाले. पण आवलीच्या नशिबातली वणवण काही संपली नाही. आधी तुकारामबुवा तिचे असे फार नव्हतेच. त्यातच त्यांनी आता गावाचा संसार मांडला होता. ते आता गावाचे झाले होते. आवलीला आताशा वाटू लागलं होतं की, कोणतीतरी एखादी अशी अदृश्य शक्ती आहे जी तुकारामबुवांना तिच्यापासून दूर खेचत नेते आहे. आणि त्या शक्तीवर आवलीच्या आसवांचाही काहीच परिणाम होत नाहीये. पण हे बोलणार तरी कोणाला? कोण होतं तिचं ऐकायला? तुकारामबुवा तर आता विठ्ठलाच्या भजन-कीर्तनात देहभान विसरत होते. उरलेला त्यांचा वेळ काही लिहिण्यात जात होता. मुलं लहानच होती. म्हाद्या, काशी, गंगा आणि आता चार-सहा महिन्यांचा विठोबा. त्या तान्ह्याचं नाव ठेवतानाही आवलीनं नापसंती दाखवली होती. पण शेजार-पाजारच्या बायकांच्या आग्रहापुढं तिचा नाईलाज झाला. ही चार पोरं घेऊन आवली संसार करत होती. त्या पोरांना आवरत होती. तुकारामांना सावरत होती, वेळ प्रसंगी पोरांना मारत होती. तुकारामांच्यावर करवादत होती. पण बुवा शांत असायचे. तिला प्रत्युत्तर करायचे नाहीत. तसं तिचं ऐकायचेही नाहीत. संसारात तर मुळीच लक्ष घालायचे नाहीत. जणू 'मी आणि माझा विठुराया' आणि 'तू आणि तुझी पोरं' अशी त्यांनी विभागणीच केली होती. आवली संतापायची, त्रागा करायची, बडबडायची. याचा परिणाम तुकारामबुवांच्यावर काहीच होत नव्हता. ते शांतच असायचे. पण त्यामुळे दुसरा एक परिणाम असा झाला की, "आवली तुकारामबुवांना छळते, त्यांच्याशी सतत भांडते, ती मुलखाची भांडखोर आहे, कर्कशा आहे. तुकारामबुवा आपले गप्प बसतात." असा प्रवाद लोकांच्यात पसरला. आवलीची गृहकृत्यदक्षता, तिची संसाराची ओढ, तिची राबणूक, तिची तुकारामबुवांवरची माया, आणि

संसाराविषयीची तुकारामबुवांची उदासीनता याची नोंद कुठेच होईना. उलट तुकारामबुवा संसारात कंटाळायला आवलीच कारणीभूत आहे, त्यांचं संसारातून लक्ष उडायलाही आवलीच कारणीभूत आहे. त्यांना देवभक्तीचा नाद लागायला आवलीच कारणीभूत आहे, असाच लोकांचा पक्का समज झाला. थोडा आवलीच्या वागण्यामुळं झाला तर थोडा तुकारामबुवांनी आपल्या अभंगांतून केला. आणि हे जेव्हा आवलीला कळलं तेव्हा तिच्यावर पहाड कोसळला.

झालं असं! तुकारामबुवा रोज विठ्ठलाच्या मंदिरात कीर्तन-भजन करत. ते ऐकण्यासाठी सगळा गाव लोटत असे. त्या काळ्याचं मंदिर म्हणून आवली कधी गेली नाही. पण आवलीच्या शेजारपाजारच्या बायका मात्र जायच्या आणि तुकारामबुवांनी आदले दिवशी भजन-कीर्तनात काय सांगितलं हे आवलीला सांगायच्या. त्यांच्या तोंडून आपल्या नवऱ्याचं वर्णन ऐकून आवलीचा जीव भरून यायचा. नवऱ्याचं कौतुक ऐकून तिच्या अंगावर मूठभर मांस चढायचं. अर्थात ते अंगावर दिसायचं नाही ही गोष्ट वेगळी. पण तुकारामबुवांचं कौतुक ऐकलं की तिला अतिशय आनंद व्हायचा. कधी कधी तिच्या मनात यायचं, 'आपल्याला जसं त्यांचं कौतुक वाटतं, त्यांच्या कौतुकानं आनंद होतो तसं त्यांना आपलं कौतुक वाटत असेल का? कुणी आपलं कौतुक केलं तर त्यांना आनंद होत असेल का? त्यांनी ते कधी बोलूनही दाखवलं नाही.' पण त्या भाबडीला वाटायचं की बुवांना आपलं कौतुक वाटतंय, पण त्या दिवशी मात्र तिला जे कळलं त्यामुळं तिला प्रचंड धक्का बसला.

आज काशीबाई, आवलीची शेजारीण तुकारामबुवांचं कीर्तन ऐकून आली आणि आल्या आल्या तिनं बुवांचं कौतुक सांगायला सुरुवात केली. कुणीतरी आणून दिलेल्या भुईमुगाच्या शेंगा फोडत आवली बसली होती. काशीबाई तिच्या समोर येऊन बसली आणि तिनं सांगायला सुरुवात केली.

"काय सांगू आवले, काय बुवा कीर्तन करतात? अगं असं वाटतं की संपूच नये, आहाहा! काय तो आवाजातला गोडवा! लयी गोड आवाज हाय बघ बुवांचा आणि अभंग तर एकेक असा असतोय. अक्षी आपल्या घरातलंच वर्णन सगळं. अगदी माणसानं कसं वागावं हे तर इतकं रंगवून सांगतात बघ. एक माणूस जागचा उठत न्हायी. मंदिराचा सभामंडपच न्हायी तर आवार पन भरलेलं असतंया. तुकारामबुवा लई चांगलं कीर्तन करत्यात. पण आवले आज त्यांची एक गोष्ट मला आवडली न्हायी बघ."

असं म्हणून सांगावं की न सांगावं या विचारात काशीबाई थांबली "कोणती गोष्ट काशीताई?" आवलीनं उत्सुकतेनं विचारलं तशी जरासं घुटमळून काशीबाई म्हणाली, -

"आवले, तुझे हे काबाडकष्ट बुवांना दिसत नाहीत का गं? तू एवढी राबणूक करून, कोंड्याचा मांडा करून संसार चालवतीयास ते त्यांना दिसत नाही का?"

काशीबाईनं असं विचारल्यावर आवलीला काय बोलावं कळेना.

"म्हणजे? म्हणजे काय काशीताई?" तिनं धीर करून विचारलं.

"आवले तुझी राबणूक ध्यानी न घेता बुवा तुझा भांडखोर स्वभाव अभंगातून सांगतात बघ." काशीताई म्हणाली.

"काय? माझा भांडखोर स्वभाव अभंगातून सांगतात? म्हणजे? म्हणजे हो काय काशीताई?" आवलीनं न कळून विचारलं!

"अग आवले आज त्यांनी एक अभंग सांगितला बघ! काय बरं? हं!

बरे झाले देवा बाईल कर्कशा।
बरी ही दुर्दशा जना मध्ये।।
बरे झाले जगी पावलो अपमान।
बरे गेले धन, गुरे - ढोरे।।

असा त्यांनी आज अभंग सांगितला बघ! आता हाय तुझा स्वभाव जरासा भांडखोर, पण ते असं चारचौघांत सांगावं ? हे नवरे मेले सगळे इथून तिथून सारखेच बघ. बायकोच्या डोळ्यांतलं कुसळ दिसतया यास्नी पन सोताच्या डोळ्यांतलं मुसळ दिसत नाही. बाईच्या जातीला नवरासुद्धा वाली नसतो बघ. साप म्हणू नये धाकला आणि नवरा म्हणू नये आपला हेच खरं."

हे कालातीत सत्य सांगून काशीबाईनं बोलणं थांबवलं खरं पण आवलीच्या हृदयाला ओरखडे उठले ते उठलेच.

'खरंच धनी असं सांगत असतील? खरंच माझ्या कष्टांचं त्यांना काहीच नसेल? मग आवले तू आहेस म्हणून मी आहे हे म्हणणं तोंडदेखलंच की काय? आवले तू आहेस म्हणून मी विठ्ठलाची भक्ती निश्चिंतपणे करू शकतो याचा अर्थ असा आहे की काय? की बायकोचं गुणवर्णन फक्त मन रमविण्यापुरतंच करायचं असतं? खरंच मी इतकी भांडखोर, इतकी तोंडाळ आहे? पण निखारा धुमसत असेल तरच त्यातून धूर निघतो. त्यांचं संसाराकडं दुर्लक्ष करणं, मुलाबाळांकडं दुर्लक्ष करणं बरोबर आहे आणि माझं त्याबद्दल भांडणं चूक आहे? खरंतर आपल्या माणसाचे दोष, चुका आपणच पोटात घालायच्या असतात? की त्याचा असा बोभाटा करायचा असतो? बरं हे चारचौघात सांगण्यापेक्षा, एकटं असताना, घरात सांगता येतंच की, आणि देवाची भक्ती करायला माझ्या भांडखोरपणाचं कारण कशाला? देवाच्या भक्तीची मला आवड

आहे, त्यात माझं मन रमतं म्हणून मी देवाची भक्ती करतो असं सांगितलं असतं तर चाललं असतं! पण माझी बायको भांडखोर आहे, माझ्या घरादाराची वाताहत झालीय म्हणून मी देवाच्या भक्तीत रमतो असं म्हणणं कितपत योग्य आहे? आणि असं जर असेल तर ती देवाची भक्ती खरी कशावरून? संसारापासून पळ काढायला केलेलं निमित्त तर नव्हे? की हे स्वत:च्या चुकीचं केलेलं समर्थन आहे? की आपण संसाराकडं दुर्लक्ष करतोय या चुकीवर घातलेलं पांघरूण आहे?'

आवली स्वत:लाच प्रश्न विचारत होती आणि उत्तरंही शोधत होती. एवढी हुशार आवली पण यातल्या एकाही प्रश्नाचं उत्तर तिला सापडत नव्हतं. काशीताई येऊन संथ पाण्यात खडा टाकून गेली होती. मात्र विचारांचे उठलेले तरंग थांबायलाच तयार नव्हते.

बुवा घरी आले. जेवणं झाली. आवली गुमसुमच होती. बुवांच्या ते लक्षात आलं. पण त्यांना कारण कळत नव्हतं. आणि आपल्या भजनातल्या त्या सहज उद्‌गारानं आवली इतकी घायाळ झाली असेल याचीही त्यांना जाणीव नव्हती. बुवा झोपले, मुलंही निजली पण आवलीला झोप येत नव्हती. 'आज चारचौघात बायको भांडखोर आहे असं सांगितलंय यांनी! गावकरी काय म्हणत असतील? बुवा काय सगळ्या गावाचे लाडके आहेत. गावकरी मलाच दोष देत असतील. उद्या कामाला जाताना, 'ती बघ तुकारामबुवांची भांडखोर बायको आवली चाललीय, असं म्हणतील सगळी. काय करावं? बुवांना याचा जाब विचारावा का? की नकोच? नाहीतर पुन्हा भांडखोर म्हणतील. आणि लोकंही आपल्यालाच नावं ठेवतील. त्यापेक्षा नकोच ते!' आवलीनं मनाशीच या विचारांचा समारोप केलान. पण तुकारामबुवांच्या मनात आपल्याबद्दल अशी भावना आहे हे समजल्यावर तिचं मन विरसलं ते विरसलंच. तशा विरसल्या मनानंच तिला झोप लागली, खूप उशीरा.

दुसरे दिवशीची सकाळ मात्र एक विलक्षण नाट्य घेऊन उजाडली. आवलीची सकाळची सगळी काम आटोपली होती. बुवा आन्हिक आटोपून देवळात गेले होते. आणि अचानक नायकू पळत आला. नायकू छत्रपतींच्या सैन्यात चाकरीला होता. तो पळत आला तो थेट आवलीच्या घरी. तुकारामबुवा तर घरात नव्हतेच. आणि आवली गोधडी शिवत बसली होती. कुणी कापडाचे तुकडे दिले होते. त्यात आपली एक जुनी वाकळ घालून ती तुकडे जोडत बसली होती. तोच नायकू पळत आला.

''तुकाराममहाराज, तुकारामबुवा भाईर या लवकर. लवकर भाईर या.'' त्यानं आवाज दिला.

आवली बाहेर आली.

"काय रे नायकू? का आरडाओरडा करतोयस सकाळी सकाळी?" आवलीनं विचारलं.

"आक्का, अहो म्हाराज येणार हाईती!" नायकू उत्साहानं बोलला.

"म्हाराज? हे कोण म्हाराज? आता परवा एक भट येऊन गेला आणि आता हे म्हाराज कोण? आणि कशाला येणार आहेत? आमचं एक तुकाराममहाराज हायत तेवढं बास झालं की! आधीच ते येडं हाय. त्यात आणि हे कसलं महाराज आणि बुवा येऊन आणखीच येडं करतात त्यांना! ए बाबा, आता हे कोण म्हाराज येणार आहेत त्यांना येऊ नका म्हणून सांग. उगीच नसती बैदा डोक्याला." आवलीनं सुरूच केलं. थांबायलाच तयार नाही.

तो नायकू "अहो आक्का, अहो आक्का, अहो ऐका तरी!" म्हणत राहिला. आवलीचं बोलून झाल्यावर तो म्हणाला,

"अहो आक्का, अहो ऐका तरी! अहो तसलं कसलं महाराज येणार न्हाईत! आमचे महाराज, आपले शिवाजीमहाराज येणार हायत!"

"शिवाजी महाराज येणार हायत? म्हणजे या मुलखाचे राजे? ते आणि इकडं कशाला येणार हायेत त्यांची कामं सोडून?" आवलीनं विचारलं.

"अहो आक्का, तुकारामबुवांची कीर्ती, नाव महाराजांच्या कानावर गेलं म्हणून ते तुकारामबुवांना भेटायला येणार हायेत." नायकूनं खुलासा केला.
"झालं का? काय रे नायकू, या तुझ्या राजाला काय येडबीड लागलंय का काय रे? त्यान्ला म्हणावं अजिबात येऊ नका. तुमी तिकडं शाणपणानं राज्य करताय ते करा म्हणावं. या येड्याला भेटून तुम्ही पण येडं होशीला आणि मग हुईल राज्याचं कल्याण. नायकू, बाबा त्यांना सांग, या आमच्या धन्याच्या नादाला अजिबात लागू नका म्हणावं. त्यांनी एक संसार सोडलाय, पोरं-बाळं सोडलीत आणि त्या काळतोंड्याचं भजन करत बसतायत. पण तुम्हाला तसं करून चालायचं नाही म्हणावं. तवा शाणं असाल तर येऊ नका म्हणून सांग त्या महाराजांना" आवलीनं स्पष्टपणे उलगडा केला.

नायकू बघतच राहिला. मग भानावर आला, म्हणाला –

"अहो आक्का, महाराज आलेत, आत्ता एवढ्यात येतील. ते खास बुवांना भेटायला आलेत. हे बघा आलेच." म्हणत नायकूनं मुजरा केला.

त्या दिशेला आवलीनं बघितलं. एक राजबिंडं देखणं रूप, रुबाबात पावलं टाकत येत होतं. धारदार नाक, भव्य कपाळ, पाणीदार, तेजस्वी, पण वात्सल्य उधळणारे डोळे. तो चेहरा, तो चेहरा पाहिला आणि आवलीला लहानपणी पुण्याच्या विठ्ठल मंदिरातली ती विठोबाची मूर्ती आठवली. तशीच प्रेमळ पण तेजस्वी. अनवधानानं तिनं नमस्कार केला. राजांनी किंचित झुकून उलट नमस्कार

केला. आवलीला काही सुचेना. एवढा मोठा राजा आपल्या घरी आला. साक्षात विष्णूचं रूप आपल्या घरी अवतरलं. काय करू? काय देऊ? तिला वेंधळल्यासारखं झालं. राजांच्या बरोबर त्यांचे दोन सरदार दिसत होते. आवलीची गोंधळलेली अवस्था पाहिल्यावर त्यातले एक सरदार पुढे झाले. त्यांनी आवलीच्या मागं पडलेली गोधडी उचलली आणि अंथरली. विनम्रपणे राजांना त्यावर बसण्याची विनंती केली. राजे गोधडीवर जाऊन उभे राहिले. आणि गोधडी निरखित राहिले. रंगीत रंगीत तुकडे मोठ्या खुबीनं जोडून, त्याला बारीक शिवण घालून ती गोधडी शिवली होती. रंगसंगती आणि त्यातून तयार होणारी नक्षी अशी सुंदर साधली होती की राजे बघतच राहिले. आणि राजे एवढं टक लावून काय बघताहेत हे पाहणारे त्यांचे साथीदारही ती रंगसंगती पाहात राहिले. त्या जोडलेल्या तुकड्यांकडे, त्यातून साधलेल्या त्या रंगसंगतीकडे पाहताना राजांच्या चेहऱ्यावर एक गहिरं स्मित उमटलं. डोळ्यांत एक आगळी चमक आली.

''पंत पाहिलंत, किती रंगाचे तुकडे कसे सुबक जोडून ही गोधडी शिवलीय. कुणी केलंय हे सुबक काम?'' राजांनी उत्सुकतेनं विचारलं.

पंतांनी उत्तराच्या अपेक्षेनं आवलीकडं पाहिलं. आवली भानावर आली.

''जी-जी! मीच केलंय. मीच शिवलीय ती गोधडी जी.'' आवलीनं भीत भीत उत्तर दिलं.

''वा:! पंत सुरेख! अहो या चिंध्या ज्या कौशल्यानं जोडल्यात ना त्या कौशल्यानं मनं जोडता आली पाहिजेत, पंत. म्हणजे मग मानवतेचं सुरेख महावस्त्र तयार होतं. आई, तुमच्या हातात सुंदर कला आहे. ती पाहून आम्ही धन्य झालो. पंत नजराणा देताय ना?'' राजांचे ते बोल ऐकून आवलीला आसमान ठेंगणं झालं. तिला क्षणभर राजांच्या जागी आप्पाजी दिसले. तिचं कौतुक करणारे, तिला शाबासकी देणारे, तोवर काशीनं गुळाचे खडे आणि पाणी आणलं. ते बघून राजे आणखीच प्रसन्न झाले.

''पंत असे संस्कार आणि ते करणाऱ्या अशा माता हीच आपली मराठी मुलखाची पुण्याई आहे. खरं ना?'' राजे उद्‌गारले.

पंतांनी स्मित करून मान डोलावली आणि टाळी वाजवली. चार शिपाई नजराण्याची तबकं घेऊन पुढे आले आणि त्यांनी ती तबकं आवली समोर ठेवली, म्हणाले –

''आई, ही राजांनी तुम्हां सर्वांना प्रेमाची भेट आणली आहे. तिचा स्वीकार करावा.''

शिपायांनी त्या तबकावरचे शेले काढले आणि आवलीचे डोळे विस्फारले. एका तबकात सोन्या-मोत्याचे दागिने, दुसऱ्या तबकात रेशमी वस्त्रे, तिसऱ्या

तबकात सोन्या-चांदीचे रुपये, चौथ्या तबकात आणखी दागिने.

"हे हे सगळं आमचं? आम्हाला? — आमच्यासाठी? आम्हाला द्यायला आणलंय? कायमचं? तुम्ही परत-परत तर घेणार नाही ना?" आवलीच्या तोंडातून शद्ब फुटेना.

तिची तारांबळ उडाली. अवसान गळालं. राजे हसले. आपला उजवा हात छातीवर ठेवून किंचित झुकून म्हणाले,

"होय आई, हे सगळं तुमच्यासाठी, कायमचं? आम्ही परत घेणार नाही. तुम्हालाच द्यायला आणलंय."

आवलीला काय करावं सुचेना. ती आतनं बाहेर, बाहेरून आत करायला लागली. तोवर म्हाद्या बाहेरून पळत आला. त्याला बघून एक शिपाई पुढं झाला. आणि त्यानं तबकातला पोशाख उचलला. तो पोशाख म्हाद्याला चढवू लागला. मग आवलीच्याही लक्षांत आलं. ती लगबगीनं पुढं झाली. तबकांत असलेले दागिने उचलून आपल्या गळ्यात अंगाखांद्यावर, डोक्यांत, दंडात, हातात, कानांत जिथं बसतील तिथं घालू लागली. काशीच्याही गळ्यात, हातात तिनं दागिने चढवले. मग दुसऱ्या तबकातला शालू-शेला घेऊन आवलीनं तो आपल्या जुन्या, फाटक्या लुगड्यावर गुंडाळला. खांद्यावर, डोईवर घेतला. काशीलाही दुसरा शालू-गुंडाळला. राजे आणि त्यांचे सहकारी हा सगळा आनंद सोहळा डोळे भरून बघत होती. म्हाद्या, गंगा आनंदानं नाचत होती. काशी उड्या मारत होती. आवलीचा आनंद तर गगनात मावेना. एवढं धन, एवढं सोनं-नाणं, दाग-दागिने, शालू-शेले हे स्वप्न आहे की सत्य? ती स्वत:ला पुन्हा पुन्हा चिमटा काढून बघत होती. आज तिच्या त्या पडक्या-मोडक्या घरात राजांच्या रूपानं जणू सूर्यच अवतरला होता आणि आपल्या सोनेरी किरणानं त्यानं त्या घराचा काना-कोपरा जणू लख्ख उजळून टाकला होता. सुवर्णकणांनी लखलखता केला होता. आपली मंगळाई आपल्याला नक्कीच पावली याची आवलीला खात्री पटली. आता एवढं सारं धन मिळणार होतं. दोन वेळच्या जेवणाची ददात मिटणार होती. पोरांच्या तोंडात सुखाचे चार घास पडणार होते. थकलेल्या आवलीच्या जिवाला सुखाचे चार श्वास घेता येणार होते. अंगाला धड वस्त्र मिळणार होतं. गाठी घालून, तुरपून लुगडं नेसावं लागणार नव्हतं. काशीचं वाढतं अंग संपूर्ण वस्त्रानं झाकलं जाणार होतं. म्हाद्याच्या पोटात दुधा-तुपाचा घास पडणार होता. गंगा, विठोबा ढेकर येईपर्यंत दूध-भात खाऊ शकणार होते. आता लोकांची कामं करायची वेळ येणार नव्हती. आणि तुकारामबुवांनाही नीट, चांगलं, धडकं धोतर आणि चांगली बाराबंदी घालून कीर्तनाला उभं राहता

येणार होतं. नवी पगडी बांधता येणार होती. आता आवलीचा संसार सुखाचा, निखळ सुखाचा होणार होता. आणि हे सुख न मागता पदरात पडलं होतं आणि ते देणाऱ्या राजाला कुठं ठेवू आणि कुठं नको असं आवलीला झालं होतं. सुखाच्या महालाचे दरवाजे जणू तिच्यासाठी उघडले होते. ती, तिची पोरं, आणि तुकारामबुवा त्यात राहाणार होते. 'आले, आले तुकारामबुवा आले' असा गलका ऐकला आणि आवली भानावर आली.

तुकारामबुवांना पाहिल्यावर राजे उठले. त्यांनी तुकारामबुवांच्या चरणावर मस्तक ठेवून नमस्कार केला. 'जाणतेपणानं राज्य करा.' असा आशीर्वाद बुवांनी दिला. बुवा अंगणातून ओसरीत आले. राजांचं सगळं लक्ष बुवांकडं होतं. आता बुवा काय करतात याची उत्सुकता नजरेत होती. बुवा आले. त्यांनी पाहिलं, आवली आणि पोरं नटून बसली होती. सजून बसली होती. ओसरीवर धनाची, दाग-दागिन्यांची, रेशमी वस्त्रांची तबके आहेत. आणि नटलेली, सजलेली आवली चेहऱ्यावर आनंद आणि नजरेत कौतुकाची अपेक्षा घेऊन बुवांकडे पाहात आहे.

"वा:! आवले, तू तर गौराईसारखी नटलीस! अरे वा: काशी, म्हाद्या तुम्ही पण नटलात का? छान छान! आता झालं नटून! चला, आता काढा ते दागिने. जे धन आपलं नाही त्यावर आपला काय अधिकार? आवले काढ पाहू ते सगळं! अगं हे धन राजांचं आहे म्हणजे पर्यायानं ते रयतेचं आहे. त्यावर आपला अधिकार नाही. काढ हं."

असं म्हणत बुवा स्वत:च्या हातानं आवलीच्या अंगावरचा एकेक दागिना उतरवू लागले. आवलीच्या स्वप्नांची एका क्षणांत राख झाली. मुकाटपणे तिनं सगळे दागिने उतरवले. शालू-शेले काढले. ते बघून काशी-म्हाद्या-गंगा यांनीही तेच केलं. त्यांनीही आपला सगळा साज उतरवला. बघता बघता आवली पुन्हा लंकेची पार्वती झाली. राजे हे सगळं विस्फारल्या नजरेनं पाहात होते. पण तुकारामबुवांच्यापुढे बोलण्याचं त्यांचे धाडस झालं नाही. बुवांनी राजाकडं पाहिलं आणि म्हणाले –

"हे सगळं परत घेऊन जा आणि राज्य रक्षणासाठी आणि रयतेच्या कल्याणासाठी त्याचा उपयोग करा. सोनं-चांदी आणि माती यांचं मोल आमच्या लेखी एकच आहे. तेव्हा हे सगळं घेऊन जा!"

बुवांचे निग्रहाचे शद्ब ऐकल्यावर राजांनी शिपायाला इशारा केला. त्यानं मुकाट ते सगळं तबकांत भरलं. तबकं उचलली आणि बाहेर नेली गेली. राजे म्हणाले,

"बुवा आम्हाला क्षमा करा. अनवधानानं आम्ही आपला उपमर्द केला.

आम्हाला आशीर्वाद द्या.''

''राजे आमचा आशीर्वाद सदैव आपल्या पाठीशी आहे. मोठे कार्य करा. मोठे व्हा.'' बुवा म्हणाले.

आवलीकडं वळत राजे म्हणाले –

''आई, आम्ही चुकलो. आम्हाला माफ करा. हे दागिने आम्ही परत नेतो आहोत.''

आवलीनं डोळ्यांतलं पाणी निग्रहानं माग रेटलं. घशातलं आवंढा आतल्या आत गिळला, हुंदका आवरला आणि म्हणाली,

''राजे, पतीची इच्छा हेच पत्नीचे दागिने. पतीचं आज्ञा-पालन हेच शालू-शेले, आणि पतीची इच्छापूर्ती आणि सेवा हेच तिचं धन. आम्हाला त्याचं मोल जास्त आहे. तुम्हीच आम्हाला माफ करा. तुम्ही दिलेला नजराणा आम्ही स्वीकारू शकत नाही!''

तिचे हे बोल ऐकले आणि राजे नतमस्तक झाले. म्हणाले,

''पंत, ऐका ऐका! पंत अशा माता आणि पत्नी जोपर्यंत इथे आहेत तोपर्यंत इथल्या मातीतून असे हजारो शिवबा आणि तुकाराम जन्म घेतील. धन्य हो, धन्य झालो. आई आम्ही धन्य झालो!'' असं म्हणत आवलीसमोर क्षणभर मस्तक झुकवून राजे दुसऱ्या क्षणाला गेलेसुद्धा. आणि त्यांच्याबरोबर गेलं ते आवलीचं सुंदर स्वप्न. भविष्याची निश्चिती आणि पोरांचं पोटभर अन्न सुद्धा.

आवलीला हुंदका आला. तो ऐकून बुवा म्हणाले,

''आवले, वाईट वाटून घेऊ नकोस. अगं जोपर्यंत पांडुरंग आपल्या पाठीशी आहे तोपर्यंत आपण कशाला वाईट वाटून घ्यायचं?''

''व्हय तर! त्यो हाय म्हणूनच आम्ही असं उपाशी ऱ्हातोय आणि फाटक्या चिंध्या घालून फिरतोय. त्यो हाय म्हणूनच माझ्या पोरांच्या तोंडात पोटभर घास पडेना आणि माझ्या हातची मोल-मजुरी सुटेना. त्यो हाय म्हणूनच हे औट घटकेचं सुख त्यानं दावलं आणि लगेच सगळं ओरबाडून घेतलं. आमची परीक्षा न्हवं थट्टा करतोय तो. थट्टा करतोय आमच्या गरिबीची. उपाशी आतड्यांची! पोरांच्या भविष्याची! खेळ मांडलाय त्यानं आमच्या आयुष्याशी आणि सगळ्यात वाईट गोष्ट अशी आहे की त्याच्या या जीवघेण्या खेळात तुम्ही त्याला साथ देताय. आमच्या आयुष्याशी खेळून तो आपला जीव रमवतोय. पण तुम्ही? तुम्ही काय करताय? आपल्या बायको-पोरांना त्यानं असं खेळवलेलं तुम्हाला कसं बघवतंय? प्रपंच नेटका करण्याच्या गप्पा तुम्ही भजनात मारता न्हवं? मग तुम्ही का नाही केला नेटका प्रपंच? पुरुषार्थाच्या गोष्टी तुम्ही कीर्तनात सांगताय न्हवं? मग तुमचा पुरुषार्थ कुठं शेण खायला गेलाय काय? हातात बांगड्या

भरा. त्यादेखील उपयोगाच्या नाहीत. बांगड्या भरलेले माझे बाईचे हात हा संसाराचा गाडा एकट्यानं उपसतायत. तुम्हाला तेही जमायचं नाही. तुम्ही आणि तुमचा तो काळतोंड्या कुठंतरी जाऊन जीव द्या. नाहीतर मी तरी कुठंतरी जाऊन जीव देते. त्या सीतेसारखं मला पण धरणीमाता पोटात घेते का बघते. नाहीतर इंद्रायणीत जाऊन पडते. मग बसा गोंधळ घालत, तुम्ही, तुमची पोरं आणि तो काळतोंड्या. मग चूल पेटवायला घाला तुमची वीणा चुलीत आणि चिपळ्या पण. बघा त्यावर चूल पेटतीया काय? नाहीतर त्या विठ्याला सांगा जळण आणायला. स्वत: कमवून बायको-पोरांच्या पोटात घास घालायचा नाही आणि दुसऱ्या कुणी दिला तर तो त्यांच्या तोंडात पडू द्यायचा नाही. असला करंटेपणा तुम्ही आणि तो तुमचा विठ्याच करू जाणे. काय करायचं असला प्रपंच करून तरी मला? संसार दोघांचा असतो म्हणतात. दोघांनी करायचा असतो म्हणतात. तडजोडीनं, काटकसरीनं करायचा म्हणतात. पण एकानं जोडायचं आणि दुसऱ्यानं तोडायचं असली तडजोड काय कामाची? आता तुमचा हा प्रपंच तुम्ही आणि तुमचा तो विठ्या, काळतोंड्या करत बसा. सांभाळा तुमची पोरं! मी चालले आता. बघते ती नदी तरी मला पोटात घेतीय का ते? बघते ती तरी माझं हे दु:ख जाणतीय का ते?''

आवली बांध फुटल्यागत भडाभडा बोलत होती आणि ढसाढसा रडत होती. डोळ्यांतून अश्रूंच्या धारा वाहात होत्या पण त्यानं उरात पेटलेली आग विझत नव्हती. तिच्या या भडिमारामुळं मुलं तर कावरीबावरी झालीच पण तुकारामबुवांनाही काय बोलावं ते कळेना. आवली बोलबोल बोलली. आणि एका झटक्यात घराबाहेर पडली. पोरांच्या आणि तुकारामबुवांच्या लक्षात येण्यापूर्वी ती दिसेनाशीसुद्धा झाली. तिला थांबवायचं, अडवायचं, हाक मारायचं धाडस आणि भान कुणालाच नव्हतं. अगदी समंजस आणि स्थितप्रज्ञ असलेल्या तुकारामबुवांनाही.

आवलीच्या संतापाचा उद्रेक तो विठूराया स्तिमित होऊन बघत होता. तिच्या त्या संतापाची आता त्याला भीती वाटू लागली होती. तुकारामबुवा आता त्याचेच झाले होते. आवलीनंही आताशा ते बिनतक्रार स्वीकारलेलं दिसत होतं. पण कर कटेवर ठेवून उभ्या असलेल्या त्या पांडुरंगाच्या मनात काय आलं कोण जाणे? शिवाजीराजांना मध्ये घेऊन तो एक खेळ खेळला. खरं तर एका परीनं ती त्याच्या श्रेष्ठभक्ताची, तुकारामबुवांची परीक्षाच होती. पण तो खेळ म्हणजे आवलीच्या भाबड्या मनाशी खेळ होता, तिच्या भावनांशी खेळ होता हे अनवधानानं तो विसरला. पण त्या खेळाचा परिणाम इतका भयंकर होईल याची कल्पना तो ईश्वर असून त्याला आली नाही. सुखाची, श्रीमंतीची ही झुळूक आवली स्वप्नवत मानेल आणि विसरून जाईल असं त्याला वाटलं होतं. पण सुखाची ही झुळूक आवलीच्या

हृदयांत आणि तुकारामांच्या संसारात इतकी आग लावेल अशी पुसटशी कल्पनाही त्याला आली नाही. या प्रसंगानं तुकारामबुवांची श्रेष्ठता आणखी वाढणार होती हे जरी खरं असलं तरी या प्रसंगाबद्दलची आवलीची प्रतिक्रिया इतकी तीव्र, उद्रेकी, स्फोटक असेल याचा त्याला अंदाज आला नाही. तुकारामबुवांचा संसार एक हाती ओढणारी आवली त्यालाही पुरती कळलेली नव्हती. 'स्त्रियश्चचरित्रम्' दुसरं काय? आणि हे 'त्याला'ही मान्य करावंच लागलं.

अठरा

आवली घरातनं निघाली ती थेट इंद्रायणीच्या काठी आली. इंद्रायणीचा वर्दळीचा घाट सोडून ती पलीकडच्या, एकाकी, शांत जुन्या घाटावर गेली. तिथं जुन्या घाटाच्या पायऱ्या तुटलेल्या होत्या. त्यावर जाऊन बसली. विस्कटलेलं मन, चिंध्या झालेलं हृदय, ओघळणारे डोळे आणि पूर्णपणे खचलेली, निराश झालेली आवली. तिचे वाहणारे अश्रू बघून नदीलाही वाहण्याची लाज वाटली. तिचं चिंध्या झालेलं हृदय बघून ढासळलेला नदीकाठही लाजला, तिचं विस्कटलेलं मन बघून विस्कळीत असलेला तो किनाराही गोंधळून गेला. बिजलीसारखी कडाडणारी, वाघिणीसारखी लढणारी, पर्वतासारखी अचल, पण पारिजातकाच्या फुलासारखी भाबडी आणि प्रांजल आवली, तिची आताची अवस्था बघून कुणाचाही यावर विश्वास बसला नसता. जगण्याची उर्मी नष्ट झालेली, स्वप्नांचे मनोरे उद्ध्वस्त झालेली आवली, नदीच्या वाहणाऱ्या पाण्याकडं बघत बसली होती. पण तिला कशाचंच भान नव्हतं. आपण कुठं आलोय? कुठं बसलोय? काय करतोय? याची कसलीच जाण नव्हती. एकदा वाटत होतं, उठावं आणि झोकून द्यावं स्वत:ला नदीत. कायमचा त्रास तरी संपेल. उपेक्षा तरी थांबेल. या विचारानं क्षणभर ती विचलित झाली. पण दुसऱ्या क्षणी तिचं झुंज देणारं मन जागं झालं. 'छे छे: असं दु:खाला, संकटाला भिऊन जीव द्यायचा नाही. हा भेकडपणा झाला. आपल्याला हे शोभणार नाही. आप्पाजींच्या आवलीला हे शोभणार नाही. आप्पाजींची आवली ....'

आवलीचं तेच नामोनिधान बरोबर होतं. खरं तर आपल्याला 'तुकयाची आवली' असं ओळखलं जावं असं आवलीला मनोमन वाटायचं. त्यासाठी तिची धडपड असायची. पण ते व्हायचं नाही. आवलीला 'आप्पाजींची आवली' आवडायचं. पण तिला आस होती 'तुकयाची आवली' म्हणवून घ्यायची. आप्पाजींनी

तिच्या लग्नाच्यावेळी तिला निरोप देताना हेच सांगितलं होतं. म्हणाले होते –

"आवले, रामाच्या बरोबरीनं वनवास सोसला, त्रास भोगला म्हणून सारं जग सीतामाईला रामाची सीता म्हणून ओळखतं. तुकारामांच्याबरोबर संसार करताना तुझी त्यांना अशी साथ मिळू दे की, जगानं तुला 'तुकयाची आवली' म्हणून ओळखावं! आणि मला खात्री आहे की, तूही तुकारामांना तशीच साथ देशील. आणि 'तुकयाची आवली' म्हणून ओळखली जाशील."

आप्पाजी, आपले आप्पाजी! त्यांना किती अभिमान होता आपला. आपल्या हुशारीचा, चुणचुणीतपणाचा, धडपड्या स्वभावाचा. म्हणायचे, 'माझी आवली गप्प बसणारी, मुळुमुळु रडणारी नाहीच. कोणत्याही प्रसंगाला धैर्यानं तोंड देणारी आहे. संकटांना सामोरं जाणारी आहे.' खरं आहे आप्पाजी तुमचं. आवलीच्या नशिबी फक्त आणि फक्त संकटांनाच सामोरं जायचं लिहिलंय.' आप्पाजी म्हणायचे, 'माझ्या आवलीला कुठंलही काम सांगा, नेटकेपणानं आणि सुबकपणानं करेल." म्हणून तर तिचा भातुकलीचा मांडलेला खेळ, तिची तो खेळ खेळण्याची पद्धत, त्यातली निरीक्षणशक्तीची प्रचिती बघितल्यावर आई म्हणायची, 'ही पोर लुटुपुटुचा संसार इतका चांगला करतेय, तर मग खरा संसार किती चांगला करेल?' तिचं संसार मांडणं, तो नीट सांभाळून ठेवणं, तुटणार, फुटणार नाही याची काळजी घेणं याचं आईला कोण कौतुक. पण आईला तरी कुठं माहीत होतं की, भातुकलीचा संसार तुटण्या-फुटण्यापासून जपणाऱ्या आवलीला खऱ्या संसारातली तोड-फोड वाचवता येणार नाहीय. सुखी संसाराची तालीम लहानपणीच घेतलेल्या आवलीला प्रत्यक्ष संसारात अपयश पदरी येणार आहे. खरंच! स्वप्न आणि सत्य यातली सीमारेषा इतकी दाहक असते काय?

आवलीला आठवली गुणाबाई. आवलीची रोज नीटनेटकी वेणी घालणारी, तिच्या जाडसर केसांची निगा राखणारी, त्यांना भरपूर तेल लावून विंचरणारी आणि आवलीनं तेलाबद्दल खळखळ केली की, कधी प्रेमानं तर कधी रागावून तेल लावणारी! गुणाबाईला बिचारीला कधी वाटलं असेल का, की ज्या आवलीच्या केसांची निगा आपण इतक्या काळजीनं घेतो त्याच आवलीच्या केसाला महिनो न् महिने तेलाचा थेंबही मिळणार नाहीये. ज्या आवलीचे केस रोज विंचरून आपण सुबकशी वेणी घालत होतो, त्याच आवलीचे केस बुरणुसासारखे होणार आहेत. ज्या आवलीला एक दिवसही केसांत गजरा नसला तर चालायचं नाही, त्याच आवलीचा वर्षानुवर्षे फुलांशी दुरूनही संबंध येणार नाहीये. कदाचित त्यावेळी हे गुणाबाईला कळलं तर? आणि तिला हेही वाटलं नसेल की, ज्या विठ्ठलाचं नाव आपण पदोपदी घेत आहोत, तोच विठ्ठल

आपल्या लाडक्या आवलीच्या संसाराच्या विस्कटण्याला कारणीभूत ठरणार आहे. रोज आवलीची दृष्ट काढायला सांगणारी आवलीची आई आणि ती काढणारी गुणाबाई यांना असं वाटलं असेल का की, आवलीचा संसार देवच दृष्टाळणार आहे. त्याचीच नजर आवलीच्या संसाराला लागणार आहे.

पाण्यावर उठणारे तरंग जसे दूरदूर जातात आणि वर्तुळ मोठं मोठं करत सगळा पाण्याचा पृष्ठभाग व्यापतात, तसं आवलीच्या मनात दूरदूरच्या आठवणींचे तरंग उठत होते. आणि हळूहळू त्यांनी आवलीचं अवघं मन व्यापलं. मग आठवले आप्पाजी, आई, गुणाबाई, सारजा, गोदा, वत्सला सगळे आठवले. आठवले आप्पाजींनी केलेले लाड, आईनं केलेलं कोड-कौतुक, गुणाबाईनं लावलेलं प्रेम आणि तिला आठवला एक प्रसंग.

आप्पाजी त्या दिवशी वसुलीला गेले होते. रोज संध्याकाळी परत येणारे आप्पाजी त्या दिवशी दुपारचेच परत आले. त्यांच्याबरोबर एक माणूस होता, त्याचा पोशाख, त्याचा अवतार घरातली सगळी बघतच राहिली. त्यानं पायघोळ, भगवी कफनी घातली होती. गळ्यात रंगीबेरंगी मण्यांची माळ होती. डोळ्यांत सुरमा होता. लांबडी दाढी होती. डोक्याला टापशी गुंडाळली होती. हातात, दंडात, गळ्यात रुद्राक्षाच्या माळा बांधलेल्या होत्या. धारदार नाक असलेल्या त्या माणसाचे डोळे गर्द हिरव्या रंगाचे आणि मोठे भेदक होते. हा माणूस कोण आणि हा आप्पाजींबरोबर कसा याचं मोठं कोडं सगळ्यांना त्या दिवशी पडलं होतं. कारण आप्पाजी धार्मिक असले तरी अंधश्रद्धाळू नव्हते. बुवाबाजी, चेटूक-करणी-भानामती, गंडेदोरे यांवर त्यांचा विश्वास नव्हता. त्यांचा विश्वास प्रयत्नांवर होता आणि देवावर होता. म्हणून असले जोगडे, गोसावी, बैरागी यांना ते कधी जवळ करत नसत. उलट गावात कुणी बैरागी-बुवा आलाच तर त्याची नीट चौकशी करूनच ते त्याला गावाबाहेरच्या मारुतीच्या मंदिरात उतरायची परवानगी देत. आणि आठ दिवसांच्या वर गावात कुणालाही ठेवून घेत नसत. अशी मतं असलेल्या आप्पाजींबरोबर आज असा हा विचित्र दिसणारा माणूस आलेला बघून सगळ्यांना नवल वाटलं. आवलीला तर जास्तच आणि मूळच्या चौकस स्वभावानुसार तिचं कुतूहलही जागृत झालं. ती आप्पाजींच्या मागं -पुढं करू लागली. आप्पाजी त्या माणसाला घेऊन पडवीत आले. तिथं हातातला सोटा आणि पडशी ठेवून ते सोप्यावर आले. त्या माणसालाही त्यांनी सोप्यावर बोलावलं. दोघंही बैठकीवर बसली. आईनं गुणाबाईच्या हाती गूळ-पाणी पाठवलं. पाणी पिऊन होताच आप्पाजींनी आईला हाक मारली. आई डोईवरचा पदर सावरत, माजघराच्या दाराआड उभी राहिली. आप्पाजी म्हणाले, "अहो हे आमच्याबरोबर आलेले स्वामी चैतन्यानंद प्रभूपाद. हे विख्यात

ज्योतिषी आहेत. माझा आजपर्यंत या गोष्टींवर विश्वास नव्हता, पण आज केवळ यांच्या भविष्यवाणीने मी वाचलो आहे. आज ज्या बैलगाडीतून मी परत येणार होतो त्या बैलगाडीत बसत असताना स्वामीजी तिथं आले. त्यांनी मला त्यात बसू दिलं नाही. मी प्रथम ऐकलं नाही, पण स्वामीजींनी मला जबरदस्तीनं खाली उतरविलं आणि काय सांगू तुम्हाला, थोडंस पुढं गेल्यावर ओढ्यावरचा साकव तुटला आणि ती गाडी, बैलं सगळं पाण्यात पडलं. मला स्वामीजींची महती कळली आणि मी त्यांना घरी घेऊन आलो. आता आमच्या जेवणाची व्यवस्था करा. स्वामीजी फक्त दूध-भात खातात.''

आप्पाजींनी बोलणं संपवलं. आईनं प्रथम देवाला हात जोडले, मग तिथूनच स्वामीजींना तिनं वाकून नमस्कार केला. आणि ती आत गेली. या सगळ्यांकडं कुतूहलानं बघणाऱ्या आणि ऐकणाऱ्या आवलीनंही स्वामीजींच्या पायावर डोकं ठेवलं. कौतुकानं खांद्याला धरून स्वामीजींनी तिला उभं केलं. ८-९ वर्षांची होती आवली तेव्हा. काही काळ स्वामीजी तिच्याकडं एकटक पाहत राहिले. त्यांची नजर तीक्ष्ण झाली होती. आणि ती आवलीच्या कपाळावर एकवटली होती. जणू ते आवलीची ललाटरेषा वाचत होते. काही क्षण असेच गेले. मग स्वामीजी म्हणाले,

''ही पोर मोठी हुशार आणि तेज आहे. हिचं कुंकू मोठं भाग्याचं आहे. या पोरीशी नियती काही विचित्र खेळ करणार आहे. पण ही पोर तिलाही हरवेल एवढी तेज आहे. एका प्रचंड मोठ्या वटवृक्षाला आधार देणाऱ्या धरणीचंच ही रूप आहे. तिलाही असाच एका वटवृक्षाला आधार द्यायचाय. प्रत्यक्ष परमेश्वरावर हिची सत्ता राहील. देवावर अधिकार राहील. इतर लोकांना ईश्वर जाब विचारतो. ही ईश्वराला जाब विचारेल. हिची पुण्याई एवढी जबरदस्त आहे की, हिनं मनात आणलं तर प्रत्यक्ष परमेश्वर हिला दर्शन देईल. आप्पाजी, संकटांना भीक न घालणारी, प्रत्यक्ष ईश्वराला जाब विचारणारी ही तुमची पोर आवली, सारा मराठी मुलूख हिचा ऋणी राहील. आणि इतिहासानंही हिला विसरून चालणार नाही. पोरी एक वचन तुला देतो. जेव्हा कधी तुझा धीर संपेल, जगण्याची उर्मी संपेल, झुंज घेण्याचं बळ संपेल, तेव्हा माझं स्मरण कर. मी तुला धीर देईन, मार्ग दाखवीन. कल्याण असो पोरी तुझं.''

स्वामीजींनी आवलीच्या मस्तकावर हात ठेवला. क्षणभर ती थरारली. विजेची एक तेजस्वी शलाका आपल्या आरपार जाते आहे, आपलं सर्वांग व्यापते आहे असं तिला वाटलं. तो क्षण संपून गेला. आवली सावध झाली. पुन्हा एकवार स्वामीजींच्या पायावर डोकं ठेवून ती आत गेली. स्वामीजी काय म्हणाले त्यातला शद्ब न् शद्ब तिला कळला नव्हता. पण आपल्याला झुंज द्यावी

लागणार आहे हे तिला कळलं होतं. स्वामीजींनी मस्तकावर हात ठेवला तेव्हा तिची आणि स्वामीजींची क्षणभर नजरानजर झाली. आणि तिला आठवला मस्तकावरून मधाची धार धरल्यावर एखाद्या तपस्व्यासारखा दिसणारा विठोबा. स्वामीजी अगदी तसेच दिसत होते. आत गेल्यावर कितीतरी वेळ आवली, तपस्व्यासारखा दिसणारा विठोबा आणि आलेले स्वामीजी यांच्यातल्या सारखेपणाचा विचार करत होती. मनांत उद्भवणाऱ्या असंबद्ध पण सतावणाऱ्या प्रश्नाचा विचार करत होती. आप्पाजी मात्र लेकीचं भविष्य ऐकून खूश झाले होते. आनंदित झाले होते.

नदीच्या काठावर उदास मन:स्थितीत, कोसळलेल्या मनानं, एकाकीपणे बसलेल्या आवलीला स्वामीजींची आत्ता प्रकर्षानं आठवण झाली. 'स्वामीजी, स्वामीजी कुठं आहात तुम्ही? माझं भविष्य सांगताना त्या-त्या वाक्याचे उत्तरार्ध तुम्ही सांगितले नव्हतेत स्वामीजी! तुम्ही सांगितलं होतंत, हिचं कुंकू मोठं भाग्याचं आहे म्हणून. पण ते कुंकू माझ्या कपाळाला चटके देणारं आहे हे तुम्ही बोलला नव्हतात स्वामीजी. तुम्ही म्हणाला होतात, वटवृक्षाला आधार देणाऱ्या धरणीचं ही रूप आहे. पण त्याच वटवृक्षानं मोठं होण्यासाठी पसरलेल्या मुळ्या त्या धरणीची छाती फोडून तिलाच जखमी करतील, विव्हल करतील, हे तुम्ही सांगितलंच नव्हतं स्वामीजी! तुम्ही बोलला होतात ही ईश्वराला जाब विचारेल, उत्तर विचारेल. पण ईश्वर तिला कधीच उत्तर देणार नाही असं तुम्ही सांगितलं नाहीत. स्वामीजी तुमचं एक सांगणं मात्र खरं ठरलं! तुम्ही सांगितलं होतंत हिला नियतीशी झुंज घ्यावी लागेल, पण स्वामीजी नियतीशी झुंज घेता घेता मी थकून गेलेय हो. आता बळ संपलंय. जिद्द थंडावलीय. नियतीला हरवण्याची जिद्द बाळगणारी ही आवली आता हरलीय स्वामीजी आता धरणी हरलीय. वटवृक्ष फार मोठा झालाय स्वामीजी, अगदी आकाशाएवढा. पण त्याच्या मुळाच्या पसरण्यानं, त्याला झेलता झेलता धरणीचा ऊर मात्र फाटून गेलाय! तिच्या हृदयातून रक्ताची धार लागलीय, स्वामीजी! पण वटवृक्षाला ते दिसतही नाहीये आणि बघायची इच्छाही नाहीये. मग स्वामीजी धरणीनं काय करायचं? की असंच फाटत जायचं? स्वामीजी फाटून फाटून धरणीच्या काळजाच्या चिंध्या झाल्यात, आता श्वासही गुदमरायला लागलाय. आता तिला जगायचं नाहीये. मग आता तिनं काय करायचं? संपवून टाकायचं स्वत:ला? कुणाला हाक मारायची? कुणाकडं बघायचं? उत्तर द्या स्वामीजी, उत्तर द्या.'

आवली मनोमन आकांत करत होती. घुसमटून, घुसमटून श्वास कोंडायला लागला होता. डोळ्यांतून अश्रू बेबंदपणे वाहत होते. आणि तोंडातून उमटणारा हुंदका आतल्याआत दाबून आवली रडत होती.

तो नदीचा काठ, ते वाहतं पाणी, काठावरचं ते कदंबाचं झाड सगळं धूसर

धूसर झालं होतं. डोळ्यांवर पाण्याचा जाडसर पडदाच साचला होता. आतल्याआत हुंदके देताना आवलीचं सगळं अंग गद्गद्त होतं. भवताली अंधारलेलं होतं. तिच्या मनातल्या दु:खामुळं की खरंच? आवलीनं समोर पाहिलं. कदंबाच्या झाडाखाली तेवढा प्रकाश पसरला होता. हळूहळू तो प्रकाश मोठा-मोठा होत गेला. त्याची एक मानवीय आकृती तयार झाली. आवली क्षणभर भान विसरली. आपण कोण आहोत? कोठे आहोत? काय परीस्थितीत आहोत? हे विसरली. हळूहळू त्या प्रकाशानं मानवी आकृतीचं रूप धारण केलं. त्या प्रकाशाला आता चेहरा आला. आणि तेजस्वी रूप आलं. नाक-कान आले, श्वेतदाढी आली आणि बाई ग ऽ! आणि आले गर्द हिरव्या रंगाचे डोळे! ते डोळे पाहिले आणि आवलीच्या तोंडून अनाहूतपणे शद्ब उमटले, “स्वामीजी ऽऽ”

आपल्याच तोंडातून उच्चारला गेलेला तो शद्ब ऐकून आवली नखशिखान्त थरारली.

“होय पोरी, बरोबर ओळखलंस! एवढ्या संकटांनंतरही तुझी बुद्धी तेज आहे अजून.” त्या प्रकाशातून शद्ब आले.

आणि आवलीचा बांध फुटला. घुसमटून टाकणारा, अनावरपणे दाबून धरलेला हुंदका सुटला आणि आवली स्वामीजींच्या पायावर कोसळलीच. एखादा जीर्ण-शीर्ण झालेला, आधार सुटलेला वृक्ष कोसळावा तशी. स्वामीजी चमकले. ही एवढी तेज तर्रार, झुंजार पोर अशी उद्‌ध्वस्त झाल्यासारखी का रडतेय? स्वामीजींनी दिव्य-दृष्टी लावली. त्यांना एका क्षणात सगळे उमजले. त्यांना वाईट वाटले. प्रत्यक्ष नियतीशी झुंज घेण्याचं धाडस दाखवणारी ही पोर इतकी असहाय्य? दीनवाणी? त्यांनी आवलीला उठवून उभं केलं. तिच्या मस्तकावर आपला हात ठेवला. म्हणाले,

“पोरी शांत हो! शांत हो बेटी! स्वत:ला आवर. अजून तुझी झुंज संपली नाही. प्रत्यक्ष परमेश्वर तुला घाबरतोय. तुझ्या धाडसानं त्यालाही तू विचार करायला लावलंयस. शांत हो, तुझा हा विलाप बंद कर! तुझ्यावर फार मोठी जबाबदारी आहे. इथून पुढं तुला आता प्रत्यक्ष ईश्वराशीही झगडायचंय ! तुला मोठं झालं पाहिजे पोरी! पुस ते डोळे! बघ, माझ्याकडं बघ.”

स्वामीजींनी मस्तकावर हात ठेवला आणि आवली सावध झाली. पुन्हा तीच थरारणारी अनुभूती तिच्या शरीरभर पसरली. तिनं डोळे उचलून स्वामीजींकडं पाहिलं. नजरानजर झाली, क्षणभरच आणि ती नजर आतपर्यंत खोल खोल उतरून पार तिच्या हृदयापर्यंत पोचली. तेच ते डोळे आणि मस्तकावर मधाची धार धरल्यावर तपस्व्यासारखा दिसणारा तोच चेहरा. आवली दु:ख विसरली, निराशा विसरली. स्वामीजींच्या त्या नजरेनं जणू विझलेल्या निखाऱ्यावर फुंकर

घातली. आवलीच्याही नकळत ती ताठ झाली. झुकलेले खांदे सरळ झाले. विझलेले, ओलसर डोळे पुन्हा स्फुलिंग पेटल्यासारखे उन्मलित झाले. चेहऱ्यावरचं मावळलेलं हसू पुन्हा विलसू लागलं. हनुवटीवरची, ठामपणा दर्शवणारी खळी पुन्हा गहिरी झाली. आवलीनं चेहऱ्यावरनं हात फिरवला. केसावरनं हात फिरवला. विस्कटलेला पदर सावरून तो पुन्हा डोईवरनं नीट घेतला, आणि कमरेशी घट्ट खोचला. स्वामीजी प्रसन्न हसले. आवलीनं मनोमन स्वामीजींना नमस्कार केला. ते प्रकाशमान वलय कमी कमी होत गेलं. आणि शेवटचा उरलेला ठिपका कदंबाच्या झाडात विलीन झाला. आवली त्याकडे पाहता पाहता पुन्हा खाली बसली. आता तिची विचारशक्ती जागृत झाली होती. मनाचा अश्व धावू लागला होता. आपण कोण आहोत? कुठं आहोत? इथं कशासाठी आलो आहोत? याचं तिला भान आलं. घरात घडलेली सगळी घटना तिला इत्थंभूत आठवली. तुकारामबुवा आठवले, पोरं आठवली. आणि आपण रागाच्या भरात इथं आलो आहोत हेही आठवलं. घरातला आणि मनातला हा तिढा कसा संपवायचा याचा ती विचार करू लागली. स्वामीजींचे शद्ब तिला आठवू लागले. 'तुझ्यावर अजून फार मोठी जबाबदारी आहे.' 'अजून कसली जबाबदारी आहे आपल्यावर? काय करायचं राहिलंय आता आणखी? गावकऱ्यांना शांत करणारी आणि बायको-पोरांना अतृप्त ठेवणारी ही भक्तीची मशाल पदरात बांधून आतापर्यंत जळत जळतच आपण संसार केला. काबाडकष्ट केले. पण पदरात काय पडलं? तर कजागपणाचा, कर्कशपणाचा, भांडखोरपणाचा ताम्रपट! आणि संसार विस्कटायला, तुकारामबुवांचं संसारातून लक्ष उडायला आपणंच कारणीभूत असल्याचं मानपत्र! आता आणखी काय जबाबदारी 'घ्यायची, पेलायची राहिलीय' आवली स्वतःच्याच मनाला प्रश्न विचारत होती आणि स्वतःच त्यांची उत्तरं शोधायचा प्रयत्न करत होती. नदीचा तो अंधारलेला काठ, ती निःस्तब्ध शांतता, त्या शांततेला चिरणारा, मधनंच छेद देणारा तो पाण्याचा आवाज, त्या अंधारातही स्वतःचं अस्तित्व दाखवणाऱ्या झाडांच्या त्या गर्द सावल्या, क्वचित होणारी त्यांच्या पानांची सळसळ आणि आवलीच्या मनात उठणारी प्रश्नांची आवर्तनं. शद्ब, नाद, रस, गंधासह सगळा निसर्गच जणू आवलीच्या मनातल्या प्रश्नांबरोबर आवर्त होत होता. आणि त्या आवर्तनात जणू आवलीची समाधी लागली होती. संजीवन समाधी, चिन्मय समाधी.

मनाच्या त्या तरल अवस्थेतून आवली जागी झाली ती तिच्या पायाला कुणाची तरी मिठी पडली म्हणून. दचकून तिनं समोर पाहिलं. काशी, म्हाद्या रडवेल्या चेहऱ्यानं समोर उभी होती. "आई , ए आई! आमाला सोडून हितं येऊन बसलीस व्हय? चल की घरी! चल की गं. आमाला सोडून जाऊ नकोस गं! चल

घरी, आई आई, बाबा पण डोळ्यातनं पाणी काढत बसलेत. 'माझी आवली कुठं गेली? माझी आवली कुठं गेली?' म्हणत बसलेत. चल की ग घरी? चल ग चल.''

काशी-म्हाद्यानं धोसरा घेतला. तिच्या पायाला मिठी मारून त्यांनी ढसाढसा रडायला सुरूवात केली. पोरांना असं रडताना बघून आवलीलाही रडू फुटलं. तिनं वाहत्या डोळ्यांनीच पोरांना जवळ घेतलं. पोरं हमसून रडत होती. त्यांना थोपटलं. आईचा आश्वासक हात डोक्यावरनं फिरताच पोरं उगी झाली. तिचे दोन्ही हात धरून त्यांनी तिला उभी केली. आणि तिला घेऊन ती दोघं निघाली. चालता, चालताच दोन्ही पोरांना दोन्ही हातानं जवळ घेऊन 'तुकयाची आवली' पुन्हा नियतीशी झुंजायला सिद्ध झाली, मनांत जिद्दीची ज्योत घेऊन!

तुकारामबुवा आणि मुलाबाळांना सोडून आवली रागाच्या भरात घराबाहेर पडली. जीव देण्याची भाषा करतच ती गेली. आणि याचं भान आल्यावर तुकारामबुवा भानावर आले. आवली आपल्याला सोडून गेली ही गोष्टच त्यांना पचनी पडेना. आवली गेली, आवली निघून गेली, आपल्याला सोडून गेली. तुकारामबुवा जणू भान विसरले, जाणीव हरवून बसले. पायाखालची जमीन सरकल्यावर एखादा वटवृक्ष उन्मळून पडावा तसे ते बसल्याजागी उन्मळले. गलितगात्र झाले. काहीच क्षण! पुन्हा त्यांना भान आलं. आवली, त्यांची पत्नी- त्यांची आधारशिला- त्यांच्या भक्तीइमारतीचा पाया. त्यांना आठवलं – लग्नाचे वेळी लाजरी, पण डोळ्यांत उत्सुकता घेऊन वावरणारी आवली, घराचा कारभार व्यवस्थितपणे सांभाळणारी, सासू-सासऱ्यांची लाडकी बनलेली आवली, मुलीच्या जन्मानं आनंदित झालेली आवली, जवळच्यांचे मृत्यू बघून भ्यालेली आवली, पुन्हा राखेतून झेप घेण्याची जिद्द बाळगणारी आवली, वाडा गेल्यावर चिडलेली, विठोबाला रागावणारी, नदीत पोथ्या बुडवल्यावर बुवांच्या बरोबर उपाशी राहणारी आवली आणि कोंड्याचा मांडा करून संसार करणारी, काटे तुडवत भामनाथाच्या डोंगरावर जेवण घेऊन आलेली आवली, एक ना दोन! आवलीची हजार रूपं त्यांना आठवू लागली आणि आपण तिच्यावर केलेल्या अन्यायाच्या जाणीवेचं भान येऊन बेभान होऊन तुकारामबुवा अश्रू गाळू लागले. 'माझी आवली कुठं गेली?' असा विलाप करू लागले. आवलीची केलेली प्रत्येक उपेक्षा, तिच्याकडे दुर्लक्ष केलेला प्रत्येक क्षण, तिच्या मनावर झालेला प्रत्येक आघात जणू अश्रू बनून तुकारामबुवांच्या डोळ्यांतून वाहात होता आणि विशेष म्हणजे याक्षणी त्यांना फक्त आवली आठवत होती. फक्त आवली, त्यांची आवली दुसरं काही नाही, अगदी पांडुरंगसुद्धा नाही!

आवलीला संतापून घराबाहेर पडलेलं बघून त्या कर कटेवर ठेवून विटेवर

उभ्या असलेल्या पांडुरंगालाही सुचेना की काय करावं? आवलीचा ठामपणा त्याला माहीत होता. तिचा हट्टीपणाही तो जाणून होता. एकदा जर आवलीच्या मनानं जीव द्यायचं ठरवलं तर ते कालत्रयी बदलणार नाही हेही त्याला माहीत होतं. आवलीचं अजून संसारातलं काम संपलेलं नाही याचीही त्याला जाणीव होती. बरं ही गोष्ट रुक्मिणीला सांगावी आणि तिला आवलीची समजूत घालायला पाठवावं, तर रुक्मिणीने विठ्ठलालाच बोल लावला असता. कारण मुळात तो तुकारामासाठी आवलीचा छळ करतोय हेच तिला मान्य नव्हतं. तिनं आवलीची समजूत काढायच्या ऐवजी तिचं समर्थनच केलं असतं! त्यामुळं या बाबतीत विठ्ठलही एकटाच होता. एकाकी होता. आणि त्यालाच आता यातनं मार्ग काढायचा होता. त्याला आठवलं आपण स्वामीजी बनून आवलीचं भविष्य सांगितलं होतं, ती लहान असताना! आणि तेव्हाही तिला स्वामीजींना बघितल्यावर मधाच्या धारेत न्हालेल्या विठ्ठलाची म्हणजे आपलीच आठवण झाली होती. त्याला हेही आठवलं की तिचं दुर्दैवी आयुष्य कळल्यावर त्याचवेळी भविष्य सांगताना आपण असं ही सांगितलं होतं की जेव्हा तिची जगण्याची उर्मी संपेल तेव्हा मी तिच्या भेटीला येण्याचं, मदतीला येण्याचं वचन आपण दिलं होतं. त्यानं तेच राखायचं ठरवलं आणि आवलीच्या भरकटलेल्या मनाला त्यानं पुन्हा उभारी दिली. तिची जिगीषावृत्ती जागी केली. तिचं झुंजीचं सामर्थ्य जागं केलं आणि आवली पोरांच्याबरोबर घरी आली. ते बघून पांडुरंगानं सुटकेचा नि:श्वास टाकला. कारण आवली निघून गेलेली बघून तुकारामबुवांची झालेली अवस्था त्यानं पाहिली. तुकारामबुवा आवलीसाठी असेच घायाळ होत राहिले तर त्याचा डाव अपुरा राहणार होता. त्याचा खेळ अपूर्णच राहाणार होता. म्हणूनच आवली पोरांच्याबरोबर परत आलेली बघून त्याला आपल्या विजयाची खात्री पटली. आता अगदी थोडा वेळ राहिला होता. आता अगदी थोडाच खेळ राहिला होता. खेळ त्याचा होता, पण परीक्षा आवलीची होती.

एकोणीस

आवली परतली खरी, पण ना तिच्या दिनक्रमात बदल झाला ना कामकाजात. तुकारामबुवांच्यातही काही बदल झाला नव्हता. फक्त आवलीकडं बघणारी त्यांची मूळची स्नेहार्द्र नजर अधिकच स्नेहार्द्र झाली. बाकी काही नाही. उलट आता ते सतत निरोपाची भाषा बोलू लागले होते. कदाचित आपल्या मनातला अपराधी भाव आणि आवलीचं असं निघून जाणं त्यांनी मनावर घेतलं असावं. आणि आता आपल्या-सारख्याला पांडुरंग हेच निधान आहे, याबद्दल त्यांची खात्री पटली असावी. अलीकडं सतत ते विठ्ठलाच्या चिंतनात मग्न असत. टाळ-चिपळ्या जराही विसावत नसत. जेवायला बसले तरी प्रत्येक घासाला पांडुरंगाचं नाव असे आणि टाळ-चिपळ्या शेजारी असत. पांडुरंगाचं भजन गात असले आणि आवली काही बोलायला गेली तर भजन थांबवत पण चिपळ्या चालूच. आवलीला वाटायचं काशी, म्हाद्या, गंगा, विठोबा आता जरा मोठी झालीत, तुकारामबुवांनी त्यांना लिहायला, वाचायला शिकवावं, काही हिशेब शिकवावा. आवली असं काही सांगायला गेली की, मग तुकारामबुवा म्हणत –

"आवले, आता माझं काय राह्यलंय? मी किती दिवस शिकवणार त्यांना? मला आता त्या पांडुरंगाकडे जायची ओढ लागली आहे."

पण अलीकडं त्यांनी पांडुरंगाचं नाव घेतलं की, आवली उसळायची नाही, पण रागवायची. म्हणायची –

"आता त्याच्याकडं रोजच जाताय. त्यो काय चुकलाय? तो आमच्या नशिबालाच लागलाय. पण आता पोरांच्याकडं बघायला हवं! त्यांना चार अक्षरं शिकवायला हवी. पैशाचा हिशेब शिकवायला हवा!"

तसे बुवा म्हणायचे, "पण आवले, मला वेळ कुठं आहे? मला त्या पांडुरंगाचं स्मरण करायचं आहे. अजून काही ओव्या लिहायच्या आहेत!"

मग मात्र आवली चिडायची. म्हणायची –

"व्हय तर. सगळ्या गावाला शाणपण शिकवायला तुम्हाला वेळ आहे! पण माझ्या चार पोरांना शिकवायला तुम्हाला वेळा नाही होय? झालं की आता, माप लिहलंसा! आता पोरांना जरा लिहायला शिकवा!"

पण बुवा बधायचे नाहीत. बुवा बाहेर गेले की, येताना त्यांच्याबरोबर काही गावकरी पण यायचे आणि मग सगळेजण मिळून टाळ, मृदुंग, चिपळ्या यांच्या संगतीनं विठ्ठलाचं भजन म्हणत बसायचे. त्यात तासन् तास जायचे. काही घरात असेल ते देऊन त्यांचं जेवण-खाण आवलीला करायला लागायचं! ती चिडायची. म्हणायची –

"कशाला येता हितं? माझा नवरा एक खुळा झालाय. तुम्ही पण येड्यावाणी त्याच्या मागं मागं कशाला येता?"

तिचं करवादणं ऐकून कुणी म्हणायचं, "आम्ही त्यांचे अभंग ऐकायला येतो!"

त्यांचे हे बोलणं ऐकलं की, आवली डाफरायची. म्हणायची –

"मी पण अभंग म्हणते. येताय ऐकायला? ऐका."

आणि म्हणायची –

"कोण घरा येते आमुच्या कशाला।
काय नाही त्याला कामधंदा।।
न करवे काम न करवे धंदा।
आयता लोदा तोंडी पडे
उठिले तत्काळ ते कुटिती टाळ।
अवघा काल्हाळ मांड्येिला।।

आवलीच्या तोंडचे हे अभंग ऐकले की, ते गावकरी निघून जायचे. आवली तुकारामांना म्हणायची –

"धनी, अहो ही रिकामटेकडी माणसं घेऊन भजन म्हणत बसता, त्याऐवजी पोरांना जवळ घेऊन चार अक्षरं शिकवा की, त्यांचं काय तरी कल्याण हुईल."

पण यावरही बुवा तटस्थ असायचे. म्हणायचे,"तुझी पोरं आहेत. त्यांना शहाणं करायचं की येडं तूच ठरव. आतापर्यंत तूच सगळं ठरवत आली आहेस. आता तेही तूच ठरव. माझं असं म्हणशील तर हे टाळ, या चिपळ्या आणि ही वीणा याशिवाय या तुझ्या संसारात माझं काही नाही. हे टाळ, या चिपळ्या आणि ही वीणा हीच माझी पोरं, हाच माझा वारसा आणि हाच माझा श्वास."

हे बोलणं ऐकल्यापासून आवलीला अलीकडं त्या टाळ, चिपळ्यांचाही

राग येऊ लागला होता.

"मेल्या, सदान्‌कदा माझ्या नवऱ्याच्या गळ्यात आणि हातात असतात. पोरांना तरी कधी एवढ्यावेळा जवळ घेतलवतं का? बघावं तेव्हा ते टाळ गळ्यात, चिपळ्या हातात आणि वीणा तर काय कायमची अडकवलेली आहेच! काय पण ध्यान दिसतंय? मंगळाईनं एवढं साजरं रूप दिलंय, जरा नीट राहावं की माणसानं. पर ते न्हायी. सतत भिक्षेकऱ्यागत टाळ-चिपळ्या घेऊन हिंडायचं. तो काळतोंड्या एक येडा आणि ते गावकरी त्यापेक्षा खुळे. त्या टाळ-चिपळ्यांच्या तालावर नाचतायत म्हणे. आत काय म्हणावं या कर्माला? गावात कुणीचं कसं शाणं न्हायी, काय कळत नाही."

आवली मग बडबडायची, पण ना बुवांच्यात फरक पडायचा ना गावकऱ्यांच्यात. ते येतच राहायचे. आवलीला त्याचा त्रास व्हायचा. त्यात पुन्हा तिला दिवस गेलेले. आता तिला उठबस करायला त्रास होत होता. कधी-कधी शेजारची सुंदरामावशी यायची. आवलीला तेवढंच बरं वाटायचं.

पण एक गोष्ट मात्र खरी होती की, तुकारामबुवांची कीर्ती जसजशी वाढत गेली, तसतसे ते घरापासून दूर, अजून दूर दूर जाऊ लागले. काही काही वेळा तर ते असं काही बोलत की, तेव्हा आवलीला वाटे की आपला नवरा आपल्यापासून खूप दूर दूर गेला आहे. पण आता बुवा शांत चित्त होते. त्यांची तळमळ, तगमग संपली होती. जणू जे काही त्यांना पाहिजे होतं, ते त्यांना मिळालं होतं. अलीकडं तर त्यांचं घरातलं, आवलीशी, पोरांशी संभाषणही कमी झालं होतं. आताशी ते त्या पांडुरंगाशीच बोलत असत आणि ते बघून आवलीची खात्री पटे की, बुवांना वेड लागलंय. ती अस्वस्थ व्हायची. तिला लहानपणी तिच्या गावात बघितलेला एक वेडा आठवायचा. तो असाच एकटा बडबडायचा. नंतर नंतर त्याचं वेड वाढतच गेलं. पुढं पुढं तर तो येणाऱ्या जाणाऱ्या लोकांना दगडं मारू लागला. शेवटी शेवटी तर तो इतका वेडा झाला की, अंगावरचे कपडे फाडायचा, उघडा-नागडा हिंडायचा, मग काही लोकं त्याला धरून न्यायची, त्याला कपडे घालायची, डांबून ठेवायची, कोंडून घालायची, वेळ पडली तर बांधून ठेवायची. शेवटी त्या वेड्यानं, वेडाच्या भरात पाटलांच्या पानमळ्यातल्या विहिरीत उडी मारली. त्यात त्याचा जीव गेला. तुकारामबुवांना असं एकटंच बडबडताना बघून आवलीचा जीव कासावीस व्हायचा. तिला वाटायचं बुवांना लागलेल्या वेडाची ही सुरुवात आहे. आणि या पुढे हे वेड असंच वाढत गेलं तर? ती घाबरायची. तुकारामबुवा समाधीस्थ होऊन त्या पांडुरंगाशी बोलत असायचे. आवली यायची, बुवांच्या खांद्याला धरून त्यांना गदागदा हालवायची. त्यांना त्या समाधीतून जागं करायची. ओरडायची, कुणाबरोबर बोलताय म्हणायची.

बुवा मग हसायचे. ते वेडाच्या भरात हसताहेत असं आवलीला वाटायचं. एक दिवस तर कहर झाला, पांडुरंगाशी बोलत बसलेले बुवा उठून नाचायला लागले. आवली घाबरली. तिनं म्हाद्याला हाक मारली. त्याला भिकंभटाकडं धाडला. औषध द्यायला सांगितलं. पण अलीकडं भिकंभटालाही तुकारामबुवांची महती कळलेली होती. त्यानं औषध तर दिलं नाहीच, पण म्हाद्यालाच समजूत घालून परत पाठवलं. तेव्हा मात्र आवलीची खात्रीच पटली की, या तुकारामबुवांच्या नादानं आख्खं गाव येडं झालंय. तिनं थडाथडा कपाळावर हात मारून घेतला.

तुकारामबुवांचं हे वेड जसं वाढत चाललं, तसं त्यांचं जणू या जगातलं अस्तित्व कमी होत चाललं. देहानं ते इथेच असायचे. पण मनानं ते ईश्वराजवळ, त्या विठ्ठलाजवळ असायचे. आवलीनं फारच छेडलं तर म्हणायचे-

"आवले, अगं आता माझं इथलं काम संपलंय. आता मला देवाचं बोलावणं आलं की, मी जाणार!"

हे ऐकून आवली कधी चिडायची, तर कधी रडायची. चिडली म्हणजे म्हणायची–

"होय! तुमचं काम संपलंय आणि माझं उरलंय होय? न्हाईतरी तुम्ही माझ्या घरातलं कोणतं काम केलंत आजपर्यंत? माझ्या या घरातलं तुमचं काम तुम्ही कधीचंच संपवलं होतंत, आता काय काम उरलंय तर ते त्या काळ्याचं आणि गावकऱ्यांचं. आणि मी तुम्हाला शाप सांगते त्या काळ्याचं बोलावणं आलं तर मी तुम्हाला अजिबात जाऊ देणार नाही."

आवलीचं असं संतापणं बघितलं की, बुवा हसायचे. त्यांना वाटायचं ही वेडी आहे की खरंच हिचा इतका अधिकार आहे त्या पांडुरंगावर? कारण त्याला शिव्या देताना, त्याला मारायला धावून जाताना आणि हे सगळं पांडुरंगानं निमूट सहन करताना त्यांनी पाहिलं होतं, ऐकलं होतं. आणि एकदा विठ्ठलाला विचारलंही होतं तेव्हा विठ्ठलानं त्यांना सांगितलं होतं, 'वत्सा, मी आवलीचा अनंत अपराधी आहे. तिचं सुखाचं निधान, तिचं जगण्याचं साध्य मी हिरावून घेतोय. मी तिचा हा फार मोठा अपराध करतोय, त्याची शिक्षा मला घेतलीच पाहिजे. म्हणूनच मी तो अधिकार तिला दिलाही आहे आणि तिचा तो अधिकार मी मान्यही केला आहे.'

विठ्ठलाचं हे बोलणं ऐकून बुवाही स्तिमित झाले. त्यामुळंच एवढी मोठी असलेली आवली कधी कधी एवढी लहान, अजाण कशी होते याचं कोडं तुकारामबुवांना पडायचं आणि ते उलगडायचंही नाही.

आवली मात्र फणकाऱ्यानं पांडुरंगाला बोल लावीत असे. एक दिवस कहर झाला. आज तुकारामबुवा अगदी पहाटेपासूनच भजन करत बसले होते. त्या

चिपळ्या आणि टाळ त्यांनी क्षणभरही विसावल्या नव्हत्या. आवली उठल्यापासून कामात होती. तिचं सगळं काम आवरलं तरी बुवांची भजन-समाधी काही उतरली नव्हती. पोरांची जेवणं झाली. आवलीचं मागचं आवरून झालं. तिनं बुवांना सतरांदा जेवायला हाका मारल्या. पण त्यांनी ना डोळे उघडले ना हातातल्या चिपळ्या खाली ठेवल्या, ना गळ्यातले टाळ काढले, ना वीणा! आवलीला राग आला –

"हे काय म्हणायचं? पोटभर जेवावं आणि जेवून खाऊन बसावं की, देवाचं नाव घेत. जळल्या मेल्या त्या टाळ-चिपळ्या! त्या काळ्याचा एक नाद आणि या टाळ-चिपळ्यांचा दुसरा नाद!"

ती तरातरा पुढं झाली. आणि तिनं त्यांच्या गळ्यातले टाळ काढले, हातातल्या चिपळ्या हिसकावून घेतल्या आणि दिल्या भिरकावून गोठ्यात. बुवांनी ताडकन डोळे उघडले, एक रागाचा कटाक्ष आवलीकडे टाकला. क्षणभरच, पण पुन्हा त्यांची नजर स्निग्ध झाली, डोळे स्नेहार्द्र झाले. त्यांनी मांडीवरची वीणा खाली ठेवली आणि ते गोठ्यात गेले. कडब्यात पडलेले टाळ आणि मंगळाईच्या पायाशी पडलेल्या चिपळ्या त्यांनी उचलून घेतल्या. धोतराच्या सोग्यानं त्या पुसल्या आणि ते आवलीसमोर आले. आवली तोंडातल्या तोंडात काहीतरी पुटपुटत उभी होती. तिच्याकडं पाहून बुवा म्हणाले –

"आवले, आता या टाळ-चिपळ्यांचाही तू का राग-राग करतेस? अगं या निर्जीव वस्तू! त्यांनी तुझं काय बिघडवलंय? त्या बिचाऱ्या तुझ्याकडं काही मागत नाहीत! की तुला कसलाही त्रास देत नाहीत. बरं त्या जेवतही नाहीत. मग तू त्यांचा एवढा तिरस्कार का करतेस?"

बुवांनी विचारलं आणि आवली संतापानं म्हणाली –

"तर तर? या मला कसला त्रास देत नाहीत की, माझ्याकडं काही मागत नाहीत. पण माझ्याकडं काही न मागता त्यांनी माझा नवरा काढून घेतलाय त्याचं काय? मनांत, ध्यानात तो काळ्या आणि हातात-गळ्यात ते टाळ आणि चिपळ्या. माझं मेलीचं जाऊ दे. पर पोरास्नी तर कधी इतक्या कौतुकानं हातात, गळ्यात आणि मांडीवर घेतल्याचं आठवतंय का? कधी पोरांना लाडानं मांडीवर, अंगाखांद्यावर जोजवल्याचं, खेळवल्याचं आठवतंय का? सदान्‌कदा जळल्या त्या चिपळ्या आणि ते टाळ! उद्या आता चुलीतच घालते त्या टाळ आणि चिपळ्या! माझ्या परीस आणि माझ्या पोरांच्या परीस तुम्हाला त्या टाळ-चिपळ्या जवळच्या आहेत, लाडक्या आहेत. आई मंगळाई, मग आमचं कोण हाय? गाडून टाक त्या टाळ आणि चिपळ्या!"

आवलीनं कडाकडा बोटं मोडली, तडातडा बोलून घेतलं. पण बुवांची शांती ढळली नाही. आवलीच्या वैतागण्याचं त्यांना हसूच आलं. ते त्यांच्या

चेहऱ्यावरही उमटलं. आणि आवली आणखीच चिडली. "जळला मेला तो काळतोंड्या आणि त्या टाळ आणि चिपळ्या. यांनी माझ्या संसाराचा विस्कोट केलाय विस्कोट. आई मंगळाई सगळ्यांच्या पायात जीव नकोसा झालाय मला. धनी मला एक गोष्ट खरं सांगा, माझ्या परीस, आपल्या पोरांच्या परीस तुम्हाला या टाळ-चिपळ्या जवळच्या आहेत काय? खरं सांगा."

आवलीनं कळवळून विचारलेल्या या प्रश्नानं तुकाराम बुवा गंभीर झाले. क्षणभर विचार करून म्हणाले –

"आवले अगं या दोन गोष्टींची तुलनाच होऊ शकत नाही. तू आणि मुलं माझी लाडकी आहातच. पण या टाळ, चिपळ्या म्हणजे माझे श्वास आणि उच्छ्वास आहेत. ते माझ्यापासून कसे वेगळे होतील? आणि आवले, तुला एक गोष्ट सांगू? ज्या दिवशी या टाळ-चिपळ्या तुला माझ्या शरीरापासून वेगळ्या झालेल्या दिसतील, त्यावेळी तू समज की तुकाराम या जगात नाही. तुझा नवरा या दुनियेत नाही, तो पांडुरंगाकडे निघून गेलाय."

बुवांचे हे बोल ऐकून आवली गहिवरली आणि तिच्या मूळ स्वभावानुसार संतापलीसुद्धा. म्हणाली –

"असं वाईट वंगाळ बोलू नका. आई मंगळाई माझ्या कुंकवाचं रक्षण कर. तुम्ही मस्त जावाल त्या विठ्याकडं. पण मी जाऊ देईन तेव्हा ना? आणि गेलात तर त्या विठ्याची चामडी सोलून काढून, त्याला हितं उचलून आणून चुलीत घालीन. तुम्हाला नेतोय म्हणं. त्याचा बा यायला पाहिजेल. तुम्ही असलं अशुभ, वंगाळ काही बोलू नका. राहू देत त्या टाळ-चिपळ्या तुमच्या जवळ. चला, त्या घेऊनच जेवायला बसा, चला!"

म्हणत आवलीनं पुन्हा एकदा मंगळाईला नमस्कार केला, साकडं घातलं आणि ती ताट वाढायला उठली. तिच्या प्रेमळपणाचं, भाबडेपणाचं आणि देवावरच्या अधिकाराचं तुकारामबुवांना कौतुकही वाटलं आणि क्षणभर हेवा सुद्धा!

ती वेळ टळली. पण आवलीच्या मनाचं चैन घेऊन टळली. तिच्या मनाचं स्वास्थ्य हरपलं. ती एक क्षणभर तुकारामाबुवांना नजरेसमोरून हटवेना. एक क्षणभर त्यांना नजरेआड होऊ देईना. एक क्षणभर त्यांना एकटं सोडेना. त्यांच्या भजन-कीर्तनाला, विठ्ठलाच्या मंदिरात कधीही न येणारी आवली आता सतत त्यांच्याबरोबर येऊ लागली. ती त्यांच्याबरोबर यायची पण मंदिरात अगदी दाराजवळ उभी राहायची. आत सभा मंडपात जायची नाही. भजन-कीर्तन असेल तेव्हा ती एका कोपऱ्यात बसून राहायची लांब. भजन-कीर्तनातले बोल कानावर पडोत न पडोत, ती बुवांना बघत राहायची, अगदी एकटक! ते जिथं

जातील तिथं जायची, आवली जणू तुकारामबुवांची सावली झाली होती. काही वेळा तुकारामबुवांना तिच्या सततच्या बरोबर असण्याचा त्रास व्हायचा, काही वेळा आधार वाटत असे. पण तुकारामबुवांना एकटं सोडायचं नाही हे ब्रीद आवलीनं सोडलं नाही.

अलीकडं तुकारामबुवांनी एक वेगळीच गोष्ट मनावर घेतली होती. आता त्यांना पंढरपूरला जायचं होतं. विठ्ठलाच्या वारीला, तशी त्यांच्या घरात पूर्वीपासून वारी होतीच. तुकारामबुवांनी पण ती शक्यतो चुकवली नव्हती. पण मध्ये काही वर्षं घटनाच अशा घडल्या की तुकारामबुवा प्रत्यक्षपणे वारीत सामील होऊ शकले नाहीत. पण आता त्यांच्या मनानं ध्यास घेतला होता की, आपण पंढरपूरला जायचं! त्यांनी तो विचार आवलीला बोलून दाखवला आणि आवलीनं कपाळावर हात मारून घेतला. "अरे माझ्या कर्मा! अहो इथं आहे की तो तुमचा काळ्या! आता तिथं आणि काय जाऊन भेटायचंय त्याला? आता इथं रोज त्याच्या गळ्यात तुम्ही पडलेले असताच आणि तो तुमच्या गळ्यात. आता पंढरपूरला काय वेगळं गाठोडं पुरलंय? अहो धनी, तुम्ही इथल्या देवळात जाताय म्हणून सांजच्याला घरी तरी येताय! तिथं पंढरपूरला तो काळतोंड्या असली गारुडं करतोय म्हणं की, गेलेला माणूस परत घराकडं येत नाही. बरोबर हाय! तिथं त्याचं राज्य आहे! धनी, मी लहानपणापासून बघत आलेय, पंढरपूरला एकदा का कुणी गेला की, तो परत घरात रमत नाही. असलं जादू करणारं रूपडं आहे त्या काळ्याचं! ते काही नाही धनी. तुम्ही जाऊ नका पंढरपूरला!"

आवलीनं स्पष्ट सांगितलं. तुकारामबुवांना कळेना ही विठ्ठलाची स्तुती करतेय की, त्याला शिव्या घालतेय. ते हसले, म्हणाले, "आवले, अग आपल्या घराण्यात पूर्वापार वारी चालत आलेली आहे. मला गेलं पाहिजे. तू काळजी करू नकोस. मी नक्की परत येईन."

आवलीची अशी समजूत घालून तुकारामबुवा गेलेसुद्धा पंढरपूरला. आवलीनं पुन्हा एकदा त्या काळ्याच्या नावानं बोटं मोडली आणि मुकाट कामाला लागली.

आज आवलीला जरा बरं वाटत नव्हतं. अंग कचकचत होतं. डोकंही जड झालं होतं. त्यात तिला दिवस गेलेले. तिला उभं राहवेना. तिनं काशीला उठवलं. म्हाद्यालाही उठवलं आणि काशीला काही किरकोळ काम सांगून ती अंथरुणात पडून राहिली. डोक्यातल्या, अंगातल्या वेदना वाढल्या होत्या. तिनं डोकं गच्च बांधलं. काशीनं एकावर एक अशा दोन वाकळा तिच्या अंगावर घातल्या. पण तिची थंडी कमी होईना. हाता-पायातून पेटके यायला लागले. अभावितपणे आवली कण्हू लागली. हळूहळू तिचं कण्हणं वाढलं. काशीनं

तिला गरम पाणी करून दिलं. तिचं डोकं दाबत बसली. म्हाद्या पाय दाबत बसला. पण आवलीला कसंही बरं वाटेना. तिनं म्हाद्याला भिकंभटाकडं पिटाळलं. काहीतरी औषध घेऊन ये म्हणून सांगितलं. म्हाद्या पळाला. पण जसा गेला तसा आला. भिकंभट गावातच नव्हता. तर घरात कुठून असणार? तो गेला होता लेकीच्या गावाला. आणि येणार नव्हता आठ-दहा दिवस. काशी घाबरली. तिनं सुंदरामावशीला बोलावून आणलं. सुंदरमावशी आली. आवलीची अवस्था बघून ती पण घाबरली. बुवा पण पंढरपूरला गेलेले. तिला काय करावं सुचेना. तिनं आवलीला एवढंसं दूध गरम करून दिलं, पण आवलीला उलटी झाली. सुंदरामावशी बसली, बसली आणि काळजी करत घरी गेली. पोरं केविलवाणी बसून राहिली आवलीच्या उशा-पायथ्याशी. आवलीच्या अंगाला हात लावून बघितला तर चटका बसत होता, इतकं अंग तापलं होतं. धाकटी गंगा, विठोबा तर रडायलाच लागली. काशीच त्यातल्या त्यात जरा जाणती होती. तिनं कशीतरी चूल पेटवली. मोडक्या तोडक्या भाकरी केल्या. आणि धाकट्या भावंडांना दूध-भाकरी खायला घातली. म्हाद्यालाही तिनं खायला लावली. पण तिच्या स्वत:च्या घशातून घास उतरेना. आईचं भाजणारं अंग, लाल झालेला चेहरा, तिचं कण्हणं, बघून काशीला काहीच सुचेना. बाळंतपणाचे पहिले तीन-चार दिवस सोडले तर आई इतकी निपचित निजलेली तिनं कधीच बघितली नव्हती. म्हाद्यापण गुमसुम होऊन दारात जाऊन बसला.

एवढ्यात एक सावळा असा माणूस त्याच्याजवळ आला. त्यानं म्हाद्याला विचारले, “म्हाद्या, आई काय करतेय रे?”

म्हाद्याला रडूच आलं, रडता रडता तो म्हणाला –

“आई लई आजारी हाय. निपचीत पडून हाय! निजलीय ती.”

हे ऐकल्यावर त्या माणसानं विचारलं –

“अरे मग काही औषध पाणी? काही मात्रा?”

म्हाद्यानं नकारार्थी मान हालवली. म्हणाला –

“भिकंभट काका गावाला गेलेत. मग औषध कोण देणार? आणि बाबा गेलेत पंढरपूरला. मग आई बरी कशी होणार?” असं म्हणून म्हाद्या परत रडू लागला.

“अरे बाळ, रडू नको! मी आहे ना? मी आलोय ना आता? मी देतो औषध तुझ्या आईला. चल मला दाखव ती कुठं आहे? चल!” तो माणूस म्हणाला.

त्या माणसाचं बोलणं ऐकून म्हाद्याला अतिशय आनंद झाला. त्या माणसाचा हात धरून त्याला तो आत घेऊन आला. आईजवळ आला.

“आई, ए आई! बघ गं! हे काका तुला औषध देतो म्हणतायेत! आई,

डोळे उघड ग!'' म्हाद्याची आर्जवं ऐकून आवलीनं मोठ्या कष्टानं डोळे उघडले. त्या माणसाकडं पाहिलं. त्या माणसाचा सावळा रंग, त्याचा रेखीव चेहरा, तिला कुठंतरी पाहिल्यासारखा वाटला. पण कुठं ते तिला आठवेना. तिनं आठवायचा प्रयत्न केला, पण तेवढेही कष्ट तिला सोसले नाहीत. तिनं पुन्हा डोळे मिटून घेतले.

"कोण रे बाबा तू?'' तिनं मोठ्या कष्टानं विचारलं.

"मी? मी पंढरीनाथ. मला तुमचा मुलगा समजा. मी देतो तुम्हाला औषध! आई, तुम्ही काही काळजी करू नका हं. मी आता काढा करून आणतो. आलोच हं मी!''

असं म्हणून तो पंढरीनाथ उठला. चुलीजवळ गेला. चुलीत अजून वैल तसाच होता. काशीनं भाकरी केल्यावर तो विझवलाच नव्हता. त्यानं चुलीवर आधण ठेवलं. त्या आधणात त्यानं काही बाही घातलं, मग परसदारी गेला. तिथली त्यानं पारिजातकाची चार पानं, पेरूची चार पानं तोडली. आपल्या बंडीतून काढे चिराईताच्या चार काड्या काढल्या. आणि काय काय काढलं. ते सगळं त्यानं आधणात टाकलं. ते आधण खळखळा उकळायला लागलं. ते निम्मं झाल्यावर त्यानं फडक्यातून गाळलं. आणि त्यातलं एक घोटभर पाणी घेऊन तो आवलीजवळ आला. आवलीला हाक मारून त्यानं तिला आधार देऊन उठवून बसवलं. तो केलेला काढा त्यानं फुंकून फुंकून थोडा थोडा आवलीला पाजला. तिला पुन्हा निजवली. तिची पांघरलेली वाकळ नीट करून तो तिच्या डोक्याजवळ बसला. तिचं डोकं दाबू लागला. त्याच्या हातात जादू होती की, त्याच्या काढ्यात कळलं नाही. पण आवलीच्या डोक्यातला ठणका हळूहळू थांबला. तिला शांत झोप लागली. तिला झोप लागल्यावर त्यानं आणखी थोडा काढा करायला ठेवला. आवलीला किती वेळ झोप लागली होती कुणास ठाऊक? पण ती जागी झाली, तेव्हा तिला चांगली हुशारी वाटायला लागली होती. ती उठलेली बघून त्या पंढरीनाथानं तिला पुन्हा एकदा काढा दिला. नंतर त्यानं तुळस, सुंठ घालून दूध गरम करून आवलीला प्यायला दिलं. चांगलं भांडं भरून दिलं. आवली ते प्यायली. तिला बरचं बरं वाटू लागलं होतं. ते दूध प्यायल्यावर तर तिला खूपच हुशारी वाटू लागली. अंगातला, डोक्यातला ठणका पूर्णपणे थांबला होता. पायातले पेटकेही कधीच पळाले होते. तापही उतरला होता. आवली अंथरुणावर उठून बसली. तिच्या अंथरुणाशेजारीच तो पंढरीनाथ बसला होता.

कोण, कुठला होता तो. पण आवलीला त्यानं औषधोपचार केले होते. तिची सेवा केली होती. एखाद्यानं आईची करावी तशी. आवलीला त्याच्याबद्दल

माया वाटून आली. "पोरा, अरं कोण-कुठला तू? पर देवासारखा धावून आलास बघ. नाव काय बाबा तुझं? कुठला तू? तुझं गाव कुठलं?"

आवलीनं मायेनं विचारलं.

"मी पंढरीनाथ, पंढरीनाथ यादव! पंढरीनाथ यादव माझं नाव. मी तिकडचा, लांबचा, पंढरपूरच्या तिकडचा." त्यानं सांगितलं.

तशी तशाही अवस्थेत आवली म्हणाली, "पंढरपूरचा नाहीस न्हवं. तिकडं जाऊ बी नकोस. गारुड्याचं गाव हाय ते. चांगली चांगली माणसं तिकडं जाऊन वाया जातात. तू अजिबात जाऊ नकोस. पर बाबा तू माझं एवढं केलंस. मी तुला काय देऊ? माझ्याकडं तुला द्यायला पैका पण न्हायी."

हे ऐकल्यावर तो पंढरीनाथ म्हणाला, "आई, तू आता शांत निज गं. मला काय द्यायचं ते नंतर बघू. तुला पुरतं बरं वाटल्याशिवाय मी जाणार नाहीय. आता तू निज. मी पोरांचं बघतो कायतरी." असं सांगून तो उठलासुद्धा. पुढं दोन-तीन दिवस तिथंच राहून त्याने आवलीची सेवा केली. आणि तीन दिवसांत आवली खडखडीत बरी झाली. फक्त काहीसा थकवा जाणवत होता एवढंच. आवली उठून कामाला लागलेली बघून पंढरीनाथ जायला निघाला. आता मात्र आवलीला राहवेना. तिनं त्याला थांबवलं, म्हणाली, "अरे पोरा जरा थांब! माझ्या लेकरासारखा तू. तुला तसंच कसं जाऊ दीन मी. दम जरा, काशे ती परवा मी शिवल्याली गोधडी आण जरा."

असं म्हणून आवली स्वत:च धडपडत उठली. फडताळातली ती गोधडी काढली आणि ती पंढरीनाथाला देत म्हणाली,

"पोरा हे ठेव. आईची माया हाय तिच्यात! हे घे तुला."

पंढरीनाथ हसला, म्हणाला, "आई, मला तुझ्याकडनं आता काही नको. तू जे मला दिलंयस त्याचं मोल कशानंही होणार नाही."

आवलीला नवल वाटलं. म्हणाली, "मी रे काय दिलंय तुला? आता ही गोधडीच तेवढी देतीय आणि काय दिलंय तुला?"

तसा पंढरीनाथ क्षणभर गडबडला. मग म्हणाला, "आशीर्वाद! आशीर्वाद ग! आणि माया, आईची माया!"

ते ऐकून आवली तोंड भरून हसली. म्हणाली, "अरे बाबा! ती माया द्यायची म्हणून तर ही गोधडी देतेय. घे! घेरे बाबा, नाही म्हणू नकोस हं. घे रे! माझी मंगळाई तुझं कल्याण करेल. तिनंच धाडला बघ तुला माझी सेवा करायला. माझ्यावर लई माया हाय तिची. नाहीतर तो मेला काळ्या. देतोय भक्तांना वाऱ्यावर सोडून."

आवली करवादलीच.

“कोण? कोण? कोण काळ्या?” पंढरीनाथनं विचारलं आणि हसला.

“हाय एकजण! देव म्हणतोय स्वत:ला पर कसाबाची करणी हाय त्याची. ते जाऊ दे. ही गोधडी घे.” आवलीनं पुन्हा मायेनं त्याला सांगितलं.

पंढरीनाथानं ती गोधडी घेतली. उठून उभा राहिला. म्हणाला –

“आई येऊ आता. आता तुला बरं वाटतयं. तो काढा अजून घेत राहा! मी निघतो. तिकडं सगळी माझी वाट बघत असतील.” असं म्हणून पंढरीनाथ दाराशी जाऊन उभा राहिला. कमरेवर हात ठेवून उभा राहिला आणि त्यानं दारातून आवलीला विचारलं “आई येऊ का गं आता?”

त्याचे कमरेवरचे हात बघून तशाही परिस्थितीत आवली करवादली, “ते कमरेवरचे हात काढ आधी मग जा. आई मंगळाई तुझं भलं करंल.”

ते ऐकून पंढरीनाथाला हसू आलं! तो हसतच आवलीच्या घराबाहेर पडला. तो गेल्यावर आवलीनं मंगळाईला हात जोडले, म्हणाली, “आई मंगळाई, या पोराला कुठं असेल तिथं सुखी ठेव!”

तिला मनोमन नमस्कार करून आवली पुन्हा निजली. तिला आता खूपच बरं वाटू लागलं होतं. पंढरीनाथानं दिलेला काढा आणि त्याहीपेक्षा त्याचा हातगुण. आवलीला त्याचंच अप्रूप वाटत होतं. “कोण, कुठला होता कोण जाणे? असेल कुणी बुवांचा भक्त!”

चार-पाच दिवसांनी आवली छान बरी झाली. अजून तिला पंढरीनाथाचं नवल वाटत होतं. दोन-तीन दिवस त्यानं आवलीची सेवा केली होती. औषध उपचार केले होते आणि माया लावून निघून ही गेला होता. आवलीनं त्याचा विचार मनातून झटकण्याचा प्रयत्न केला. पण तो जात नव्हता. त्याचा चेहरा ओळखीचा वाटत होता, अगदी रोजच्या बघण्यातला. पण कोण ते आठवतं नव्हतं. एकीकडं तिचं काम पुन्हा सुरू झालं होतं. तुकारामबुवा वारीतून परतायची वेळ झाली होती. एक दोन दिवसांत ते येतीलही. आवली त्यांची वाट बघत होती, आतुरतेनं आणि आशंकेनंही!

दोन दिवसांनी बुवा घरी आले. हायसं वाटून आवली त्यांना सामोरी गेली. पण बुवांच्या चेहऱ्यावर उदासीनता होती. वारी करून आल्याचा आनंद त्यांच्या चेहऱ्यावर कुठेच दिसत नव्हता. आवलीनं त्यांना पाय धुवायला पाणी दिलं. त्यांची टापशी, पागोटं घेऊन आत नेऊन ठेवलं. बुवा ओसरीवर येऊन बसले. त्यांना गूळ-पाणी दिलं, पण बुवा काहीच बोलत नव्हते. शेवटी न राहवून आवलीनं विचारलं. अगदी मायेनं,” जिवाला बरं वाटत नाही का? तोंड उतरलंय. गुमसुम दिसतायसा म्हणून विचारलं. तिथं काय झालं का? कुणी काय बोललं का?”

बुवांनी नकारार्थी मान हालवली. धोतराच्या सोग्यानं तोंड पुसलं आणि म्हणाले, "आवले, मी गेलो होतो पंढरपूरला, पण विठ्ठलाचं दर्शन झालं नाही बघ."

"म्हणजे खूप गर्दी होती का? आणि बरंच झालं त्याचं दर्शनं झालं नाही ते. म्हणून तर तुम्ही परत आलासा. आई मंगळाईला माझी काळजी हाय!" आवली भाबडेपणानं म्हणाली.

"तसं नव्हे गं! दर्शन झालं, म्हणजे मूर्ती बघायला मिळाली. पण का कुणास ठाऊक मला त्या मूर्तीत विठ्ठल दिसलाच नाही. नव्हे आवले, त्या मूर्तीत विठ्ठल नव्हताच. ती नुसतीच मूर्ती होती. काळ्या दगडाची. त्यात विठ्ठल नव्हता. त्या मूर्तीत प्राण नव्हता. आवले, एक दिवस नव्हे, दोन दिवस नव्हे तीन दिवस मी त्या मूर्ती पुढं बसून होतो, पण मला त्या मूर्तीत विठ्ठल दिसलाच नाही. सापडलाच नाही. कुठं गेला असेल माझा विठ्ठल? पांडुरंगा तू कुठे गेला आहेस?"

तुकारामबुवा कासावीस होऊन सांगत होते. आवलीनं कपाळावर हात मारून घेतला. म्हणाली,

"अहो धनी! ती मूर्ती दगडाचीच आहे. त्या दगडात कुठला देव असणार? अहो तुमच्या मनात, हृदयात तो काळ्या अखंडपणे बसलाय. मग तो तुम्हाला त्या दगडात कसा सापडणार? आणि हे त्याचं काय तरी गारुड असलं. तुम्हाला येड लावायची नवीन तऱ्हा! चला, उठा दोन घास खाऊन घ्या!"

तुकारामबुवांची आपल्या बुद्धीप्रमाणं समजूत काढून आवली उठली. आपण बोलता बोलता एक शाश्वत सिद्धांत सांगितलाय हे तिच्या खिजगणतीतही नव्हतं. तिनं तुकारामबुवांना जेवायला वाढलं. त्यांचं जेवणात लक्ष नव्हतं, पण आवलीनं विषय वाढवला नाही.

बुवा जेवून ओसरीवर येऊन बसले. मुलं भोवती बसली. काही बाही बोलू-सांगू लागली. एवढ्यात काशी म्हणाली, "बाबा तुम्ही गेल्यावर आई लयी आजारी पडलीवती. अगदी तिला उठायलासुद्धा येत नव्हतं."

बुवा उदास होतोच. पण मुलांचं बोलणंही ऐकत होते. आपल्यामागे आवली आजारी पडली होती, हे कळल्यावर त्यांना वाईट वाटलं. काय झालं असेल? कसं केलं असेल चार मुलांचं? ते म्हणाले,

"अरेरे! मी नव्हतो. मग बाळांनो तुम्ही काय केलंत? औषध आणून दिलंत का? जेवणाचं काय केलंत?"

म्हाद्या पुढं सरसावला, "बाबा, भिकंभट काका नव्हतेच, गावाला गेले होते!"

ते ऐकून तुकारामबुवांना जास्तीच वाईट वाटलं. काय केलं असेल मग? तोवर

काशी पुढं म्हणाली,

"पण बाबा, कुणीतरी एक माणूस आला होता. त्यानंच आईला काय काय औषध दिलं. आम्हालापण जेवायला वाढलं. दोन-तीन दिवस आईची सेवा केली त्यानं. आई बरी झाल्यावर मगच गेला. लई चांगला होता तो माणूस."

तुकारामबुवांना नवल वाटलं. कोण असेल तो बिचारा? त्यांनी विचारलं, "कोण होता तो? कुठला होता? नाव काय सांगितलं त्यानं? भिकंभटाचा पाव्हणा होता काय?"

तशी काशीच पुढं म्हणाली, "न्हाई बाबा! तो आपल्या गावातला नव्हताच मुळी. तो म्हणाला, 'मी लांबचा हाय.' कुणीतरी प्रवासी असणार. तिकडचा, लांबचा पंढरपूरकडचा होता तो. त्यानंच सांगितलं आणि नाव काय बरं सांगितलं? काय रे म्हाद्या?"

"अगं त्यानं नाव सांगितलं अं.. अं.. पंढरीनाथ! हं, पंढरीनाथ यादव." म्हाद्यानं सांगितलं.

"बरोबर! पंढरीनाथ यादवच" काशीनं दुजोरा दिला.

हे सगळं ऐकलं आणि तुकारामबुवांच्या डोळ्यांतून घळाघळा अश्रू वाहू लागले. ते स्फुंदून रडायला लागले. आवली बाहेर आली. तुकारामबुवांना अश्रू ढाळताना बघून तिला नवल वाटलं. पंढरपूरला मूर्तीत विठ्ठल दिसला नाही हे त्यांनी फारच मनाला लावून घेतलंय असं तिला वाटलं. त्यांची समजूत घालण्याच्या इराद्यानं ती म्हणाली, "अहो धनी, जाऊ द्या. नसला तो मूर्तीत तर काय झालं? तुमच्या मनात, हृदयात तरी आहे ना? उगा वाईट वाटून घेऊ नका आणि एकदा नाही दिसला तर पुन्हा दिसंल?"

बुवा तिच्याकडं पाहतच राहिले. 'कोणत्या मातीतून बनली आहे? किती सहजपणे अध्यात्म सांगत्ये? आणि खरंच! ही आहे तरी कोण? ज्या विठ्ठलाला उठता बसता ही शिव्या देते, तो विठ्ठल प्रत्यक्ष हिची सेवा करायला येतो, तेही मी त्याचा लाडका भक्त त्याला तिथं भेटायला गेलेला असताना? मी प्रपंच सोडून परमार्थ करतोय हे त्यालाही मान्य नाही की काय? का मी परमार्थ निर्विघ्नपणे करावा म्हणून तोच माझा प्रपंच सावरतोय? आणि ही आवली, साधी-भोळी अडाणी, पण त्या विठ्ठलावर हिचा एवढा अधिकार? पांडुरंगा तू धन्य आहेस!' बुवा आपल्याकडं असं एकटक का पाहतायत हे आवलीला कळेना. पण तिनं त्यांना छेडलं नाही.

आवलीनं टाळ-चिपळ्या गोठ्यात फेकल्यावर त्या कर कटेवर ठेवून विटेवर उभ्या असलेल्या पांडुरंगाला चिंता वाटू लागली. त्यातच बुवांनी निरवा निरवीची भाषा केल्यावर तर भडकलेल्या आवलीनं पांडुरंगाच्या पितरांचाही उद्धार केला.

तो घाबरला. आपण केलेल्या अपराधाला ही शिक्षा आहे, असं त्याला वाटू लागलं. त्या अपराधाचं कुठं तरी परिमार्जन व्हायला हवं होतं. ती संधी आयतीच आली. बुवा पंढरपूरला गेले आणि आवली आजारी पडली. विठ्ठल नाव टाळत देवानं तिची सेवा केली. आपण बुवांना पंढरपूरला दिसणार नाही. ते अस्वस्थ होतील हे त्यानं ओळखलं होतं. त्यांची समजूत नंतर काढता आली असती, पण आवलीची सेवा महत्त्वाची होती. त्याचं श्रेय तिनं मंगळाईला दिलं म्हणून तो जरासा नाराज झाला होता. पण निघताना तिनं दिलेली गोधडी त्यानं हृदयाशी धरून आणली होती. रुक्मिणीला नवल वाटलं! दुलई, रजई पांघरणाऱ्या या विष्णूला ही गोधडी इतकी प्रिय? तिनं विचारलंही! पण 'मी घेतलेल्या प्रायश्चित्ताचं हे बक्षीस आहे.' असं पांडुरंग म्हणाला आणि ती उमजली. त्याला आवलीची सेवा करताना तिनं पाहिलं होतं. आवलीला 'आई' म्हणून साद घालतानाही तिनं ऐकलं होतं आणि आवलीला एवढा मोठा अधिकार कसा मिळाला याचं उत्तर तिला त्या क्षणी मिळालं होतं. या खेळियानं मांडलेल्या या खेळाचं तिला कौतुक वाटलं! आणि गोधडी पांघरून निरागस बालकाप्रमाणं निजलेल्या त्या पांडुरंगाकडं बघून तिला आनंदही झाला.

वीस

आवली रोजच्या कामकाजात मग्न होती. पण तरीही तुकारामाची उदासीनता तिला कुठंतरी बोचत होती. त्यांचा चेहरा उतरला होता. त्यावर नेहमीसारखं स्नेहाचं, आश्वासक हास्य नव्हतं. डोळे विझू झाले होते. नेहमीचं शांत, स्निग्ध तेज त्यात नव्हतं. त्यांना वारी करून येऊन बरेच दिवस झाले होते. तरीही त्यांच्या चेहऱ्यावरची उदासीनता गेली नव्हती. त्यांनी फक्त एकच ध्यास घेतला होता.

"मला पंढरपूरला विठ्ठल भेटला नाही. मी तिकडं गेलो असताना तो इकडं आला होता. मला तो तिथं भेटला नाही. म्हणजे मला त्याला भेटायला त्याच्याकडंच गेलं पाहिजे. माझी जायची वेळ जवळ येत चाललीय. मी आता जाणार, नव्हे मला गेलंच पाहिजे."

त्याचं हे निर्वाणीचं बोलणं ऐकून आवलीला सुरुवातीला वाईट वाटायचं. तुकारामबुवांची उदासीनता, म्लान चेहरा बघून ती कळवळायची. त्यांची समजूत काढण्याच्या उद्देशानं म्हणायची,

"पोरा-बाळांनी भरलेल्या या गोकुळासारख्या घरात असं वाईट वंगाळ बोलू नये. तुम्हाला काही होत नाही. आता पंढरपुरात तो काळ्या भेटला नाही तर नाही, हितं रोज भेटतोय की, जळलं मेलं लक्षण! चार दिवस बायको-पोरं दिसली नाहीत, तर या बाबाला त्यांची आठवण सुदिक येणार नाही. पण तो काळ्या रोज हितं दिसतोय तर म्हणे मला पंढरपूरला का दिसला नाही? आणि का भेटला नाही म्हणून तुम्ही दुःख करत बसलाय? तुम्हाला बायको-पोरांचं काही नाही आणि त्या काळ्याला तुमचं काही नाही. काय हाईक म्हणायचं का हुईक?"

पण अलीकडं मात्र त्यांचं ते निरवानिरवीचं बोलणं ऐकून आवलीला राग

यायला लागला होता. बुवा म्हणायचे, "आवले, मला आता गेलं पाहिजे. तू येशील का माझ्याबरोबर?"

तशी आवली चिडायची. "व्हय तर? तुम्ही एक प्रपंच उधळून टाकलाय. पर मला तसं करता येणार नाही. माझी पोरं हायेत, माझी म्हैस हाय. माझा संसार हाय. माझं घर हाय, मला नाही जमायचं." असं म्हणून झटकून टाकायची. बुवा पुन्हा म्हणायचे,

"आवले, अगं तू आजपर्यंत माझ्या संसारात खस्ता काढल्यास. राबराब राबलीस. माझ्या बरोबर चल! तुला सुखाचे चार दिवस मिळतील. चल चल माझ्याबरोबर."

यावर आवलीचं उत्तर ठरलेलं असायचं, "धनी, अहो पोरांना सोडून, हे घरदार सोडून तुमच्याबरोबर कशी येऊ? पोरांना सोडून, त्यांना वगळून खाल्लेला एक घास तरी मला गोड लागेल का? तुम्हा पुरुषांचं बरं हाय! संसार सोडायचा वाऱ्यावर! आणि हिंडायचं कुठंपण सुखाच्या शोधात. तुम्ही पण सोडलात आणि मला पण सोडायला सांगताय!"

बुवा हसायचे म्हणायचे, "अगं तुला स्वर्गात, त्या विठ्ठलाच्या, देवाच्या दरबारात चल म्हणतोय."

झालं हे ऐकलं आणि आवलीचा संताप शिगेला पोचला. "त्या काळ्याच्या दरबारात स्वर्ग? तुमचा असंल. माझा स्वर्ग माझ्या घरात आहे. माझ्या मुलाबाळांच्या आनंदात आणि तुमच्या समाधानात आहे. आणि स्वर्ग - स्वर्ग म्हणतात तो जर त्या काळ्याच्या दरबारात असेल तर मला कधीच स्वर्गात जायचं नाही. तो काळतोंड्या आणि तो स्वर्ग तुमचा तुम्हालाच लखलाभ असू दे! माझा संसार, माझं घर, माझी मुलं-लेकरं हाच माझा स्वर्ग आहे."

असं म्हणून आवली विषय संपवायची, तुकारामबुवांनी परोपरीनं तिला समजावलं, पण त्या भाबड्या, साध्यासुध्या संसारी गृहिणीला मोक्ष काय, मुक्ती काय आणि स्वर्ग काय? तिच्या लेखी तो वेडेपणाच होता.

या सगळ्या गोंधळात होळी आली आणि गेलीसुद्धा. डाळ आणि गुळाची जमवाजमव करून गहू दळून आणेपर्यंत आवलीची पुरेवाट झाली. आज तिनं पोळ्या करायच्या ठरवल्या होत्या. आज कितीतरी दिवसांनी पोरांच्या तोंडात गोड-धोड पडणार होतं. आवली त्याच आनंदात होती. सकाळी डाळ घेऊन ती निवडायला बसली होती. बुवा नेहमीप्रमाणे निघाले. बाराबंदी घातली, पागोटं डोईवर ठेवलं, वीणा घेतली. टाळ-चिपळ्या घेतल्या आणि अत्यंत प्रेमळ स्वरात आवलीला हाक मारली. आज त्यांचा स्वर... त्यांचा स्वर त्यातून जणू आवलीवरची माया ओसंडून वाहात होती. "आवले, अग आवले, मी चाललोय.

कायमचा! कदाचित परत येणार नाही. तू येतेस का? तू आलीस माझ्याबरोबर तर बरं होईल. सात जन्माची सोबत करायचं वचन मी निभावलं असं होईल. चल माझ्या सोबतीनं. येतेस?''

आवलीनं डाळ शिजायला घातली होती. तिचं सगळं लक्ष डाळीकडं होतं. तिनं उत्तर दिलं, ''जावा! जावा! आज मी पोळ्या करायला घातल्यात पुरणाच्या. आज कितीतरी दिवसानं माझ्या पोरांच्या तोंडाला गोडधोड लागणार आहे. आज मला अजिबात वेळ नाही. आता तुम्ही जावा आणि आटोपलं की जेवायला या. आणि येताना त्या काळतोंड्याला पण घेऊन या. खाऊ दे मेला माझ्या हातच्या पोळ्या कधीतरी. रोज शिव्याच खातोय आणि लवकर या. म्हणं कायमचा जातोय. आता तुमच्याबरोबर येऊन हितं स्वैंपाक काय माझा बा करणार आहे का तुमचा विठ्या? जावा तुम्ही! व्हा म्होरं! माझं आवरलं की, मी येते तुम्हाला बोलवायला. एवढ्या पोळ्या झाल्या की मी येतेच पाठोपाठ. जा तुम्ही पुढं! एवढी डाळ शिजली की, आटपेल माझं लवकर.''

आवलीनं परस्पर उत्तर दिलं. बुवांनी एकदा अत्यंत प्रेमानं, व्याकूळ नजरेनं तिच्याकडं पाहिलं आणि एक सुस्कारा टाकून ते बाहेर पडले.

आवलीनं पुरण शिजवलं, वाटलं. पोळ्या करायला घेतल्या. तोवर माणकू सांगत आला –

''आक्का, आक्का! आज बुवांनी इंद्रायणीच्या काठावर भजन ठेवलंय.''

आवलीनं कपाळावर हात मारून घेतला. म्हणाली,

''कर्म माझं. आता काय ते काळ्याचं मंदिर ओस पडलंवतं का? आणि कुठं जागा नव्हती ते नदीच्या काठावर भजन-कीर्तन करायला? या माझ्या धन्याला आता मात्र खरोखरच वेड लागलंय. आई मंगळाई, तू तरी काय तरी बुद्धी दे!''

असं म्हणून आवली पोळ्या करण्यात गुंग झाली. काही वेळ गेला. सुंदरामावशी पळत आली. आवलीला म्हणाली,

''आवले, आवले चल! चल! बुवा चाललेत, तुला बोलावलंय!''

आवलीनं शांतपणे सांगितले,

''त्यांना म्हणावं, तुम्ही पुढं व्हा. मी मागनं येते. एवढ्या पोळ्या झाल्या की, येते.''

आवलीचा निर्विकारपणा बघून सुंदरामावशी मागं फिरली. आवलीनं पोळ्या करून घेतल्या. पोरांना वाढलं. त्यांनी चाखतमाखत पोळ्या खाल्ल्यावर तिला सकाळ-पासूनच्या कष्टाचं सार्थक वाटलं. तिनं बाकीचं आवरलं. चुलीतला वैल शांत केला. चूल-पोतेरं केलं. सकाळपासून आता दुपारपर्यंत ती एकटाक काम

करत होती. आता तिची कंबर, पाठ अवघडली होती. अवघडल्या अवस्थेत केलेले हे काम तिला थकवा देऊन गेलं होते. त्यातच परवाच्या आजारपणातला थकवा अजूनही जाणवत होता. तिनं घोंगडं अंथरलं आणि त्यावर आपलं थकलेलं, शिणलेलं अंग पसरलं. सकाळपासूनच्या राबणुकीमुळं आवलीचा डोळा लागला, झोपलीच ती.

दुपारची वेळ. फाल्गुन वद्य द्वितीयेचा दिवस! आवलीला गाढ झोप लागली होती. 'अचानक तिच्या डोळ्यांसमोर लख्ख प्रकाश पसरला. एक तेज आसमंत उजळत गेलं. त्या तेजातून एक भला मोठा गरुड प्रकटला. त्याच्या पाठीवर कमान होती. अंबारी सारखी. त्या कमानीत शंख, चक्र, गदा, पद्म अशी चार आयुधं चार हातात घेऊन, देव बसला होता. त्याच्या डोक्यावर मुकुट होता. आवलीला आठवलं तिच्या माहेरच्या घरी अशीच एक मूर्ती होती. म्हणजे तो विष्णू होता. तो गरुड एका नदीच्या काठावर आला. तिथं अलोट गर्दी जमली होती. त्याच गर्दीत - होय त्याच गर्दीत तुकारामबुवा होते. विष्णूनं त्यांना हात दिला. त्या विष्णूचा चेहरा आवलीला त्या सावळ्या विठ्ठलासारखा वाटला. विष्णूचा हात धरून बुवा त्या कमानीत जाऊन बसले. त्यांनी जमलेल्या गर्दीला हात जोडून नमस्कार केला. त्या गरूडानं पंख हलवले. गती घेतली आणि उंच आकाशात तो गरुड, दिसेनासा झाला आणि त्याच्याबरोबर तुकारामबुवाही दिसेनासे झाले.'

आवली दचकून जागी झाली, खाडकन् तिनं डोळे उघडले. ती धसक्यानं उठून बसली. आपण आपल्या घरात आहोत आणि जे आपण बघितलं ते स्वप्न होतं हे लक्षात आल्यावर तिला हायसं वाटलं. कपाळावर आलेला घाम तिनं पदरानं टिपला. 'काय बाई स्वप्न तरी? आई मंगळाई धन्यांचं रक्षण कर! हे सगळं त्या-त्या काळ्याचंच गारूड!' आवली पुटपुटली. भानावर येऊन तिनं आजूबाजूला पाहिलं. घरात सगळं सामसूम होतं. ती उठली. ओसरीवर आली. मुलं खेळायला गेली असावीत. बुवा अजून आलेले दिसत नव्हते. ओसरीवरही सगळं सामसूम होतं. आत वळताना आवलीचं लक्ष बुवांच्या नेहमीच्या बैठकीकडं गेलं. क्षणभर ती थांबली. मागं वळली. पुन्हा एकवार तिनं बैठकीकडं पाहिलं आणि ती चरकली. चार पावलं कशीबशी चालत ती त्या बैठकीजवळ आली. भेदरलेल्या नजरेनं तिनं त्या बैठकीकडं पाहिलं! आणि ती गोंधळली. ती डोळे विस्फारून पुन्हा पुन्हा पाहू लागली. तिला त्या घटनेचा अर्थ लक्षात येईना. त्या-त्या बैठकीवर बुवांच्या टाळ-चिपळ्या नुसत्या, त्यांच्याबरोबर बुवा नव्हते. नुसत्या टाळ-चिपळ्या, बुवांना सोडून. बुवांच्या शरीरापासून वेगळ्या झालेल्या. बुवांच्या शरीरापासून वेगळ्या! आवली चरकली. सुन्न झाली. हळूहळू त्या

घटनेचा अर्थ तिला कळू लागला. बुवांचे शद्ब तिला आठवले, 'आवले, ज्या दिवशी या टाळ-चिपळ्या माझ्या शरीरापासून वेगळ्या झालेल्या तुला दिसतील त्यादिवशी समज तुझा तुकाराम या जगात नाही.' आवलीला त्या घटनेचा पुरता अर्थ कळला. आणि ती विलक्षण चरकली. बुवांच्या टाळ-चिपळ्या बुवांशिवाय! आवलीनं टाहो फोडला.

'धनी ऽऽ! धनी ऽऽ!' आणि ती बुवांच्या त्या बैठकीवर कोसळली. त्या टाळ-चिपळ्या उराशी धरून तिनं आकांत मांडला. त्याच त्या टाळ-चिपळ्या ज्यांचा ती दु:स्वास करत आली. त्याच टाळ-चिपळ्या ज्यांना बुवा आपला श्वास आणि उच्छ्वास म्हणत होते, त्याच त्या टाळ-चिपळ्या ज्यांना बुवांनी कधी क्षणभर आपल्यापासून अलग केलं नव्हतं! त्याच टाळ-चिपळ्या आज बुवांपासून वेगळ्या, एकट्या, पोरक्या, अनाथ होऊन बुवांच्या बैठकीवर पडल्या होत्या. अन् करपलेल्या काळजानं आणि चरकलेल्या मनानं त्याच टाळ-चिपळ्या उराशी धरून आवली आकांत करत होती. टाहो फोडत होती. तिचा तो आकांत सगळ्या गावकऱ्यांचं काळीज चिरत गेला. आकाश फाडत गेला. विठ्ठल मंदिराच्या भिंती भेदत गेला. विठ्ठलाच्या मूर्तीचा थरकाप उडवत गेला. त्याच्या पायाखालची वीट क्षणभर थरारली. इंद्रायणी क्षणभर वहायची विसरली. विठ्ठल मंदिराच्या कळसाला छेदत आवलीचा तो टाहो आकाश फाडत राहिला. नंतर कितीतरी वेळ त्याचे पडसाद आकाशातून येत राहिले. इंद्रायणीच्या पाण्यावर आपटत राहिले. वाळवंटात कोसळत राहिले, विठ्ठलाच्या मंदिराच्या गाभाऱ्यावर आदळत राहिले. तुकारामबुवा आवलीला एकटीला सोडून निघून गेले होते. कायमचे! इतक्या वर्षांची संजीवन साथ, सोबत सोडून गेले होते. आवलीला तिचा भाबडेपणा, हट्टीपणा, तेज तर्रार स्वभाव यांच्या सोबतीनं सोडून गेले होते. पण आपल्या या सगळ्या आयुधांसहीत आवली ज्या ठाम आधारशिलेवर उभी होती, ती आधारशिलाच नाहीशी झाली होती. आवलीचं सर्वस्व हरपलं होतं. आपले प्राणच आपल्या शरीरातून कुणीतरी काढून घेतले आहेत असं आवलीला वाटलं. आपलाही श्वास कोंडतोय, आपल्याही जिवाची घुसमट होतेय असं तिला वाटलं. बुवांच्या त्या बैठकीवर कोसळलेली, गलित गात्र झालेली, आकांत करणारी, टाहो फोडणारी आवली, बुवांची आवली, तुकयाची आवली आता एकटी होती, एकाकी होती, अगदी एकटी होती.

तुकारामबुवा गेले. एका धर्मसंस्थेचा अंत झाला होता. एका ज्ञानपीठाचा शेवट झाला होता. एका भक्तिपीठाचा आधार तुटला होता. एक अभंग वटवृक्ष कोसळला होता. हे सगळं जरी असलं तरी याहीपेक्षा महत्त्वाचं म्हणजे आवलीचा आधार गेला होता. आवलीचा... तुकयाच्या आवलीचा, आप्पाजींच्या आवलीचा! एका तेजाच्या शलाकेतलं तेज संपलं होतं. एका लखलखणाऱ्या विद्युल्लतेचा

कोळसा झाला होता. अंधार निपटू पाहणाऱ्या ज्योतीचं तेल संपलं होतं. आवलीचा संघर्ष संपला होता. तिच्या जगण्याचं निधान नाहीसं झालं होतं. जगण्याचं कारण संपलं होतं.

तुकारामबुवा गेले. आपल्याला सोडून गेले. या दु:खात आवली कितीतरी महिने बुडून गेली. तिला ना खायची शुद्ध होती, ना वेणी-आंघोळीची! तुकारामबुवांच्या जाण्यानं आवली जणू तिथंच थांबली होती. जगरहाटी चालू झाली होती. पण आवलीचं जग तिथंच थांबलं होतं जणू! पण काळानं त्यावरही मात केली. कित्येक महिन्यांनी आवली माणसांत आली. तिला भान आलं, जाणीव आली, जाण आली. आवली पुरती सावध झाली. आपल्या या बेभान अवस्थेमुळं आपल्या मुलांचे किती हाल झाले असतील या विचारानं ती घायाळ झाली. आपल्याला असं बेभान अवस्थेत जगण्याचा, असं सैरभैर राहण्याचा अधिकार नाही हे तिला उमगलं. आणि आवलीनं पदर बांधला, किती दिवसांनी ती अशी उभी, एकटी उभी राहिली होती. पहिल्यांदा तिचे पाय लटपटले. 'पण, हे आता चालणार नाही!' तिनं आपल्या मनाला बजावलं. आईच्या बेभान अवस्थेत काशीनं धाकट्या नारायणासकट कशीबशी भावंडं सांभाळली होती. कुठं किरकोळ काम करून, कधी मागून आणून, तर कधी कुणाच्या हातापाया पडून! आईची ही अवस्था तिला बघवत नव्हती. तिची आई अशी नव्हती. पण ती काहीच करू शकत नव्हती. आई सावध झालेली बघून तिला हायसं वाटलं. आवलीनं पुन्हा कंबर कसली! सगळं घर स्वत: झाडून साफ केलं! भांडी धुवून स्वच्छ केली. जुन्या कामावर जाऊन भेटून आली. सगळ्यांनाच आवली सावध झाल्याचा आनंद झाला होता. आता पोरांच्या पोटात दोन घास पडणार होते.

दुसऱ्या दिवशी आवलीनं घरचं आवरलं. कामं आवरली. आणि पोरांना घासभर वाढून तिनं तडक विठ्ठलाचं मंदिर गाठलं.

आवली आणि विठोबाच्या मंदिरात? गावकऱ्यांना नवल वाटलं आणि भयही. पण आवली शांतपणे आली आणि गाभाऱ्यातून थेट विठ्ठलाच्या मूर्तीजवळ गेली. गुरवाला भीती वाटली. आता ही मूर्तीला काही इजा तर...? पण आवलीनं तसं काही केलं नाही. ती थेट मूर्तीसमोर जाऊन उभी राहिली. ना तिनं हात जोडले, ना मान झुकवली. विठ्ठलाच्या मूर्तीच्या डोळ्याला डोळा भिडवून ती उभी राहिली. थेट त्याच्याकडं बघत, त्याच्या अंतरंगाचा ठाव घेत होती. बराच वेळ त्याला असं पारखल्यावर आवली बोलू लागली,

"झालं? झालं तुझं समाधान? झाला तुझा जीव शांत! आता तरी बरं वाटलं का तुला? झाला का तुझा खेळ पूर्ण? आत तरी दुसऱ्या कुणाच्या संसाराचा असा इस्कोट करू नकोस. धन्यास्नी माझ्यापासनं तोडलंस, माझी पोरं

उघड्यावर पडली. पण नंतर तू आला नाहीस विचारायला? तुला वाटलं आज आवली मंदिरात कशी आली? पर तुला नमस्कार करायला नाही आले मी. तुला जाब विचारायला पण नाही आले मी! आलेय तुझं समाधान झालं का बघायला आणि आलेय तुझ्या चेहऱ्यावरचं जिंकल्याचं हसू बघायला! आणि मला सोडून गेलेले धनी तुला भेटायला येतात का ते बघायला. आणि त्यासाठी मी रोज येणार हाय. रोज हितं या मंदिरात येऊन बसणार हाय! माझी खात्री आहे की, एक ना एक दिवस धनी तुला भेटायला तरी येतील नाहीतर मला न्यायला तरी येतील. मी इथं रोज येणार हाय, रोज येणार हाय! अगदी रोज आणि हितं तुझ्यासमोर बसून तुला तुझ्या अपराधाची बोचणी देत रहाणार हाय.''

विठ्ठलाला आपला इरादा अगदी स्पष्टपणे सांगून आवली परतली.

आता आवलीचा तो दिनक्रमच बनला. चार घरची कामं करायची, घरातलं कामकाज निपटायचं, पोरांच्या घासाची व्यवस्था करायची काशी आणि म्हाद्यावर गंगा, विठोबा आणि धाकटा नारायण यांना सोडायचं आणि विठ्ठलाच्या मंदिरात येऊन बसायचं. ना हात जोडायचे, ना मान झुकवायची, फक्त एकटक नजरेनं विठ्ठलाकडं पाहात बसायचं. त्याच्या डोळ्याला डोळा भिडवून पाहात बसायचं! कुणाशी काही बोलायचं नाही, कुणी काही विचारलं तर सांगायचं नाही, काही तक्रार नाही, काही मागणं नाही. फक्त कामकाज आवरलं की, विठ्ठलाच्या मंदिरात येऊन बसायचं. जणू तिनं विठ्ठलाशी छुपं युद्ध पुकारलं होतं. छुपं युद्ध! मनाचं विठ्ठलाच्या श्रद्धेशी! आत्म्याचं विठ्ठलाच्या भक्तीशी, भाबडेपणाचं विठ्ठलाच्या शक्तीशी, निरागसपणाचं विठ्ठलाच्या गारुडाशी आणि तुकारामबुवांवरच्या प्रेमाचं विठ्ठलाच्या अधिकाराशी! आवलीचं युद्ध होतं.

दिवस लोटले, महिने लोटले, वर्षं लोटली, पण आवलीचा दिनक्रम बदलला नाही. मुलं मोठी झाली, आवलीची गात्रं थकली. पण आवलीचा विठ्ठल मंदिरातला राबता चुकला नाही. तिनं विठ्ठलाशी पुकारलेलं युद्ध संपलं नाही. आणखी किती किती दिवस ही मानसिक झुंज चालणार होती, तो एक विठ्ठलच जाणे! पण याही प्रश्नाचं उत्तर आवलीला लवकरच मिळालं.

त्यादिवशी नेहमीसारखी आवली मंदिरात आली. विठ्ठलाच्या मूर्तीकडं एकटक बघत बसली. पण आज तिला ती सावळी मूर्ती वेगळीच वाटली. आज त्या मूर्तीच्या ओठावर एक प्रसन्न हास्य होतं. त्या मूर्तीच्या डोळ्यांत एक स्निग्ध, आश्वासक भाव होते. चेहऱ्यावरून वात्सल्य ओसंडून वाहात होतं. आवलीला वाटलं, आज ही मूर्ती आपल्याला काहीतरी सांगतेय. तिनं निरखून बघितलं, क्षणभर त्या मूर्तीच्या चेहऱ्याच्या जागी तिला तुकारामबुवांचा चेहरा दिसला. ती

उत्तेजित झाली. सभा मंडपातून उठून तीरासारखी मूर्तीकडं धावली. मूर्तीच्या पायावर कोसळली. आणि - दगडाचा कठीण स्पर्श झाल्यावर चमकून उभी राहिली. रागानं तिनं मूर्तीकडं पाहिलं. मूर्तीच्या चेहऱ्यावर एक मिस्कील हास्य होतं. आवलीनं रागानं मान फिरवली. आणि ती तरातरा घरी आली.

संध्याकाळ टळून गेली होती. पोरांनी जेवून घेतलं होतं. म्हाद्या तिला बोलवायला मंदिरात येणार एवढ्यात आवली घरी आली. आज तिचा नूर वेगळाच होता. क्षणात ती रागावलेली दिसे, तर क्षणांत प्रसन्न! काशीलाही काही कळलं नाही. तिनं आवलीला जेवायला वाढलं. दोन घास पोटात कसेतरी ढकलून आवली उठली. हात धुतले. तिनं फडताळ उघडलं! गोधडी खाली जपून ठेवलेल्या बुवांच्या टाळ आणि चिपळ्या काढल्या. त्या हृदयाशी धरल्या आणि ती आपल्या अंथरुणावर गेली. त्या टाळ आणि चिपळ्या तशाच उराशी धरून आवली झोपली. राहून राहून आज तिच्या नजरेसमोर विठ्ठलाची मूर्ती येत होती. आणि त्यातही नजरेसमोर येत होता, त्या मूर्तीत दिसलेला तुकारामबुवांचा चेहरा. ते आठवत, आठवतच आवलीला झोप लागली. तो थकलेला देह, जीर्ण झालेली गात्रं, झुंज देऊन शिणलेलं मन आणि एकाकीपणाचं ओझं या साऱ्यांबरोबरच बुवांच्या टाळ आणि चिपळ्या घेऊन आवली झोपी गेली. झुंज देता देता तीच एक झुंज बनली होती. तुकारामबुवा मोठे होता होता आवली लहान लहान होत गेली का? तुकारामबुवा वटवृक्षासारखे होत गेले आणि आवली त्या वटवृक्षाची मुळं बनून जमिनीत खोल खोल पसरत गेली. इतकी की त्या वटवृक्षाच्या महानतेपुढं त्या मुळांचं अस्तित्वही जाणवू नये. आवली शांतपणे झोपी गेली.

अचानक तिला दिसली एक प्रकाश रेषा. अतिशय धारदार, तेजस्वी! त्या प्रकाश रेषेचं वलय होत गेलं. बघता बघता ते वलय वाढत गेलं आणि त्यात आवलीला दिसला तोच सावळा, मिस्कील, तिचा काळतोंड्या! तेच खोडकर हसू ओठावर घेऊन! आवलीला रागच आला. तोच त्या विठ्ठलाच्या चेहऱ्याच्या जागी दुसरा चेहरा आला. तो होता तुकारामबुवांचा. तेच स्निग्ध डोळे, तेच ओठावरचं आश्वासक भाव! तेच स्नेहार्द्र हसू!

"धनीऽऽ!" आवलीनं साद घातली.

बुवा प्रसन्न हसले, "आवले, अगं किती त्रास दिलास त्या विठू रायाला?"

बुवांच्या या प्रश्नावर आवली फुरंगटली. "धनी, मग मी तुमचा पत्ता कुणाला विचारणार होते? त्याला रोज विचारायला जायची तर मेला सांगायचा नाही. म्हणून रोज रोज जाऊन विचारायची? धनी तुम्ही मला असं एकटीला टाकून कुठं गेला होतात? कोण म्हणालं, तुम्ही इमानातनं गेलात, कोण म्हणालं तुम्ही नदीतनं चालत गेलात, तर कोण म्हणालं तुम्ही परत त्या डोंगरावरच्या

जंगलात गेलात! पण धनी तुम्ही कुणालाच दिसला नाहीत आणि मी ही अशी येडी, अडाणी. मला तर काहीच कळेना. म्हणून मी तुम्हाला शोधत बसले. धनी किती, किती शोधलं तुम्हाला? मरण येत नाही म्हणून जगत राहिले, पण धनी या आवलीला तुमच्याशिवाय जगताच आलं नाही. मेलेल्या माणसाचं जिणं जगत राहिली तुमची आवली. तुम्ही असताना तुमच्या सोबत असणाऱ्या सगळ्यांनी तुमच्या माघारी पाठ फिरवली, धनी! तुमची भजनं, तुमचे अभंग आजही गावकरी गातात पण तुमची बायका मुलं जिवंत आहेत का मेलीत, उपाशी आहेत का जेवलीत याची कुणी चौकशीसुद्धा केली नाही धनी. दिव्याचा प्रकाश सगळ्यांनी बघितला, पण वात जळत राहिली ते कुणालाच बघावसं वाटलं नाही. धनी, आता तरी मला सोडून जाऊ नका! तुमच्या आवलीला सोडून जाऊ नका. मला सोडून जाऊ नका धनी.''

आवलीच्या काळजातलं दुःख असं तुकारामबुवांसमोर धो-धो वाहात होतं. बुवांना वाईट वाटलं. आपण आवलीवर किती अन्याय केलाय याची त्यांना पुन्हा जाणीव झाली. म्हणाले,

''आवले, मी तुला समजू शकलो नाही. हा आकाशाएवढा झालेला तुका तुझ्यासारखी धरणी डोकं टेकायला होती, म्हणून एवढा मोठा झाला! आवले पूस ते डोळे! चल मी तुला न्यायला आलोय. चल माझ्याबरोबर! आता आपण फक्त दोघांनीच संसार करायचा. आपण दोघांनीच. चल, चल.''

त्यांचं ते बोलणं ऐकून आवलीचा आनंद गगनात मावेना, ''खरंच? खरंच सांगताय धनी? खरंच मला तुमच्याबरोबर चल म्हणताय? खरंच आपण दोघंच राहूया म्हणताय? आपण दोघंच? अगदी तो काळ्यासुद्धा नाही?''

तिच्या या प्रश्नावलीचं बुवांना हसूच आले. ते म्हणाले,

''आवले, चल आता, प्रश्न विचारात बसू नकोस. लहान मुलासारखे प्रश्न विचारायची तुझी सवय अजून गेली नाही बघ. चल आता.''

आवली स्वतःशीच खुदकन हसली, अगदी लहान मुलीसारखी. मग उराशी कवटाळून धरलेल्या टाळ-चिपळ्या तिनं बुवांसमोर धरल्या. म्हणाली,

''धनी, हे बघा. हे तुम्ही माझ्यासाठी ठेवून गेला होतात न्हवं? त्याच्या सोबतीनंच मी तुमच्या माघारी जगत आले. हे घ्या! तुमच्या वस्तू, तुमचे श्वास तुम्ही सांभाळा. आता चला! चला, मी तयार हाय.''

तुकारामबुवा प्रसन्न हसले. त्यांनी आवलीच्या पुढे आपला हात केला. आवलीनं त्या हातात आपला हात दिला. आणि ती उठून उभी राहिली. आवलीचा हात हातात धरून त्या हातानं तिला चालवत तुकारामबुवा चालू लागले. आवलीचा हात किती खरखरीत होता. तिच्या रखरखीत नशिबासारखा!

आवली तुकारामबुवांबरोबर चालत होती. तिला वाटलं, त्यांच्या हातात हात घालून आपण सप्तपदी चालतोय. फुलं उधळली जातायत. सनई, चौघडा वाजतोय. हळद-कुंकवाचा सडा टाकला जातोय. आणि धन्याच्या मजबूत, आश्वासक हातात आपला हात देऊन आपण एकेक पाऊल चालतो आहोत.

आवली स्वत:शीच हसत होती. तुकारामबुवांच्या समवेत, त्यांच्या हातात हात घालून चालताना जणू सगळं विसरली होती. विसरली होती घेतलेली झुंज, केलेला संघर्ष, अवहेलना, उपेक्षा आणि अपेक्षा भंग? आता ती चालली होती तुकारामबुवांच्या बरोबर! त्यांची आवली बनून! तुकयाची फक्त तुकयाची आवली! तुकयाची आवली बनून!

आवलीला तुकारामबुवांकडे सुपूर्द केल्यावर त्या कर कटेवर ठेवून विटेवर उभ्या असलेल्या विठूरायाच्या चेहऱ्यावर कृतकृत्यतेचा आनंद रुक्मिणी पाहातच राहिली. शेवटी का होईना त्या विठूरायानं मान्य केलं होतं की तुकाराम फक्त आवलीचे होते आणि आवली तुकारामांची. ती होती फक्त 'तुकयाची आवली'.